'लायसेन्स टु लिव्ह' हे पुस्तक एखाद्या पावसाळी दिवशी अथपासून इतिपर्यंत संपूर्ण वाचल्याशिवाय खाली ठेववणार नाही असे आहे.

– द टाइम्स ऑफ इंडिया

या पुस्तकात लेखिकेची विद्वत्ता, बुद्धिचातुर्य आणि आध्यात्मिक सूक्ष्मदृष्टी जागोजागी दिसून येते. तुमचे जीवन बदलून टाकेल असा दृष्टिकोन वाचकाला प्राप्त होतो.

– द एशियन एज

प्रियाची लेखनशैली थोडीशी पावलो कोएलोच्या लिखाणाशी मिळतीजुळती आहे. लिखाणाचा ढाचा झेन आणि 'आर्ट ऑफ मोटरसायकल मेंटेनन्स' यांच्यासारखा आहे. अनेक किस्से या पुस्तकात सांगितले आहेत. प्रिया कुमारच्या सहज, सोप्या लेखनशैलीमुळे वाचकाला पुस्तकवाचन बोजड वाटत नाही. एखाद्या लहानशा विमानप्रवासात बाळगण्यासाठी किंवा उद्योगजगतातील एखाद्या सादरीकरणापूर्वी चटकन वाचण्यासाठी हे पुस्तक अगदी योग्य आहे.

– बिझनेस वर्ल्ड

प्रथमवचनातील लिखाणामुळे कल्पित कथेच्या स्वरूपात सांगितलेले स्वयंशिक्षणाचे धडे अतिशय रंजक झालेले आहेत. मानवतेचा स्पर्श असलेले वस्तुनिष्ठ, स्फूर्तिदायक असे लिखाण तुम्हाला हवे असेल तर हे पुस्तक वाचायला तुम्हाला नक्की आवडेल.

— कंप्लीट वेलबिइंग

एक असे सनसनाटी आणि रोमांचक पुस्तक जे आपला संदेश अचूक पोहोचवते आणि जगण्याचा अर्थ समजावते.

— लाइफ पॉझिटिव्ह

'License To Live' या इंग्रजी पुस्तकाचा अनुवाद

'परवाना जगण्याचा'

एका शोधकाचा भव्यत्वाकडे प्रवास

लेखक

प्रिया कुमार

अनुवाद

श्यामल कुलकर्णी

मेहता पब्लिशिंग हाऊस

Mehta Publishing House, 1941, Madiwale Colony, Sadashiv Peth, Pune 411030.
✆ +91 020-24476924 / 24460313
Email : info@mehtapublishinghouse.com
production@mehtapublishinghouse.com
sales@mehtapublishinghouse.com
Website : www.mehtapublishinghouse.com

- *या पुस्तकातील लेखकाची मते, घटना, वर्णने ही त्या लेखकाची असून त्याच्याशी प्रकाशक सहमत असतीलच असे नाही.*

LICENSE TO LIVE by Priya Kumar

First Published in India 2010
Originally Published in English by Embassy Books

Translated into Marathi Language by Shyamal Kulkarni

'परवाना जगण्याचा' / अनुवादित मार्गदर्शनपर

अनुवाद : श्यामल कुलकर्णी
४०१, जयनर्मदा, प्रभात रोड,
११वी गल्ली, पुणे ४११ ००४

प्रकाशक : सुनील अनिल मेहता, मेहता पब्लिशिंग हाऊस,
१९४१, सदाशिव पेठ, माडीवाले कॉलनी, पुणे - ४११०३०.

मुद्रक : मुद्रा, ३८३ नारायण पेठ, पुणे - ४११०३०.

मुखपृष्ठ : फाल्गुन ग्राफिक्स

प्रथमावृत्ती : मे, २०१८

किंमत : ₹ २५०

P Book ISBN 9789387789548

हे पुस्तक मी माझ्या आई-वडिलांना, कीर्ती आणि सोना यांना समर्पित करीत आहे. मी आज जी काही आहे, तशी घडण्यात त्यांचा मोठा हात आहे. माझ्या यशाचे सर्व श्रेय मी त्या दोघांना देते.

लहानपणी मला इतर समवयस्क मुलांचा हेवा वाटायचा, माझ्याजवळ जे नाही ते त्या मुलांना मिळाले आहे असे मला वाटायचे म्हणून. हेवा करण्यामध्ये माझ्याजवळच्या कमतरतेची, उणिवांची छुपी कबुलीच असायची. माझ्याजवळ असलेली प्रत्येक गोष्ट मला कमवावी लागली. फक्त कमावलेला पैसाच नाही, तर कोणतीही गोष्ट कधी आदर दाखवून, कष्ट करून, वचनपूर्ती करून, समस्या सोडवून आणि बऱ्याच वेळा डोळ्यांत भरून आलेले अश्रू बाहेर पडू न देता कमवावी लागली. प्रत्येक वेळी मी प्रगती केली त्या वेळी मी जास्त प्रगल्भ व्यक्ती झाले होते, हे मला उमगलेच नव्हते. जेव्हा मला दुचाकी मिळाली तेव्हा त्यासाठी वचन पाळण्यास मी शिकले, हे महत्त्वाचे होते. मला जेव्हा वाढदिवसाच्या दिवशी नवा पोशाख मिळाला तेव्हा तो पोशाख मिळाला हे महत्त्वाचे नव्हते; त्यासाठी मोठ्या माणसांचा आदर करायला हवा, हा धडा मी शिकले हे महत्त्वाचे. लहानपणी अशा प्रत्येक वस्तू, सुविधा प्राप्त होत असताना, मी जीवन समृद्ध करणारे इतर अनेक अनुभव घेत होते.

लोक जेव्हा माझ्याकडे आदराने पाहतात, त्या वेळी त्यांना मला घडवणारे चार अदृश्य हात कधीच दिसत नसतात. माझ्या हृदयाच्या संवेदनशीलतेला प्रतिसाद देताना लोकांना त्यामागची आपले दुःख विसरून मला घडवणारी दोन हृदये कधीच दिसत नाहीत. माझ्या कार्यात मोठेपणा पाहताना, माझ्या आई-वडिलांनी माझे विश्व सुरक्षित करण्यासाठी केलेले अथक परिश्रम आणि जागवलेल्या रात्री त्यांना दिसत नाहीत. माझ्या आई-वडिलांनी माझ्यात जागवलेल्या सौंदर्यदृष्टीमुळे मी या सुंदर जगतात राहत आहे. माझ्या आई-वडिलांनी माझ्यावर कळतनकळत केलेल्या उत्तम संस्कारांमुळे आणि दिलेल्या उच्च मूल्यांमुळे या कोलहलातदेखील मी बुद्धी स्थिर ठेवून यशाकडे वाटचाल करू शकले आहे.

माझ्या आई-वडिलांनी कधीही हातचे न राखता त्यांच्याजवळ असलेल्या सर्व उत्तम गोष्टी मला दिल्या, शिकवल्या. माझ्या गत आयुष्यात डोकावून पाहताना आणि आतादेखील माझे आई-वडील आपल्या आता मोठ्या झालेल्या मुलीचे आयुष्य सुखाचे व्हावे म्हणून झटत असलेले मला दिसतात आणि खरोखरच त्यामुळे माझे आयुष्य सुखात आहे.

मी माझे हे पुस्तक त्यांना अर्पण करते. त्यांची प्रतिभा आणि बुद्धिमत्ताच माझ्या लेखणीतून प्रकट होते आहे.

आई-बाबा, मी तुमच्यावर खूप प्रेम करते.

सोनू निगम,

तुझ्या प्रत्येक गाण्यात तुझ्या हृदयातील स्पंदने जाणवतात. तू म्हणत असलेले गाणे गाण्यासाठीच तुझा आवाज नसून प्रत्येकाच्या हृदयातील अदृश्य गाण्याची तार त्याने छेडली जाते. जेव्हा जेव्हा मी तुझे गाणे ऐकते- ध्वनिवर्धकातून माझ्या कानात फक्त आवाजच नाही, तर तुझ्या उत्साहवर्धक ऊर्जेचा अर्कच माझ्या सर्वांगात भिनत असतो- मी पुन्हा ताजीतवानी होते, सर्वांबरोबर जोडली जाते आणि प्रेमळ बनते.

तू पवित्र आहेस. ज्यांना ज्यांना तुझ्यातील दिव्यत्वाचा स्पर्श होतो, त्या सर्वांना तुझ्या ऊर्जेचा आनंद प्राप्त होतो.

“तुम्ही चांगले जग निर्माण करा,” देव म्हणाला.
मी विचारले, “कसे?”
“हे जग फारच सुंदर आहे.
आणि इतके गुंतागुंतीचे, किचकट..
मी तर इतका छोटा, निरुपयोगी;
मी काहीच करू शकत नाही.”
तो बुद्धिवान आणि दयाळू देव उत्तरला,
“तू फक्त स्वतःत सुधारणा कर.”

हे पुस्तक कसे वाचावे?

'परवाना जगण्याचा' हे पुस्तक प्रत्यक्ष वास्तव जगात कसे वावरावे याची माहिती सांगते व त्याच्याआधी जगाच्या वास्तवाची ओळख करून देते. या वास्तव जगात चांगले आणि आणि वाईट यांची बेमालूम सरमिसळ झालेली दिसेल. तसेच समजूतदार, शहाण्या लोकांबरोबरच भ्रमिष्टपणाचे कातडे पांघरलेल्या लोकांचा भरणा सापडेल. तुम्हाला क्षणात योग्य मार्ग सापडेल, तर काही वेळाने तुम्ही भरकटत आहात असे वाटेल. या सर्वांमधून नियतीने तुमच्यासाठी आखलेला मार्ग शोधून काढून तुमची आयुष्याबद्दलची स्वप्ने योग्य प्रकारे प्रत्यक्षात उतरवायची कशी, हे या पुस्तकात सांगितले आहे. तुम्हाला न समजणाऱ्या लोकांबरोबर कसे निभावून न्यायचे, आपल्या नियंत्रणात नसलेल्या पेचप्रसंगांतून कसा मार्ग काढायचा आणि हे करता करता आपण त्यातून कसे प्रगल्भ व्हायचे, हे या पुस्तकावरून समजेल. तुमच्या रोजच्या जीवनातील निवड करताना, निर्णय करताना तुमची आध्यात्मिक वृत्ती त्यात कशी प्रकट होईल, याबद्दल हे पुस्तक आहे. आपण स्वतःच स्वत:चे गुरू होऊन आपल्या अंतर्मनाचा आवाज ऐकून अक्षय ज्ञान प्राप्त करायचे असते. खोट्या असहायतेचा बुरखा पांघरल्यामुळे आपल्याला आपल्या जवळ असलेल्या ज्ञानाची, कुवतीची जाणीवच नसते.

माझ्या आयुष्यात मी अनेकदा प्रवास केलेले आहेत. मी व्यावसायिक मुशाफिर आहे. निरनिराळ्या लोकांना भेटायचे आणि त्यांच्याकडून आपल्या आवडीचे शिकणे मला जास्त आवडते. या पुस्तकात वर्णन केलेला प्रवास मी प्रत्यक्षात कधीच केलेला नाही. या पुस्तकात सांगितलेली कथा ही एक काल्पनिक कथा आहे. यात वर्णन केलेला प्रवास इतका प्रभावशाली आहे की आत्मशोध घेऊ इच्छिणाऱ्याचे आयुष्यच बदलून टाकण्याची क्षमता त्यात आहे. म्हणून मी ती माझीच कथा अशा तऱ्हेने सांगितलेली आहे. त्यामुळे त्यात वर्णन केलेले

अनुभव जणू मी स्वतः अनुभवते आहे, असे मला वाटत गेले.

जेव्हा तुम्ही एखाद्या सिनेमाची निर्मिती करण्याचे ठरवता, तेव्हा त्यातील नायकाची भूमिका तुमची इच्छा असेल तर स्वतःकडे घेऊ शकता. तसेच मी पुस्तक लिहिताना केले आहे. मी पुस्तक स्वतःच लिहीत असल्याने मी ते सहज करू शकले. कथानक इतके सुंदर होते की त्या प्रवासात मी सहभागी व्हायचे ठरविले. पुस्तकातील निरनिराळ्या पात्रांना, वाचकाला कोणता धडा द्यायचा होता, तो मला स्वतःला त्याचा भाग होऊन अनुभवायचा होता. मग तो खरोखरच वास्तवातला प्रवास नसला म्हणून काय झाले? कथेचा भाग म्हणून मला तो प्रवास करावा वाटला तरी तो आता मला प्रत्यक्ष प्रवासाच्या अनुभवाइतकाच महत्त्वाचा आहे. मी या कथेत मुख्य भूमिका करू शकते, तर वाचकहो, तुम्हीदेखील स्वतःला माझ्या जागी कल्पू शकता. या पुस्तकातील प्रिया, व्यावसायिक जगतातील प्रशिक्षक म्हणजे मी आहे. त्यात व्यक्त केलेल्या भावना या माझ्या मनातील खऱ्या भावना आहेत. प्रिया या पात्राच्या सूक्ष्मदृष्टीबद्दल मी बारकाईने लिहिले आहे. तिच्या आयुष्यातील अनेक घटनांचे मी वर्णन केले आहे. तरी मला एक खुलासा येथे करायचा आहे की, माझ्या वास्तव आयुष्यात मी तिच्याप्रमाणे घरातून कधी पळून गेलेली नाही किंवा कधी परीक्षा बुडवलेल्या नाहीत. तसेच मी रॉन अथवा अन्य कोणाची शय्यासोबत केलेली नाही आणि अजूनही माझे स्वतःच्या मालकीचे घर नाही.

मला जेवढे ज्ञान आहे असे मला वाटते, त्यापेक्षा जास्त ज्ञान किंवा कर्तबगारी माझ्याजवळ आहे याची मला पुस्तकातील प्रवास अनुभवताना जाणीव झाली, हे माझ्यासाठी सर्वांत जास्त महत्त्वाचे होते! मला सारखे वाटायचे की आपल्या आयुष्यात काहीतरी कमी आहे; पण काय ते कळत नव्हते. त्यामुळे ते मी कधीच

मिळवू, शोधू शकले नव्हते. हे पुस्तक लिहिताना मला माझा समजूतदारपणा, शहाणपणा यांचा शोध लागला. माझ्या या आनंदात वाचकही हे पुस्तक वाचताना सहभागी होतील, अशी मला आशा वाटते.

प्रगल्भतेकडे नेणाऱ्या या प्रवासात वाचकहो, तुमची मला सोबत मिळावी अशी अपेक्षा आहे. तुम्ही तयार असाल तर आपण प्रवास सुरू करू या.

❖

अनुक्रमणिका

एकाकी रस्ता समुद्रकिनाऱ्यावरचा

गेली अनेक वर्षे मी ज्या पद्धतीने जगते आहे, तसाच तो एक दिवस होता. आज उजाडल्यापासूनच का कोण जाणे; पण मला कंटाळवाणे वाटत होते. तो दिवस मग तसाच दमलेला, शिणलेला असाच होता. उदासीनदेखील. मावळत्या सूर्याची सोनेरी किरणे माझ्या काळ्या रंगाच्या 'बीएमडब्ल्यू'वर पडली होती. गाडी एका वेगळ्याच रंगाने न्हाऊन निघाली होती. गाडी चकाकत होती. माझ्या हातात वर्तमानपत्र होते. शून्य नजरेने मी क्षितिजाकडे पाहत होते. भरतीच्या लाटा किनाऱ्याकडे जोराने येऊन आदळत होत्या. पाण्याचे तुषार उंचच उंच उडत होते. माझी नजर अगदी एकटक समोर होती. एका पत्रकाराने त्या वर्तमानपत्रात उद्योग क्षेत्रातील एका आगळ्यावेगळ्या प्रशिक्षकाबद्दल बातमी लिहिली होती. त्या बातमीतील छापून आलेल्या माझ्या फोटोकडे पाहून मी एक दीर्घ सुस्कारा सोडला. मी समोरच्या विलोभनीय दृश्याकडे बघत होते, भान हरपून. त्या निर्मनुष्य रस्त्यावरील माझा एकुलता एक सखा सूर्य, आता मावळत होता.

मी एक यशस्वी प्रशिक्षक होते. निदान मला तरी तसे वाटत होते. मी दिसायला सुंदर आहे असे पुरुषांचे मत होते. तशी मी तरतरीत होते, पण काही लोकांना मी हुशार, चुणचुणीतही वाटत होते. मला न ओळखणाऱ्या प्रत्येकाला असे वाटत होते की माझे आयुष्य फारच सुखाचे असणार. दहा वर्षांपूर्वी आपण जिथे पोहोचावे असे मला वाटत होते, तिथे मी आता पोहोचले होते. पण तरीही, इच्छित स्थळी येऊन पोहोचल्यावरसुद्धा आयुष्यात अजूनही काहीतरी कमी असल्याची रुखरुख, सल जाणवत राहते, तसे मला जाणवत होते. मी माझ्या मनाला विचारले, आता आणखी तुला काय हवे आहे? आता कुठे पोहोचायचे आहे?

ज्या पदवीची आपण उत्सुकतेने वाट पाहत असतो, ती हातात पडल्यावर

विद्यार्थ्याला वाटते की 'आता पुढे आपण काय करायचे?', तसेच मला वाटत होते. ज्याच्यावर आपण मनापासून प्रेम केले, त्याच मुलाशी लग्न झाल्यावर नववधूच्या मनात भावनांचे जे तरंग उमटतात, तसेच काहीसे माझ्या मनाचे झाले होते. 'ज्याकरता आपण धडपडत होतो, ते आपल्याला साध्य झाले; पण आपल्याला हेच हवे होते का?' अशा काहीशा भावना मनात दाटून आल्या. पुरुषाला बढती मिळाल्यावर तो जसा गोंधळून जातो, तसेच माझे झाले होते. यश म्हणतात ते हेच का, असे मला तेव्हा वाटले.

मला माझ्या मनासारखी नोकरी होती. मी माझ्या प्रशिक्षण कंपनीची मालक आणि मुख्य कार्यकारी अधिकारीदेखील होते. मी जे काम करत होते, त्यात मी निपुण होते. मला प्रसिद्धी मिळाली होती. मी श्रीमंतही होते. सात वर्षे मी खूप मेहनत घेतली होती. माझी स्वप्ने मी प्रत्यक्षात आणली होती; पण सगळे सगळे मिळवूनही अंतर्मनात एक पोकळी जाणवत होती. ती नक्की का आहे, हे मात्र मला माहीत नव्हते.

तुकडे जुळवून एखादी आकृती करण्याचे कोडे सोडवताना त्यातला एखादा तुकडा काही केल्या जुळून येत नाही, तेव्हा आपल्या मनाची जी अवस्था होते, तसे काहीसे माझ्या जीवनात होत होते. आपल्या जीवनात कोणती उणीव आहे हे कळत नसल्यामुळे मी उदासीन होते. तुमच्या बाबतीत असे कधी जाणवले आहे का? सगळे आहे; पण काहीतरी हुरहुर, उणीव जाणवते, त्यामुळे खिन्नता येते, असे तुम्हाला वाटते का? एखाद्या संध्याकाळी कामावरून परत आल्यावर असे वाटते की, आपल्या ऑफिसमध्ये जे काम आपण करतो आहे, ते काही खास नाही. पाट्या टाकतो आहोत. आपल्याला निश्चित काय हवे आहे याबद्दल तुम्ही कधी गोंधळून गेला आहात का? तुमचे सुख कशात आहे असा प्रश्न विचारल्यावर आपण काय उत्तर द्यावे,अशी तुमची अवस्था कधी झाली आहे का? आपले आयुष्य कोणत्या दिशेने भरकटत आहे, अशी मनाची अवस्था झाली होती का? सगळ्या जगाला वाटत असते की, तुमचा प्रवास अगदी योग्य दिशेने जात आहे; तेव्हा तुम्ही मात्र गोंधळलेले असता. आज माझ्यावर अनेक विचारांचा हल्ला सगळ्या दिशांनी होत होता. मी आत्तापर्यंत याकडे दुर्लक्ष करत होते. मला मदतीची गरज होती. मी, प्रिया कुमार उद्योग क्षेत्रातील नामवंत गुरू. मला उमगत नव्हते की, माझे आयुष्य कोणत्या दिशेने चालले आहे. वरवर मात्र लोकांना वाटत होते की मी यशस्वी, जगावेगळी स्त्री आहे. पण मनाच्या गाभ्यात मला जाणवत होते की, मी एक गोंधळलेली मुलगी आहे. अनेक वर्षांनी मी प्रथमच मला स्वतःला बजावत होते की, मला मदतीची जरुरी आहे.

समुद्रकिनाऱ्याच्या रस्त्यावर मी चालले होते. तिथे अजिबात रहदारी नव्हती. तिथे जरा कमी उंचीचा पूल बांधत होते त्यामुळे लोकांच्या मोटारी इथून सहसा जात नसत. काही अंतरावरच त्या पुलाचे काम करणारे कामगार आता दिवसभराचे काम संपवून घरी जायच्या तयारीत असलेले दिसले. त्या पुलाचे बांधकाम आपण करत आहोत याचा नक्कीच त्यांना अभिमान वाटत होता. हे मी पैजेवर सांगू शकते. हा प्रकल्प संपल्यावर ते जेव्हा आपल्या घरी जातील, त्या वेळी त्यांना चुकल्या चुकल्यासारखे वाटेल. रोज काम संपल्यावर घरी जाताना वाटते तसे.

मी त्या पुलाच्या कडेला उभी होते. एक लाट येऊन माझ्या पायांवर आदळली. मी पार चिंब भिजून गेले. खरेतर एरवी या चिंब भिजण्याचा मला खूप आनंद झाला असता; पण आज मात्र ती लाटदेखील मला आनंद देऊ शकली नाही. आणखी एक लाट अशीच माझ्या दिशेने सळसळत आली. उंच उचंबळत ती आली आणि माझ्या तोंडावरच आदळली. पण मी आहे त्या जागी एखाद्या खडकासारखी स्तब्ध उभी होते. त्या खाऱ्या पाण्याने मी डोक्यापासून पायांपर्यंत न्हाऊन निघाले. त्या खाऱ्या पाण्याचे डाग माझ्या लिननच्या हिरव्या पंजाबी ड्रेसवर पडतील, याची खरे तर मला कल्पना होती; पण मी त्याची पर्वा केली नाही. तो ड्रेस आकसेल हे मला नक्की माहीत होते; पण मी मात्र कोणताही विचार त्या क्षणी केला नाही. सूर्य मावळला होता. पश्चिम दिशेला त्याच्या अस्तित्वाचा मागमूसही आकाशात आता राहिला नव्हता. सूर्याच्या अस्तित्वाच्या सगळ्या खुणा पुसून गेल्या होत्या.

आता वाटले असे इथे थांबणे पुरे झाले. मी पूर्ण भिजले होते, थंडीने कुडकुडत होते. त्यामुळे आता सगळे नकोसे वाटत होते. माझ्या प्रश्नांची उत्तरे गवसावीत म्हणून मी या जागेवर, समुद्रकिनारी आले होते. मी मुद्दामच ही एकांताची जागा निवडली. कारण मला वाटले, मला आशेचा किरण गवसेल आणि माझ्या मनातील गोंधळ कमी होईल. पण आता मी अशा विमनस्क अवस्थेत इथून परत निघाले होते. आणखी एक लाट माझ्या दिशेने येत होती. मी चटकन वळले आणि बाजूला सरले. पण मी तिथे असलेल्या एका भिंतीवर जोरात आदळले. मला असा भास झाला की, ती भिंत जणू माझ्याकरता तिथे अचानक उभी राहिली होती. ती भिंत नव्हतीच. एक माणूस स्थिर उभा होता. मी त्याच्याच अंगावर आदळले होते. त्या माणसाचे नाव होते कूर्ट रिंक. त्याच्याशी माझी पहिली नजरानजर झाली. आत्तापर्यंत मनात कधीही चलबिचल न झालेली मी एकदम हादरूनच गेले.

एखाद्या काचेच्या तावदानावर अचानक आदळावे तसे मी त्या धिप्पाड देहावर आदळले होते. फरक एवढाच होता की, हा काचेचा दरवाजा नव्हता, तर एक हाडामांसाचा मनुष्य होता. माझे डोके त्याच्या ओल्या छातीत जोरदार आदळायच्या आत कूर्टने मला एकदम मिठीत घेतले आणि तो मला म्हणाला, "तू तर एक शिल्पच वाटतेस." परत एक प्रचंडकाय लाट किनाऱ्यावर येऊन आदळली तेव्हा आमच्या दोघांच्या अंगावर त्या लाटेचे तुषार जोरात आले. कूर्ट जोरजोरात हसायला लागला.

मी माझ्या तोंडावर उडालेले खारे पाणी पुसले. सरळ उभी राहिले. त्याच्या मिठीतून माझी सुटका करून घेतली. त्याला म्हणाले, "माफ कर मला." दुसरे काय बोलावे तेच मला उमगेना. कूर्ट माझ्यामागे तसाच बराच वेळ उभा असणार, कारण तोही माझ्याइतकाच नखशिखान्त ओलाचिंब झाला होता. त्याचा टी-शर्ट त्याच्या दणकट अंगाला चिकटलेला होता. त्याच्या डोक्यावरचे विरळ केस विसकटले होते.

"रस्ता सुनसान होता. बाजूलाच काळ्या रंगाची बीएमडब्ल्यू गाडी उभी होती. अंधार वाढत होता आणि एक नाजूक युवती समुद्रात उडी मारून आत्महत्या करण्याच्या विचारात होती. त्यामुळे मला राहवलं नाही." नाटकीपणाने हात वरून आपण तिथे असण्याचा खुलासा त्याने केला. त्याने एका अनोळखी युवतीला स्पष्ट शब्दांत त्याचे तिथे असण्यामागचे कारण सांगितले. त्याचे हे बोलणे, वागणे तिला अस्वाभाविक वाटले. त्याच क्षणाला मला मात्र जाणवले की, ही व्यक्ती असामान्य आहे.

"अरे, नाही नाही, तुला वाटते तसे अजिबात नाही." कॉर्पोरेट गुरूच्या भूमिकेतून तिने उत्तर दिले. ती पुढे म्हणाली, "मी बऱ्याचदा इथं येत असते." त्याने माझ्या वागण्याबद्दल जे अंदाज केले होते, ते खोडून काढण्याचा मी प्रयत्न केला. त्याला असे का वाटले की, मी इथे आत्महत्या करायला आलेली आहे. छे! अजिबात नाही. त्याचा माझ्याविषयी असा विचार करणे मूर्खपणाचेच आहे, असे मला वाटले. शांतता मिळावी म्हणून अशा भलत्या जागी आले तर लोक असाच अंदाज करतात, जसा कूर्टने माझ्याविषयी केला. लोकांना समजत कसे नाही की, असा एकांत शोधणे काही वेळा काही जणांना अत्यंत महत्त्वाचे वाटते. त्यात लोकांना एवढे निषिद्ध का वाटावे? माझ्या बाबतीत असे एकटेपण मी छान उपभोगू शकते. ज्यांना एकटेपण डाचते त्यांच्याही मनात एकांताचा असाच चुकीचा विचार येतो का?

"मी इथं बऱ्याचदा येत असते." मी माझे स्पष्टीकरण त्याला देत राहिले.

“तुझ्या मनातल्या प्रश्नांची उत्तरे शोधायला तू येत असतेस का इथं?” कूर्टने माझे वाक्य पुरे केले.

त्या वेळी त्याच्या चेहऱ्यावर छद्मी हास्य दिसत होते.

“माझं नाव कूर्ट रिंक.” कूर्टने आपला हात पुढे केला आणि माझा हात हातात धरला. प्रार्थनेच्या वेळी एखादा धर्मगुरू ज्या प्रेमाने, आश्वासक वाटावा असा आपला हात हातात धरेल, तसा त्याचा हात त्या वेळी मला वाटला. माझ्या गाडीच्या मागेच त्याची रुपेरी जग्वार गाडी उभी होती. त्याचा ड्रायव्हर शून्यात नजर लावून गाडीत बसला होता. कूर्ट बराच उंच; पण जाड होता. डोक्यावरचे केस विरळ, त्वचा प्रौढत्वाकडे झुकत चाललेली. त्याचे रूप थोडेसे भीतीदायक होते. नाइटक्लबमध्ये जसा मुष्टीयुद्ध खेळणारा असतो ना, तसा तो दिसत होता. पण त्याचे डोळे मात्र अतिशय कनवाळू निळ्या रंगाचे होते आणि त्यात प्रचंड मार्दव होते.

“माझं नाव प्रिया.” मी माझी ओळख करून दिली. “मी इथं खरंच खूप वेळा येत असते. मला समुद्र आणि मावळता सूर्य बघायला खूप आवडतं.” माझ्या मनाचा गोंधळ लपवण्याचा मी प्रयत्न केला आणि माझा माझ्या मनावर पूर्ण ताबा आहे हे दाखवण्याची मी शिकस्त केली. माझ्या मनात खरे तर भावनांचा कल्लोळ उठला होता. तो लपवण्याचा मी प्रयत्न केला आणि खरेच मी निसर्गसौंदर्याचा आस्वाद घेण्यासाठी एकांतात आले आहे, असे भासवण्याचा प्रयत्न केला. ते सगळे खरे तर फार विचित्र वाटावे असेच होते; पण इथे आत्महत्या करायला आलेली आहे असे जे कूर्टला वाटत होते, ते मात्र खूप अस्वाभाविक होते. आपण लोकांना वरवर सगळे आलबेल आहे असे दाखवण्याचा प्रयत्न करतो, तरी लोक मात्र थेट आपल्याला आरपार भेदून मनात चाललेल्या खळबळीचा अंदाज घ्यायचा प्रयत्न करत असतात. तिने खुलासा केला खरा, पण तिचे वागणे, तिची हालचाल त्याला खूप काही सांगून गेली. माझ्या मनात घोंगावणाऱ्या वादळाचा त्याला सुगावा लागला असावा, नक्कीच!

“तू जर नेहमीच या अशा सुनसान जागी येत असशील, तर नक्कीच तुझी अवस्था दयनीय असणार.” कूर्टने माझ्या हाताला हिसका देत मला बाजूला ओढले; कारण आणखी एक मोठी लाट येत होती. त्या लाटेचे पाणी आता पार रस्त्यावर येईल असे वाटत होते. जोराच्या वाऱ्यामुळे मी कुडकुडत होते. माझे दातदेखील एकमेकांवर आपटून थडथड वाजत होते. माझ्या अंगावर थंडीने शहारे आले होते. माझ्या केसांच्या ओल्या बटा माझ्या चेहऱ्यावर आल्या होत्या. मी थंडीने गारठले

होते. माझ्याकडे बघत कूर्ट म्हणाला, ''तुला टॉवेल हवा आहे का?'' मी नम्रपणे म्हणाले, ''नको, जरूर नाही. धन्यवाद, मी ठीक आहे.''

''बरं झालं बाबा, माझा टॉवेल नाहीच आहे.'' कूर्ट हसत म्हणाला, ''तू खरंच गमतीशीर, मजेशीर मुलगी आहेस.'' तो म्हणाला, ''मी बळेच हसायचा प्रयत्न केला. त्याच्या बोलण्यात काही विनोद आहे असे मला अजिबात वाटले नाही; पण तरी मी हसायचा प्रयत्न केला. दुःखीकष्टी अवस्थेतून बाहेर पडून आनंदी दिसण्याकरता मोठा टप्पा गाठावा लागतो. माझ्या लक्षात आले की कूर्ट मला खुलवण्याचा प्रयत्न करतो आहे; पण तरीही मी मात्र माझ्या त्या कोषातून बाहेर पडत नव्हते. मी त्या गोंधळाच्या मनःस्थितीत पार खोल खोल बुडून गेले होते.

''प्रिया, मी निश्चित समजू ना की तुला तुझं घर सापडेल, तू सुरक्षित घरी पोहोचू शकशील?'' कूर्ट मला काळजीच्या स्वरात म्हणाला. त्याच्या या बोलण्याने मला खूप बरे वाटले. आमची भेट हलकीफुलकी...नैसर्गिक करण्याचा तो आटोकाट प्रयत्न करत होता, हे त्याच्या चेहेऱ्यावरील हास्यावरून समजत होते; पण त्याच्या डोळ्यांत माझ्याबद्दल काळजी दाटून आली होती. मनानेही तो खूप सरळ, साधा, चांगला आहे, हेही दिसून येत होते.

''हो. अरे, खरंच मी अगदी छान, ठीक आहे.'' माझा आत्मविश्वास परत आलेला माझ्या बोलण्यातून दिसत होता.

कूर्ट माझ्याबरोबर माझ्या गाडीजवळ आला. त्याने चालकाच्या बाजूचा दरवाजा माझ्याकरता उघडला आणि म्हणाला, ''जी स्वतः ड्राइव्ह करत जाणार आहे आणि जिला कोणीही आपल्या गाडीने घरी पोहोचवण्याची जरुरी नाही, अशा एका मुलीकरता...'' असे कूर्ट डोळे मिचकावून म्हणाला. त्याला अजून काहीतरी बोलायचे होते; पण मी माझ्या परतीच्या प्रवासात त्याच्या बोलण्याबद्दल तर्क करत बसावे म्हणून त्याने ते वाक्य तिथेच अर्धवट सोडून दिले.

''आणि हे बघ पोरी, तुला कधीही गरज भासली मदतीची, तर एक फोन केल्यावर लगेच मी हजर होईन.'' गाडीचा दरवाजा बंद करून त्याने निरोप घेतला. मी पण ''हो, हो'' असे म्हणत मान डोलावली. मी इंजिन सुरू केले आणि अॅक्सिलरेटरवर पाय ठेवला. मला तिथून सटकायची घाई झाली होती. मी आता मनाशी शपथ घेतली की, इथे अशी वेळ घालवायला एकटीच येऊन मी माझे उगीचंच हसे करून घेणार नाही. मी खरचंच कॉर्पोरेट जगतातील गुरू होते आणि मला माझ्या मनाच्या कमकुवत क्षणी कुणी बघावे, असे मला वाटत नव्हते. मला त्या कूर्टला परत फोन करायची अजिबात इच्छा नव्हती.

हो, पण मी त्याला फोन तरी कसा करणार होते? माझ्याकडे त्याचा नंबरच नव्हता.

मी गाडीच्या आरशातून मागे बघितले. त्याची जग्वार गाडी पुलावरून वळून हळूहळू दिसेनाशी होत होती. त्याचा फोन नंबर मिळावा म्हणून मी नक्कीच प्रयत्न करणार नव्हते. त्याला माझ्याबद्दल आधीच बरीच माहिती झालेली होती.

◆

प्रवास सुरू

खिडकीवर शोभेसाठी लावलेल्या बारीक घंटा वाऱ्यावर जशा सतत किणकिणत राहतात, तसे कूर्ट रिंक हे नाव माझ्या मनात गुंजत होते. घरी परतत असताना माझ्या डोळ्यांसमोर ती सगळी घटना परत परत येत होती. त्या विचारातच मी सबंध प्रवासभर गर्क असल्यामुळे मी किती अंतर कापले, हे माझ्या ध्यानात आले नाही. मी खरे तर माझ्या घराच्या आवारात केव्हा शिरले, हे मला कळलेच नाही.

मी गाडीतून उतरले. माझ्या गाडीचेच दार जोरात ढकलले. माझे कुत्रे माझे स्वागत करायला पुढे सरसावले होते. माझ्या कुत्र्यांच्या सहवासात मला अतिशय दिलासा मिळतो. विशेषतः ऑफिसात एखादा दिवस दमणुकीचा असतो, त्या वेळी हे विशेषत्वाने जाणवते. बेटी नावाच्या स्पिट्झ जातीच्या माझ्या लाडक्या कुत्रीने माझ्या हातातून वर्तमानपत्र हिसकावून मिळवण्याकरता धडपड केली. मी ते बागेच्या दिशेने भिरकवावे म्हणून ती वाट पाहत बसली. त्या वेळी त्या वर्तमानपत्रातील माझ्या छबीवर तिची लाळ गळत होती. ते वर्तमानपत्र त्या जागेवर ओले झाले होते. कोकोने ते वर्तमानपत्र आपल्या दिशेला ओढले. दोघांत रस्सीखेच चालली होती. कोको त्या पेपरचा एक तुकडा घेऊन पळून गेली. बेटी माझ्या पायाशी तशीच उभी होती. मी परत ते फाटके वर्तमानपत्र बाहेर फेकावे म्हणून ती उभी होती.

पेपर उचलता उचलता माझे लक्ष त्यातल्या एका फोटोकडे गेले. त्या अंधारात त्या फोटोत मला एक ओळखीचा चेहरा दिसत होता. तो फोटो नीट स्पष्ट दिसावा म्हणून बागेतील दिव्यापाशी मी जरा धावतच गेले. मी त्या फोटोकडे टक लावून बघतच राहिले. माझा विश्वासच बसेना. खरे तर दिवसभर ते वर्तमानपत्र माझ्या हातात मी बाळगत होते; पण ती बातमी आणि फोटो यांच्याकडे माझे लक्षच गेले नाही. तो एक मोठा लेख होता. माझा फोटो ज्या पानावर होता, त्यानंतर काही पाने उलटल्यावर तो लेख होता. त्या लेखाचा मायना होता 'कूर्ट रिंक- यशाचा

मार्गदर्शक'. विश्वासच बसेना की, मी हे वाचते आहे ते खरे आहे का? मी माझ्या स्वतःच्याच विश्वात मग्न होते. आजूबाजूला काय घडते आहे, याच्याकडे जणू माझे लक्षच नव्हते. आजूबाजूचे जग मी विसरले होते. माझ्या अगदी समोर कूर्टबद्दलचा लेख होता. मी दिवसभरात तो पाहिलाही नव्हता. मी माझ्याच भोवतालच्या परिस्थितीत एवढी मश्गुल होते की, माझ्याच व्यवसायातील एका व्यक्तीवरचा एक महत्त्वाचा लेख मी पाहिलाही नव्हता. तो खरेतर माझा भविष्यातील स्पर्धक होण्याची शक्यता होती. मला माझ्या आईची आठवण झाली. ती घरभर चष्मा शोधत असायची आणि शेवटी तो कपाळावर सरकवलेला असायचा. माझ्या मनात जो सतत गोंधळ असतो, तो माझ्या आईकडून मिळालेला वारसा असावा; पण आईला दोष देऊन माझी सुटका होणार नव्हती. मी या वास्तव जगात जगायचे बंद केले होते जणू! माझ्याच कल्पनाविश्वात मी दंग असायची आणि हे मला कधीच कळत नव्हते. आज हा लेख नजरेतून दिवसभरात सुटला, हा माझ्या त्या गोंधळलेल्या मनःस्थितीचा परिपाक असावा. या कृतीचा दुसरा काही खुलासा मला देता येत नव्हता. आत्ताच त्या व्यक्तीची व माझी भेट झाली होती. हा त्याचाच चेहरा होता. माझी आई घरात त्या कुत्र्याच्या आवाजामुळे चिडून आरडाओरडा करत होती. माझी कुत्री बागेत भुंकत होती. माझी पँट ओढून, जवळ जवळ फाडूनच माझे लक्ष वेधून घेण्याचा प्रयत्न करत होती, कारण मी त्या वर्तमानपत्रातील तो लेख बागेतील अंधुक प्रकाशात वाचायचा प्रयत्न करत होते.

हा माणूस आमच्या उद्योग क्षेत्रातील एक अतिशय बुद्धिमान, असामान्य कर्तृत्व असलेली व्यक्ती असावी असे जाणवत होते. मी आत्तापर्यंत त्याचे नाव कसे ऐकले नाही? इतरांबद्दलच्या अलिप्त भावनेची ही किंमत होती. आमच्यापैकी काही कामात मश्गूल असण्यात धन्यता मानायचे. सबंध जग जरी त्या वेळी जवळून जात असेल तरी अशा माणसाचे त्याकडे लक्ष जात नाही. मी स्वतःत इतकी हरवून गेले होते, इतकी गोंधळलेली होते की, माझी प्रगती खुंटली होती. नवीन शिकण्याची उमेद हरवली होती. नवीन प्रयोग करून पाहण्याची इच्छा हरवून बसले होते मी. खरे तर मी जगायचेच विसरून गेले होते. माझ्यावर लेख नसेल तर मी वर्तमानपत्रदेखील वाचत नसे. मला वाचायला वेळ नव्हता. विचार करायला वेळ नव्हता. चिंतन, मनन या कशालाच माझ्याकडे वेळ नव्हता. माझे लक्षच नव्हते. किंबहुना हे सगळे करायचे मी सोडूनच दिले होते. जगायलादेखील माझ्याकडे वेळ नव्हता. एकंदरीत सध्या माझे जीवन जे वाया चालले होते, त्यामुळे खरे तर मी जगायचेच थांबवले होते.

कूर्टने माझ्या देशात, माझ्याच शहरात एक परिसंवाद (चर्चासत्र) आयोजित

केला होता. त्याकरता तो इथे आला होता. त्याचे वय चव्वेचाळीस होते. जन्माने तो जर्मन होता; पण अमेरिकेचा नागरिक होता. त्याच्या कार्यशाळा आगळ्यावेगळ्याच असायच्या. तो कडक शिस्तीचा होता, अशी त्याच्याबद्दलची माहिती त्या लेखात होती. ज्या लोकांना तो प्रशिक्षण द्यायचा, त्यांना कामात हमखास खात्रीपूर्वक यश कसे प्राप्त करून घ्यावे, हे शिकवायचा. त्याची शिक्षणपद्धती जरा अवघडच होती. पण त्याचा उपयोग मात्र चांगलाच होत होता. तो लेख नीट समजावा म्हणून मी काळजीपूर्वक दोनदा वाचला. काही मिनिटांपूर्वीच जो माझ्या हृदयाला भिडला होता, त्या व्यक्तीबद्दल उत्सुकतेने मी वाचत होते, का माझ्या प्रतिस्पर्ध्याबद्दल मला जाणून घ्यायचे होते; हे मला समजत नव्हते. काहीही असो, मला वाचण्यात उत्सुकता होती आणि समाधानही मिळत होते, हे मात्र खरे आहे.

मी तो लेख दोनदा वाचला. मग कोको आणि बेटीला माझ्या दोन्ही काखोट्यांना मारले आणि घरात शिरले. माझी आई अजूनही त्या दोघींबद्दल तक्रार करत होती. तिथे पडलेल्या बशा ती गोळा करत होती आणि तोंडाने तक्रारीचा सूर लावला होता; पण ते ऐकायला मात्र तिथे कोणीच नव्हते. "अगं आई, कोणाशी एवढं बोलते आहेस?" मी आईला जरा चिडवतच म्हटले.

"मला कशाला विचारते आहेस?" आईने आपल्या निराशेच्या सुरात रागातच मला उत्तर दिले. "तुला तर एक मिनिट वेळ नाही आणि मी जर काही असं बोलले तर तुझी नेहमीची टकळी सुरू करतेस. मला माहीत आहे की जगाकरता तू एक प्रकारे मोठी तारका बनली आहेस, प्रसिद्ध आहेस; पण घरात मात्र तुझ्या आयुष्यात, राहणीत काडीचा बदल नाही. ते होतं तसंच बेशिस्त आहे." सगळ्यांची आई अशीच तक्रारखोर असते. तुम्ही देशाचे राष्ट्राध्यक्ष असा किंवा गुंडांच्या टोळीचे प्रमुख असा; पण आईच तुम्हाला तुमची जागा दाखवून देऊ शकते.

मी आईजवळून सटकले. कारण प्रत्येक वेळेला तिचा तक्रारीचा सूर चालूच असायचा. त्याचा मला खूप त्रास व्हायचा. खरे तर शांततेची गरज घरी आल्यावर आवश्यक वाटायची. मला फक्त माझ्या कुत्र्यांचा सहवास हवासा वाटायचा. मी त्यांच्याशी संवाद साधावा, बोलावे अशी त्यांची अपेक्षा नसायची. माझ्या आईला मात्र हे कधीच पटले नाही. मी निष्काळजी आहे, या गोष्टीला जबाबदार कशी आहे हे सतत माझ्या कानावर घालायची. कधीकधी मला वाटायचे की, ती जे बोलते आहे ते बरोबरच आहे.

मी स्वयंपाकघरात कोको आणि बेटी यांना आईभोवती बागडायला सोडून दिले आणि जिन्याने वर गेले. मी माझ्या अभ्यासिकेत गेले आणि माझा लॅपटॉप उघडला.

मला कळेना, एवढी कोणती सणक मला आली अचानक! पण माझ्या डोळ्यांसमोर एकच विषय होता, तो म्हणजे कूर्ट रिंक.

मी त्या लेखात लिहिलेले संकेतस्थळ गुगलवर शोधायची धडपड चालू केली. तीन सेकंदांच्या आत माझ्यासमोर संकेतस्थळ आले आणि तिथे कूर्टचा फोटो झळकत होता. भलामोठा फोटो होता तो. मी ज्या कूर्टला आत्ता भेटले होते, त्यापेक्षा या फोटोत तो वेगळाच दिसत होता. कोत्या वृत्तीचा, स्वार्थी, अप्पलपोटा असा तो वाटत होता. शिवाय राकटही वाटत होता. काही मिनिटांपूर्वी मी त्याच्या मिठीत होते. त्याला त्या वेळी माझी खूप काळजी वाटत होती. पण त्या लॅपटॉपमधील फोटोत मात्र तो विचित्रच दिसत होता. उमदा नव्हता दिसत. मी तो फोटो पाहून माझ्या ओल्या कपड्यांतच शहारले.

त्यानंतर लॅपटॉपच्या पडद्यावर शब्द उमटू लागले –

तुम्ही तुमचं आयुष्य बदलू शकता, असं जर मी तुम्हाला सांगितलं तर!

तुम्हाला ज्या पद्धतीचं आयुष्य हवं आहे तसं तुम्ही तुमचं आयुष्य घडवू शकता, असं मी तुम्हाला सांगितलं तर!

तुम्ही कितीही निराश झालेले असाल तरी मी तुमची मनःस्थिती संपूर्ण बदलू शकतो, असं मी तुम्हाला सांगितलं तर!

मी तुम्हाला असं आश्वासन दिलं की तुम्ही हे सगळं करू शकता, तर!

ती वाक्ये एकेक करून माझ्यासमोर येत होती आणि माझ्या काळजाला भिडत होती.

मला असे वाटले की मी याच्याच शोधात होते. हेच माझ्या प्रश्नाचे उत्तर आहे. इथे मला पोहोचायचे आहे. मला माझ्या आयुष्यात बदल हवा आहे. मी फार हरवून गेलेली होते. माझ्यात संपूर्ण बदल मला हवा होता. हो, हेच मला हवे आहे. मी खूप उत्साहित झाले आणि आनंदाने उडी मारून पटकन उठून बसले.

मी खरे तर त्या संकेतस्थळावरची माहिती पूर्ण वाचलीसुद्धा नव्हती. पण पहिल्या तीस सेकंदांत जी माहिती माझ्यासमोर आली, ती वाचल्यावर मी निश्चय केला की त्या चर्चासत्रात आपण भाग घ्यायचा. बाजारात एखादी वस्तू आवडल्याबरोबर कोणताही विचार न करता खरेदी करण्याची माझी आत्तापर्यंतची सवय होती. या सगळ्या विकत आणलेल्या वस्तू, ज्या मी कधीही वापरल्या नाहीत आणि जर त्या परत केल्या तर मी कोट्यधीश होईन. बहुतेक वेळा काही विचार न करता

आवडलेली वस्तू मी खरेदी करत असे. मी अनेकदा कपडे, बुटांचे जोड अशा अनेक वस्तू अविचाराने पटकन खरेदी केलेल्या आहेत. नवीन कपडे घरात आणल्यावर अनेक महिने ते घालण्यासाठी मला काही योग्य कारण मिळत नसे. ते तसेच कपाटात पडून राहायचे आणि जेव्हा ते कपडे वापरायची योग्य वेळ यायची त्या वेळी ते कपडे अंगाला नीट बसत नसत. किंबहुना माझ्या आयुष्यात अनेक गोष्टी अशा ऊर्मीतून, एका झटक्यात विचार न करता घेतलेल्या होत्या. सौदा झाल्यावर मग मला त्या वास्तवाची जाणीव व्हायची. त्याच ऊर्मीत मी ठरवले की, कूर्टच्या चर्चासत्रात भाग घेण्याची मला नितांत 'गरज' आहे.

कूर्टचे सात दिवसांचे चर्चासत्र मुंबईत भरणार होते. मला माझ्या आतल्या आवाजाने साद दिली की या चर्चासत्रात तू भाग घेणार आहेस आणि माझे हात त्या चर्चासत्राच्या अधिक माहिती देणाऱ्या संकेतस्थळावर जाण्याकरता बटण दाबू लागले. त्या पानावर लिहिले होते, 'तुम्हाला भाग घ्यायचा असेल तर शो क्लिक करा'. मी त्याप्रमाणे केले. पुढच्या पानावर माझी पूर्ण माहिती भरण्याची सूचना होती. त्याप्रमाणे मी माहिती भरली. पुढचे पान उघडले. तिथे लिहिले होते की तुम्हाला नक्की या चर्चासत्रात भाग घ्यायचा आहे ना? तिथे मी 'हो' म्हणून संकेत दिला. त्या क्षणाला मी माझ्या या ऊर्मीबद्दल जरा विचार करू लागले. मला असे वाटले की कूर्ट आपल्या या चर्चासत्राचा जास्तच प्रसार करतो आहे. मी जवळ जवळ तयार झालेच होते; पण या नावनोंदणीची ती प्रक्रिया होती त्यामुळे मी परत वास्तव जगात आले.

ही काय नावनोंदणीची प्रक्रिया आहे! असा विचार माझ्या मनात आला. या चर्चासत्राबद्दल काहीही तपशील दिलेला नाही. मी तिथे जाऊन काय शिकणार आहे... तिथे गेल्यावर प्रत्यक्षात काय काय होणार आहे... त्या प्रशिक्षणाचा सारांश कुठे आहे... मान्यवरांच्या शिफारशी, प्रशस्तिपत्रके कुठे आहेत... त्या चर्चासत्रावरचे लेख कुठे आहेत... मला काहीतरी माहिती तर हवी!

पुढच्या पानावर त्या चर्चासत्रांची फी कशी भरायची याचा तपशील होता. "हॅलो!" मी मनाशी म्हणाले, 'मी हे पैसे कशाकरता खर्च करत आहे! किती फी आहे? हे सगळं विचित्रच वाटतं आहे.'

त्या वर्तमानपत्राची समाजातली पत आणि कूर्टचा नुकताच आलेला अनुभव यावरून ही बनवाबनवी निश्चित नसणार, याची मला खात्री वाटली.

'पुढे जा' या सूचनेवर मी क्लिक केल्यावर जे पान समोर आले त्यावरचा मजकूर वाचून मी एकदम आऽऽ वासला.

'चर्चासत्राची फी पंचवीस हजार डॉलर्स. पैसे देण्याकरता क्लिक करा.'

पंचवीस हजार डॉलर्स... बापरे! मी जोरात किंचाळले. त्याचे काय डोके फिरले आहे का?

मी जरा रागानेच लॅपटॉपचे ते पान बंद केले.

"पंचवीस हजार डॉलर्स?" मी माझे डोके हलवत पुटपुटले.

पंचवीस हजार डॉलर्स ही एका चर्चासत्राला हजर राहण्याची फी खूपच जास्त आहे! तुम्हाला घर सजवायचे असेल किंवा एखादी हिऱ्याची अंगठी घ्यावयाची असेल किंवा गाडी विकत घ्यायची असेल किंवा दानधर्म करायचा असेल तर ही रक्कम काही अवाजवी नाही. पण चर्चासत्रासाठी एवढे पैसे देणे हे मात्र अतिच झाले. त्या चर्चासत्रातून आपल्याला दाखवण्याजोगे कुठलेही उत्पादन मिळणार नाहीये. या चर्चासत्राबरोबर एखादे छोटे घरकुल कूर्ट देणार असेल तर मात्र ही फी योग्य आहे. नाहीतर दिवसाढवळ्या घातलेला हा दरोडाच आहे.

मी त्याच्याशी संपर्क साधण्यासाठी असलेले माहितीचे पान उघडले. तिथे मला एक फोन नंबर मिळाला. तो अमेरिकेतील फोननंबर होता. मी फोन करायचे ठरवले. मी माझ्या घड्याळाकडे बघितले. अमेरिकेत आत्ता दिवस उगवणार. आत्ता फोन करायला हरकत नाही. फक्त या नंबरचा फोन घेऊन तो भारतात वावरत असेल, तर ही वेळ योग्य नाही.

मी माझ्या मोबईलवर तो नंबर फिरवला. मला इतकी निराशा का घेरली होती ते मला कळले नाही. माझ्या उत्स्फूर्त भावनेच्या भरात मी काहीतरी करते आणि त्यामुळे नंतर मन मात्र निराशेने ग्रासते. मग परत नव्याने पश्चात्ताप होतो.

तिकडून फोनची घंटा वाजली. पहिल्याच घंटेनंतर उत्तर आले. खरे तर मी या संवादाची तयारी केलीच नव्हती. मला आपले वाटले की, कोणी या फोनला उत्तर देणारच नाही. मात्र मी निदान प्रयत्न केल्याचे समाधान मिळणार होते. खरे तर मला कोणत्याच प्रश्नांची उत्तरे नको होती. माझ्या पदरात पडलेली निराशा घालवण्याकरता मी तो फोन केला होता. मला ते सगळे वाचून वैताग आला होता. तो बाहेर काढायचा होता. मला या चर्चासत्रात भाग घ्यायचा होता. मी उत्सुक होते. नावनोंदणी प्रक्रिया समोर आल्याबरोबर माझ्या सगळ्या उत्साहावर पाणी पडले होते.

"हॅलो!" पलीकडून एका माणसाने जरा कडक शब्दांतच विचारले. जणू तो माझ्यावर दोषारोप करतो आहे असा त्याच्या आवाजाचा रोख होता.

"अं... हॅलो, माझं नाव प्रिया. मी कूर्ट रिंकच्या संकेतस्थळावर होते." मी चाचरतच बोलले. मी घसा खाकरून पुढे म्हणाले, "मला चर्चासत्रात भाग घ्यावयाचा आहे; पण त्याच्याबद्दल मात्र कोणताच तपशील इथं दिसत नाही. तिथं फक्त पैसे भरण्यासंबंधी सूचना आहे आणि फी आहे पंचवीस हजार डॉलर्स. मला माहीत नाही की ही फी मी कशाकरता देत आहे. अं... अं... जरा मला स्पष्टीकरण द्याल का?" मला मी मूर्खच वाटायला लागले होते. वाटलं, लाईन खराब आहे, असं सांगून फोन बंद करावा.

"त्या संकेतस्थळावर पहिल्या तीस सेकंदांत त्या चर्चासत्राचा हेतू सांगितलेला आहे, तो तुम्ही पाहिलात का?" पलीकडून जरा उर्मट आवाज आला.

"तुम्हाला तुमचं आयुष्य बदलायचं आहे का..' वगैरे जिथं आहे त्याबद्दलच तुम्ही बोलता आहात ना?" त्यात आणखी काय लिहिले आहे ते आठवण्याचा मी प्रयत्न केला. "एवढीच माहिती चर्चासत्राबद्दल आहे का?" मी जरा आवाजात मवाळपणा आणून विचारले. त्याच्याही आवाजात तसाच बदल होईल अशी अपेक्षा केली.

"हो, तुम्ही तुमच्या आयुष्यात जर बदल केलात, तर तेच तर हवं असतं." त्याने उत्तर दिले.

ओ! हा हुशार दिसतो आहे माणूस. मला माझ्या कंपनीच्या प्रमुखपदी असाच कोणीतरी हवा आहे.

"म्हणजे या चर्चासत्राबद्दलची थोडी झलक किंवा विषयपत्रिका किंवा चर्चासत्राची झलक, जी मला पाहता येईल, वाचता येईल...ती नाही का?" मी सहजपणे विचारले.

"तुमचं आयुष्य बदलायचं असेल, तर तुम्हीच या चर्चासत्राचा विषय आहात आणि भविष्यात तुम्हाला काय हवं आहे हे तुम्हाला चांगलंच माहीत आहे. तीच झलक म्हणूनच तुम्ही हा फोन केला आहेत. तुमच्या आयुष्याला कोणतीच आखीव-रेखीव रूपरेषा नसते. खरं तर ही वेळ तुमची झोपायची आहे, जर तुमचं आयुष्य आखीवरेखीव रूपरेषेप्रमाणे चालत असतं तर! नाहीतर तुम्ही असं भलत्या वेळी दुसऱ्याला जागं करून, जो तुमचं आयुष्य बदलू शकतो त्याला खुलासा विचारत बसला नसतात." तो म्हणाला.

सिनेमात आकाशातून देववाणी जशी होते, तसा त्याचा आवाज होता. मी थक्क झाले.

अरेरे अरेरे...! काय बोलावे मला कळेना. ज्याचा आवाज देवासारखा आहे अशा माणसाशी तुम्ही काय वाद घालणार? "चर्चासत्राला पंचवीस हजार डॉलर फी जरा जास्तच वाटत नाही का?" या तिच्या म्हणण्यात निषेध किंवा विरोध यापेक्षा तक्रारीचा सूर जास्त होता.

"तुमचं आयुष्य पूर्णपणे बदलून टाकण्याकरता तुम्ही किती पैसे द्यायला तयार आहात? तुमच्या दृष्टीनं तुमचं आयुष्य सुखी, समाधानकारक आणि तुम्हाला स्वतःलाच किमती वाटेल असं होण्याकरता तुम्हाला किती पैसे खर्च करणं योग्य वाटतं? तुमच्या जीवनाचा उज्ज्वल भविष्यकाळ अगदी तुमच्या समीप आहे; पण त्याची उगीचच काळजी करत तुम्ही किती वेळ, पैसा आणि तुमचं अनमोल जीवन वाया घालवणार आहात? तुमच्या प्रश्नांची उत्तरं, जी तुमच्या अंतरात दडलेली आहेत ती शोधण्याकरता तुम्ही किती पैसे खर्च करायला तयार आहात? जर तुमच्या आयुष्याचं मोल ठरवायचं असेल, तर तुम्ही स्वतःची किंमत तुम्ही किती कराल? हे तरुणी मला जरा सांगतेस का?" त्याचे हे शब्द माझ्या कानातून मेंदूपर्यंत आरपार भेदून गेले. मी बर्फासारखी थिजून गेले. त्याच्या प्रश्नाकडे दुर्लक्ष करून माझ्या प्रश्नाकडे त्याचे लक्ष वळवण्यासाठी मी त्याला विचारले, "चर्चासत्र केव्हा आहे... कुठं आहे... तुमच्या संकेतस्थळावर यासंबंधी कोणताच खुलासा नाही."

"तुमचं स्वतःचं आयुष्य बदलण्यासाठी अनेक संधी घेऊन उभं असलेलं चर्चासत्र तुमच्यासमोर तुमच्या जन्मापासूनच आहे. तुम्ही आत्ता जिथं आहात तीच चर्चासत्राची जागा आहे. तुम्हाला वेळ आणि जागा तुमच्या सोयीची हवी असेल तर तुमचे पैसे आणि माझा वेळ तुम्ही वाचवू शकता. मी माझ्या सवडीनुसार आणि मला सोयीस्कर असलेल्या जागेत चर्चासत्र घेत असतो. तुम्हाला खरंच स्वतःत बदल करायचा असेल तर तुमच्या तंत्राप्रमाणे, इच्छेप्रमाणे होणार नाही." फोनच्या पलीकडून गडगडाट झाला.

"तू कूर्ट आहेस का?" मी भीतभीत विचारले.

"मी तुझ्या प्रश्नाचं उत्तर नाही. प्रश्न हा आहे की तू प्रिया आहेस का? का तू आहेस त्यापेक्षा स्वतःला कमी लेखणारी आहेस? तुला स्वतःचा शोध घ्यायचा असला तर संकेतस्थळावरची सगळी प्रक्रिया पूर्ण कर आणि सांगितलेले पैसे भर. फुकटात तुला फक्त लाटा बघायला मिळतील. लाटादेखील संवाद साधतात, पण तू ऐकू शकत नाहीयेस, कारण तुझे कान बधिर झाले आहेत. तू सत्याचा शोध घेत आहेस." जणू देवच माझ्या कानात बोलला आणि मला वस्तुस्थितीची जाणीव

त्याने करून दिली. फोन ठेवल्याचा आवाज होऊन सगळे शांत झाले.

त्याने फोन ठेवलेला समजल्यावर मला दिलासा मिळाला. मला आणखी काहीही विचारायचे नव्हते. त्याला काय सांगायचे होते ते सांगून झाले होते. हा बोलत होता तो कूर्टच असणार. माझी खात्रीच पटली की तो कूर्टच बोलत होता. नाहीतर लाटांबाबत तो कसे बोलला? त्या पत्रकाराचे लेखातले म्हणणे योग्यच होते. त्यांच्या शिकवण्याच्या पद्धती कठोर आहेत असे नाही, तर शिकवण्याआधीचे बोलणे-वागणे तितकेच कठोर आहे; पण समुद्रकिनाऱ्यावर मला जो भेटला तोच हा आहे, यावर माझा विश्वासच बसेना. कदाचित तो नसेलही कारण त्याने आपले नावसुद्धा सांगितले नाही.

माझा मेंदू तर धावायलाच लागला. ती देववाणी ऐकून माझा आत्मा अंतर्बाह्य ढवळून निघाला. ती संपूर्ण संध्याकाळ खरे तर मी अंधारात चाचपडतच होते; पण आता मात्र मी फार वेगळ्या ठिकाणी मनाने पोहोचले होते. कूर्ट जे बोलला त्याने समुद्रावर सावरण्याची जी कृती केली आणि आत्ताचे त्याचे बोलणे, हे सगळे अगदी खरे खरे होते. खरे तर मला हेच तर हवे होते. मला सत्याचा शोध घ्यायला, आत्मशोध घ्यायला कोणाचीतरी मदत हवी होती. गुरू हवा होता. मी कशापासून दूर पळते आहे, याचे मार्गदर्शन करायला मला खरेच मदतीची गरज होती आणि मला मनोमन पटले की, कूर्टच माझा मार्गदर्शक होऊ शकेल. मी गेंड्याच्या कातड्याची आहे आणि स्वतःला जास्त शहाणी समजणारी होते. जरी माझ्या मनातल्या प्रश्नांची उत्तरे माझ्या जवळपास असली तरी माझ्या मनात चाललेल्या गोंधळामुळे ती मला सापडत नव्हती. माझ्या आयुष्यात एका सर्वनाशाकडे नेणाऱ्या वादळात, अरिष्टात मी सापडले होते आणि यातून वाचण्याकरता, सावरण्याकरता मला कूर्टची नितांत गरज होती.

मी माझ्या आवडत्या सोफ्यावर लॅपटॉप घेऊन बसले. मी स्वतःला जी काय समजत होते त्यापेक्षा निश्चितच माझी लायकी जास्त होती; कारण माझे गुण मला कळत नव्हते. मी स्वतःला जरा जास्तच प्रमाणात कमी लेखायला लागले होते. मी एका अरिष्टाकडे जात आहे ही माझी भीती खरी होती. माझ्या वागण्या-बोलण्याचा, कृतीचा परिणाम केवढा मोठा होऊ शकतो, याची झलक मी सारखी पाहत असे. ज्या दिवशी चांगल्या मनःस्थितीत असेन, त्या वेळी माझे सर्व काम उत्कृष्ट प्रतीचे होत असे; पण ज्या वेळी माझी मनःस्थितीच बिघडलेली असायची, तेव्हा आधी केलेल्या सगळ्या चांगल्या कामावर बोळा फिरवला जायचा. तेव्हा या सगळ्या दोलायमान स्थितीत मी परत जिथे होते तिथेच असायची. प्रगती खुंटायची. कर्तृत्वाच्या शिखरावरून एक वर्षातच मी परत पूर्वपदावर यायचे. मला अशी भीती

वाटत होती की, मी याच चक्रात अडकून पडेन. या परिस्थितीतून बाहेर पडायची वेळ आता येऊन ठेपलेली आहे.

मी परत त्या संकेतस्थळावर जाऊन काळजीपूर्वक पाहत राहिले. विशेष काही नव्हते. सुरुवातीचे विचार आणि त्यानंतर फी भरण्यासंबंधीही प्रक्रिया याव्यतिरिक्त आणखी काहीच नव्हते. जर कोणाला समजते की मी एका चर्चासत्रासाठी पंचवीस हजार डॉलर्स खर्च केले आहेत, तर ते मला वेड्यातच काढतील. लोकांत माझे हसे व्हावे असे मला मुळीच वाटत नव्हते. त्याच्याआधी मला लोकांची पर्वा कधीच वाटली नाही; पण आत्ता या चर्चासत्रात भाग घेण्याचा निर्णय मी उगीचच 'त्या' भीतीने खूप वेळ लांबवला आहे. मी माझ्या निवडलेल्या कार्यक्षेत्रात काम करायला सुरुवात केल्यापासून मी यशस्वीच होत गेले, कारण मी त्या वेळी लोकांची पर्वा केली नाही. त्यामुळे मी प्रगतीच्या शिड्या भराभर चढले; पण अलीकडे मात्र लोकांची मते मला महत्त्वाची वाटायला लागली आणि मी माझ्या मनाच्या गोंधळात पार बुडून गेले. तुम्ही आजूबाजूला नजर टाकली तर तुमच्या लक्षात येईल की जवळजवळ निम्मे लोक अशाच गोंधळलेल्या मनःस्थितीत वावरत असतात आणि इतरांना मात्र अशा मनःस्थितीतून बाहेर पडण्यासाठी फुकटचा सल्ला देत असतात.

मी चर्चासत्रात भाग घ्यायचा निर्णय घेतला. माझ्या आयुष्यातील ही सर्वांत विक्षिप्त कृती होती. मी आयुष्य बदलण्याची हमी देत असलेल्या चर्चासत्रात भाग घेण्यासाठी पंचवीस हजार डॉलर्स फी मोजायला तयार झाले होते. हा बदल कसा, कोठे, केव्हा होणार आहे हे मला माहीत नव्हते. एक लाख डॉलर्सची गाडी मी विकत घेतली; पण त्या गाडीने माझ्या आयुष्यात कोणताच बदल झाला नाही. मी आत्तापर्यंत शेकडो डॉलर्स खर्च करून इतर अनेक वस्तू घेतल्या. माझ्या गरजेपेक्षा जास्त वस्तू माझ्याकडे आहेत; परंतु त्यामुळे माझ्या व्यक्तिमत्त्वात बदल काहीच झाला नाही. आता मी माझ्या जीवनासाठी आणखी खर्च करत आहे. माझ्या जीवनात योग्य बदल व्हावा म्हणून पंचवीस हजार डॉलर्स खर्च करायला मी तयार झाले आहे. माझे जीवन योग्य मार्गावर आणण्यासाठी, भोवतालचे जग बदलण्यासाठी, आणखी नवीन नवीन शक्यतांचा शोध घेण्यासाठी, जास्त सुखी होण्यासाठी आणि मनाने जास्त मोकळी व्हावे म्हणूनच ही संधी मी घ्यायचे ठरवले आहे. स्वतःचेच एक नवे रूप मी स्वतःलाच विकत आहे, यावर विश्वास बसत नव्हता! मी माझ्यात नवीन बदल करायला सिद्ध झाले आहे. त्याकरता मीच मला पटवून देते आहे की, हे चर्चासत्र तुला कसे योग्य ठरेल.

नवीन जोमाने आणि निश्चयाने मी माझ्या क्रेडिट कार्डाचे तपशील संगणकावर नोंदवले. ती प्रक्रिया पूर्ण होत असण्यापूर्वीच पुढचे शब्द लॅपटॉपच्या पडद्यावर झळकू लागले. ते ठळक अक्षरात होते,

'तुम्ही तुमच्या आयुष्याकरता हे पैसे देत आहात... तुम्ही कदाचित पुन्हा कधीच ती व्यक्ती नसाल, तुमच्यात आमूलाग्र बदल झालेला असेल.'

ते पान जितक्या जलद दिसायला लागले होते तितक्याच वेगाने ते दृष्टीआड झाले आणि एक सिंदेश तिथे झळकू लागला– **'तुमची पैसे भरण्याची प्रक्रिया पूर्ण झाली आहे.'**

टेबलावरच्या माझ्या फोनवर एक संदेश येत आहे हे दर्शवणारा आवाज झाला. संदेश हा होता–

या चर्चासत्रासाठी नोंदणी केल्याबद्दल धन्यवाद. उद्या पहाटे चार वाजून बत्तीस मिनिटांनी तुम्हाला ताज व्हिला, मुंबई या ठिकाणी हजर असणे जरूर आहे. तुम्ही जर बरोबर त्या वेळेला पोहोचलात, तर स्वतःला उशीर झाला आहे, असे समजा.
– कूर्ट रिंक

बापरे! उद्याच? खरंच हा माणूस विक्षिप्त आहे. पहाटे चार बत्तीस! ही काय वेळ झाली चर्चासत्र सुरू व्हायची? असे कोणी सुरू करते का या वेळेस? नशीब, मी दहा दिवस सुट्टीवर आहे. नाहीतर माझे पंचवीस हजार डॉलर्स एका क्षणात मातीमोल झाले असते. मला वाटले, साधारण एका आठवड्यानंतर चर्चासत्र असणार. माझ्या नेहमीच्या सवयीप्रमाणे खोचक विचार मनात आला. अजूनही मी माझ्या अशा विचारांशी का लढते आहे? इथे माझ्याशी वाद घालायला दुसरे आहे कोण? आत्ता रात्रीचे दहा वाजले होते. मला आता लवकर झोपणे आवश्यक होते.

एकदमच मी आईसारखे वागायला लागले आहे, असे माझ्या लक्षात आले. कोणी जवळ नसताना उगीचच वाऱ्याशी भांडायचे आणि तक्रार करायची. मला हे थांबवणे फार गरजेचे होते. मला बदलायचे होते. माझा मार्ग त्यासाठी मला बदलायला हवा आहे; पण मी हा बदल माझ्यात कसा घडवून आणणार? मी माझे पैसे त्या कूर्टच्या चर्चासत्रात लावले होते. हे पैसे खर्च करून बसले आणि मीच पुन्हा प्रश्न विचारून मलाच भंडावून सोडते आहे.

अजून मी त्या चर्चासत्राला पोहोचले नव्हते; पण मी माझ्या स्वतःकडे जास्त डोळसपणे पाहू लागले होते. मी हट्टी होते आणि त्यामुळे माझा प्रगतीचा मार्ग

खुंटलेला होता. मी हरवल्यासारखी झाले होते. समोर मार्ग दिसतो आहे; पण मी तो मार्ग अंगीकारत नव्हते. माझ्या ध्येयाकडे निश्चित जाणारा मार्ग तिथे होता. नेहमीच तो असतो, आहे पण माझी त्या मार्गाकडे बघायचीही इच्छा नव्हती. हे माझे विक्षिप्त वागणे आता माझ्यासमोर उलगडायला लागले होते. आता माझ्यातले न्यून मला दिसल्यामुळे मला माझ्यात योग्य बदल घडवायचा होता.

हे पैसे माझ्याकरता मीच दिले होते. आता माझ्या डोक्यातला उद्‌भवलेला प्रत्येक प्रश्न, प्रत्येक विचार मला उमगत होता. मग आलेला तो विचार बरोबर की चूक, हा प्रश्न मी मलाच विचारायची आणि मग त्या प्रश्नाचे स्वरूप मी बदलून बघायची. चर्चासत्राकरता पैसे भरल्यावर हा एवढा बदल काही मिनिटांतच माझ्यात झाला आहे. म्हणून मी आता सात दिवसांनंतर बदललेली मी पाहण्याकरता फार उत्सुक आहे. वाट बघायला हवी हे तर खरे. आत्ता मात्र मला झोपणे आवश्यक आहे. कारण पहाटे चार बत्तीसला चर्चासत्रात भाग घ्यायचा आहे. मला तिथे वेळेच्या आधी पोहोचायला हवे, कारण मी जर बरोबर वेळेवर पोहोचले, तर मला उशीर झाल, असे समजण्यात येणार होते.

मला फार भूक नव्हती. मी थोडी झोप मिळावी म्हणून गजर लावला. तो चर्चासत्र घेणारा कोण आहे त्याचा विचार न करता मी पटकन झोपायचे ठरवले. देवदूत वाटणारा, पण दरारा, धाक असणारा तो कोण होता त्याला मी शरण जाणार होते. मनात एकच आशा होती की, माझ्यात यानंतर संपूर्ण चांगला बदल झालेला असेल.

◆

कूर्टबरोबरचा पहिला दिवस

ती रात्र एकंदरीत भयानकच होती. मला सकाळी पोहोचायला उशीर होईल या भीतीने रात्रभर मी एक क्षणही शांत झोपू शकले नाही. प्रत्येक तासागणिक मी घड्याळाचा वेध घेत होते. मी वेळेवर उठू शकेन या बाबतीत माझा जणू माझ्यावर विश्वास राहिला नव्हता.

आत्ता रात्रीचे फक्त तीन वाजले होते. मी आता उठून वेळेच्या खूप आधी पोहोचायचे असे ठरवले. मी जामानिमा केला, आईसाठी एक चिठ्ठी लिहिली. मी घरी परत आल्यावर तक्रारीचा एक वेगळा, नवीन पाढा वाचला जाईल याची मला खात्री होती. आईला अशा प्रसंगी कसे उत्तर द्यायचे, त्याची नवीन युक्ती मला सापडली होती. खरे तर मी तशी आनंदी वृत्तीची आहे. मी गाडीने बाहेर पडले तेव्हा आकाशात चांदण्या चमचमत होत्या. माझी कुत्री झोपेतच बाहेर आली. मी त्यांच्या पाठीवर प्रेमाने थोपटले आणि त्यांना झोपायला आत पाठवले. आज्ञाधारकपणे ते दोघे घरात गुपचूप गेले. दोन कुत्री पाळणे तसे सोपे असते. मोठ्याला जरा आज्ञा केली, काही करायला सांगितले की, धाकटे मोठ्याचे अनुकरण करते.

ताज व्हिलाकडे जाणारा रस्ता फारच सुंदर आहे. ड्रायव्हिंग करायला मजा आली. एरवी तिथे पोहोचायला दोन तास लागले असते; पण पहाटेची वेळ असल्यामुळे मी वीस मिनिटांत तिथे पोहोचले. खरे तर आपल्या आयुष्याचे, जीवनाचे तसेच आहे. आपल्या डोक्यातला आणि मनातला गोंधळ आपण संपवला तर यश आपल्या जवळच असते. जर भावनांचा गोंधळ डोक्यातून, मनातून काढून टाकला नाही, तर ज्या गोष्टीला वीस मिनिटेदेखील पुरतात ते प्राप्त करायला वर्षे लागू शकतात. अरे! यश तर अगदी आपल्या जवळ होते हे समजायला फार उशीर झालेला असतो त्या वेळी.

चर्चासत्रात काय घडणार आहे हे माहीत नसतानादेखील त्याआधीचे हे विचार, या घटना मला आनंद देत होत्या. माझ्यावर या सगळ्याचा सकारात्मक परिणाम होत होता. तो कसा, हे मला सांगता येत नव्हते.

मी ताज व्हिलाला पोहोचले. दोनशे एकर जमिनीवर ताज व्हिलाज वसलेले आहे. उत्तम समुद्रकिनारा या प्रकल्पाला प्राप्त झाला आहे. चर्चासत्रासाठी काय रमणीय, सुंदर जागा निवडली आहे असे माझ्या मनात आले.

चार वाजून पाच मिनिटांनी मी तिथे पोहोचले होते. त्या वेळी मी स्वागत कक्षाकडे जात होते. एक जाडजूड, काळा गणवेश घातलेली स्त्री मला पाहून माझ्या दिशेने येत होती. तिचा स्कर्ट इतका तंग होता की, कुठल्याही पावलाला तो टर्रकन फाटेल असे वाटत होते. ती माझ्याजवळ आली आणि दाक्षिणात्य उच्चारात ती म्हणाली, "तू रिंकच्या चर्चासत्राकरता आली आहेस का?"

"हो, मी त्याकरता पैसेदेखील भरले आहेत." मी होकारात्मक मान डोलावली. फी दिल्याचा उल्लेख अनावश्यक होता. पण आता ते माझे शब्द परत घेणे शक्य नव्हते. तिचे नाव वेनी होते. तिच्या गणवेशावर तिच्या नावाची पट्टी लावलेली होती. "तू माझ्या मागे ये," असे म्हणून ती पुढे चालत राहिली. तिचे हे असे वागणे मला जरा विचित्र आणि उद्धटपणाचे वाटले. मला वाटले, पंचवीस हजार डॉलर्स फी दिल्यावर माझे इथे भव्यदिव्य स्वागत होईल. एखादा शॅम्पेनचा ग्लास मिळेल. लाल गालिच्यावरून मी सन्मानाने पुढे चालत राहीन. काहीही झाले तरी मी या चर्चासत्राकरता पंचवीस हजार डॉलर्स मोजले होते. ते काही थोडेथोडके नव्हते. एखादी आकर्षक व्यक्ती स्वागत करायला हवी होती. एखादा उमदा तरुण शक्यतो हवा होता; पण ते काही माझ्या नशिबात नव्हते. प्रत्यक्षात मात्र स्वागत करायला गंभीर प्रवृत्तीची, ओबडधोबड सामान्य स्त्री होती. एवढे महागडे चर्चासत्र कसे असावे त्याचे माझ्या मनाने रंगवलेले चित्र धुळीला मिळाले. माझा स्वप्नभंग झाला.

ती मला एका सुशोभित असलेल्या व्हरांड्याच्या टोकाला घेऊन गेली. तिथे दोन खुर्च्या आणि एक टेबल मांडलेले होते. मुलाखतीच्या वेळी टेबलाच्या दोन्ही बाजूंना समोरासमोर दोन खुर्च्या ठेवतात, तशा त्या ठेवलेल्या होत्या. नोंदणी करण्याकरता आलेल्या व्यक्तींसाठी असेल असे मला वाटले. ती स्वतः एका खुर्चीवर बसली. समोरच्या खुर्चीवर मला बसायला सांगितले. हेसुद्धा न बोलता खुणेने इशारा केला. तिने आपल्या घड्याळात किती वाजले ते बघितले. समोरच्या कागदावर तिने नजर टाकली. त्याच्यावर माझ्याबद्दलचा तपशील होता. तिने मला एक फॉर्म भरायला दिला (विहीत नमुना फॉर्म). त्यात वैयक्तिक आणि व्यावसायिक

प्राथमिक माहिती भरायची होती. नशीब, मी माझ्याबरोबर माझा पासपोर्ट आणलेला होता. माझे ओळखपत्र म्हणून मला तो दाखवावा लागला.

"श्री. रिंक हे अजून उठलेले नाहीत. आम्हाला एक स्वयंसेवक कमी पडतो आहे. चर्चासत्रात भाग घेणारे एकेक करून यायला लागले आहेत. तू जरा आम्हाला मदत करू शकशील का?" तिने आर्जवी स्वरात विचारले.

मला वाटले, हे अति होते आहे. एक तर या गृहस्थाने या मूर्ख चर्चासत्रासाठी पंचवीस हजार डॉलर्स मला भरायला लावलेत. आता त्याची सहकारी मला त्यांना कामात मदत करायला सांगते आहे. मी इथे शिकायला आले आहे, काम करायला नाही. मला एखादा कप कॉफी देऊन जरा उत्साही करायचे, मला इथले सगळे हिंडवून दाखवायचे आणि चर्चासत्राची रूपरेषा मला थोडक्यात सांगायची याऐवजी ती मला सांगते आहे की, मला मदत कर. मी तर नामांकित कॉर्पोरेट गुरू होते. जर एखाद्या वार्ताहराने मला इथे स्वागतिकेसारखे काम करताना बघितले, तर माझ्या नावलौकिकाचे काय होईल? ते तर धुळीलाच मिळेल. माझ्यातली जुनी मी मला सांगायला लागली की तोंडाने अंक मोजायला सुरुवात कर. मी घरी जेव्हा या चर्चासत्रात भाग घेण्याचा निर्णय घेऊन पैसे भरले, तेव्हाचा शहाणपणा कुठे गेला आता? मी एवढी मोठी होते का की असे हे साधे काम केले तर माझी लायकी कमी होणार होती? सर्व थोर लोक हातात झाडू घेऊन स्वतःचे घर आणि रस्ते वगैरे साफ करत नव्हते का? इथे जरा मदतीचा हात दिला तर इतके का ते मला लाजिरवाणे वाटले?

"हो, मी करते मदत. मी नाहीतरी लवकर पोहोचलेच आहे, तर मी तुम्हाला थोडी मदत करायला काहीच हरकत नाही." जरा आळसावलेल्या आवाजात मी तिला उत्तर दिले.

वेनीला माझे उत्तर ऐकून खूप आनंद झाला. ती पुढे म्हणाली, "मस्त, छान. आता दोनशे त्रेचाळीस क्रमांकाच्या व्हिलामध्ये जा. कूर्ट तिथे उतरलेला आहे. त्याला उठवायला लागेल. उठवायला येणाऱ्या माणसाकरता त्याने सूचना लिहून दाराला चिठ्ठी लावलेली असते. त्याच्यावर लिहिल्याप्रमाणे तू कृती कर. परत स्वागतकक्षात आपण भेटू या." ती उठून उभे राहत म्हणाली.

हे सगळे मजेशीर चालले होते. तो स्वतःच चर्चासत्र भरवणार आणि स्वतः मात्र वेळेवर न उठता जास्त वेळ झोपलेलाच आहे. व्हिलापर्यंत पोहोचून परत यायला तिच्याकडे फक्त पंधरा मिनिटे होती आणि त्या माणसाला जागे करायचे होते. वेनीने हे काम स्वतःच का केले नाही? हे असले नाजूक काम तिने मला का

सांगावे? कुणालातरी झोपेतून जागे करणे हे फार वैयक्तिक स्वरूपाचे काम आहे. मला हे सगळे जरा विचित्रच वाटले; पण आत्तापर्यंतचे त्याचे लिहिणे, बोलणे, वागणे सगळे चमत्कारिकच नव्हते का? मी त्याला प्रथम भेटले त्या क्षणापासून काहीच सामान्य घडावे तसे घडलेले नाही.

दोनशे चाळीस ते दोनशे पन्नास हे व्हिला उजवीकडे आहेत, असे दर्शवणारा एक फलक दिसला. तो रस्ता जरा खडबडीत आणि समुद्रकिनाऱ्याच्या दिशेने जात होता. समोरच्या भव्य समुद्राचे सगळेच दृश्य सुंदर दिसत होते. अंधार होता. मार्गावर लहान लहान दिवे लावलेले होते. झाडांच्या, झुडपांच्या मागे झाकले गेल्यामुळे जवळ जवळ निम्मे दिवे दिसतच नव्हते. दोनशे त्रेचाळीस क्रमांकाचा व्हिला समुद्रकिनाऱ्यावर होता आणि फारच रमणीय दिसत होता. मी त्या व्हिलाच्या दरवाजाशी पोहोचले. तिथे एक कागदाचा बंद लिफाफा दिसला. मी तो उघडला. आत एक हस्तलिखित चिठ्ठी होती. त्यात पुढील मजकूर होता–

''मला उठवण्यासाठी कुत्र्यासारखं भुंका. वरच्या मजल्यावर दिवे लागलेले पाहिले की तुम्हाला समजेल, की मी उठलो आहे.'' – कूर्ट रिंक

कुत्र्यासारखं भुंका? वेडाबिडा आहे की काय हा! एकतर त्याला उठायला उशीर झाला आहे. शिवाय मला सांगतो की कुत्र्यासारखे भुंकून मला उठव. इथे दारावर घंटा आहे. ती मी का वाजवू नये? किंवा मी त्याला हाका का मारू नयेत? किंवा त्याच्या नावाने मोठ्याने ओरडले तर काय होईल किंवा तिथले छोटे दगड त्याच्या दारावर मारले तर! किंवा सरळ दार उघडून आत जाऊन त्याच्या अंगावरचे पांघरूण ओढावे म्हणजे तो टणकन उडी मारून अंथरुणातून बाहेर येईल. माझी आई रोज मला अशीच उठवते सकाळी. अगदी तसेच करावे.

आता माझ्या लक्षात आले की, वेनीने हे कूर्टला उठवण्याचे काम दुसऱ्यावर का ढकलले होते? कुत्र्यासारखे भुंकायचे शक्यच नाही. एकदा तर माझ्या मनात आले की आगीची वर्दी मिळाल्यावर आगीचा बंब सतत घंटा वाजवत जातो तितक्या जोरात तो उठेपर्यंत वाजवत राहावी दाराची घंटा!

या यशस्वी प्रशिक्षकाला उठवण्याचे शंभर मार्ग माझ्या डोक्यात आले होते. पण त्याला मी कुत्र्यासारखे भुंकून उठवायला हवे आहे. मी आजूबाजूला बघितले. तिथून एक खानसामा भरभर चाललेला होता. मी कुत्री पाळली आहेत. किंबहुना लहानपणापासून मी कुत्र्यांच्या सहवासात आहे; पण चारचौघांत मी कधीच भुंकलेली नाही; पण मी आता ती कृती करणार आहे. मी दीर्घ श्वास घेतला. मी भुंकण्याकरता तोंड उघडले; पण प्रत्यक्षात मात्र मला हसू आले. मी परत प्रयत्न केला कुत्र्यासारखे

ओरडायचा; पण तो आवाज विचित्रच आला. समुद्राचा आवाज इतका मोठा होता की, त्यात माझा आवाज दबून गेला. मी शरमेने आजूबाजूला नजर टाकली. आपल्याकडे कोणाचे लक्ष नाही ना? मी माझे दोन्ही हात तोंडाजवळ आणले आणि पुन्हा भुंकायचा प्रयत्न केला. तसे ओरडायचा प्रयत्न केला. पण तो जाडा गाढ झोपला होता किंवा तो बहिरा असावा. आता मी ठरवले की, अजून एकदा प्रयत्न करावा आणि शेवटचा अगदी दयनीय, केविलवाणा भुंकण्याचा प्रयत्न केला. आहा! सुटले एकदाची! वरच्या मजल्यावरचे दिवे लागले. तो जाडा माणूस खिडकीशी आला. मला त्याचा चेहरा नीट दिसला नाही; पण मला माहीत होते की तो कूर्टच आहे.

"तयार हो, तुला आधीच उशीर झालेला आहे.'' मी त्याच्याकडे पाहून हात हलवत म्हटले.

त्याने खिडकीचे तावदान जोरात बंद केले. आपण उशिरापर्यंत झोपलो होतो हे जणू त्याला आता कळून चुकले होते.

"तुला मी कॉफी पाठवायची व्यवस्था करू का?'' त्याला थोडे बरे वाटावे म्हणून मी म्हणाले आणि तिथून लगबगीनेच पळत सुटले. चार पंचवीस झाले आहेत. मी अजून इथेच आहे. त्याला उठवत बसले आहे. त्यामुळे चार बत्तीसला चर्चासत्राला पोहोचायला मला नक्कीच उशीर होणार, असे दिसते आहे. मी पळत स्वागतकक्षाजवळ पोहोचले. तिथे फारच शांतता होती. चर्चासत्र आहे असे म्हटल्यावर इथे या ठिकाणी इतकी शांतता अपेक्षित नव्हती. वेनी माझी वाटच बघत होती. ती पण खूप घाईत असल्यासारखे वाटले. तिने मला विचारले, "उठवलंस का त्याला?'' ती आश्चर्यचकित झालेली बघून मला नवलच वाटले.

"हो!'' मी उठवायलाच गेले होते ना त्याला?

"पण चर्चासत्राला त्यामुळे तुला उशीरच होणार आहे.'' वेनी जरा काळजीच्या स्वरातच म्हणाली. चर्चासत्राची व्यवस्था इथून पाचशे मीटर दूर समुद्रकिनाऱ्यावर केलेली आहे.'' वेनीने 'तिकडे' अशा अर्थी अंगुलीनिर्देश केला.

"बापरे! शक्यच नाही पोहोचणं.'' मी किंचाळले आणि त्या दिशेने धावत सुटले. खरे तर मला तिथे वेळेवर पोहोचायलासुद्धा तीनच मिनिटांचा अवधी होता. म्हणजे मला उशीरच होणार होता तर!'' सर्वशक्तीनिशी मी पळत सुटले. कूर्ट उशिरा येऊ शकतो. आम्ही सहभागी तसे करू शकत नाही. हे अगदी अन्यायाचे आहे. त्याला उठवायला गेले म्हणून मला उशीर होतो आहे. हा माणूस खरेच

चक्रमच दिसतो आहे. माझे पाय वेनीने दाखवलेल्या दिशेने धावत होते.

दुसरा वेळेवर पोहोचला की नाही, त्याने दिलेला शब्द पाळला की नाही, दुसरा यशस्वी होतो की नाही पोहोचण्यात, हे प्रश्न त्या क्षणाला माझ्या डोक्यात नव्हतेच. खरा प्रश्न होता तो मी स्वतः तिथे वेळेवर पोहोचते की नाही... मी दिलेला शब्द पाळते की नाही... मी माझ्या ध्येयपूर्तीत यशस्वी होते की नाही... हा खरा प्रश्न होता. बऱ्याच वेळा इतरांचे सामान्य वागणे हे आपण आपल्या वागण्याच्या समर्थनार्थ पुढे करत असतो. कूर्टच स्वतः उशिरा पोहोचणार आहे म्हणून मी उशिरा पोहोचले तर कुठे बिघडले? असे समर्थन माझ्या मनाशी मी करते आहे. मुख्य गोष्ट मी विसरते आहे की मी कूर्ट नाहीये आणि त्याचे अनुकरण करायला मी आलेली नाही. मी माझ्या स्वतःच्या स्वप्नासाठी इथे आलेली आहे. त्याकरता मला उशिरा पोहोचून चालणार नाही.

ते ठिकाण खूप जवळ आलेले होते. मी त्याकरता जे धावत सुटले, त्याचा मला खरेच शारीरिकदृष्ट्या आणि मानसिकदृष्ट्यादेखील फायदाच झाला होता. तिथे समुद्रकिनाऱ्यावर छोटेसे कुंपण घातलेली मोकळी जागा मी पाहिली. त्या कुंपणाच्या दोरीपाशी छान रंगीबेरंगी दिवे वाऱ्याने हलत होते. एक भलामोठा माणूस त्या कुंपणात, समुद्राच्या बाजूला उभा होता. तो अनवाणी आणि पाठमोरा होता. तो कूर्ट रिंकच होता. माझ्या मनात आले, अरेच्चा! तो आत्ता इथे कसा असेल? मी आत्ताच तर त्याला त्या व्हिलात जाऊन उठवले होते. अजूनही मी धापा टाकतच होते.

मी त्या चर्चासत्राच्या जागेपर्यंत पोहोचले आणि घड्याळाकडे नजर टाकली. मी वेळेच्या आधी दोन मिनिटे तिथे पोहोचले होते. मी एक मिनिट धावले खरी; पण ते मला जवळजवळ एक वर्षासारखे वाटले.

माझ्या मागोमाग एक मध्यमवयीन पुरुष आणि एक मुलगी तिथे आली. कूर्ट आमच्यापासून तीस फूट दूर उभा होता. त्याची आमच्याकडे पाठ होती. तिथले वातावरण मात्र फारच रमणीय, सुंदर होते. तीन लाकडी स्टुलांभोवती दोरी गुंडाळून ती जागा तयार केली होती. दोरीवर मातीचे दिवे लटकत होते. त्यात मेणबत्त्या जळत होत्या. माझ्या पाठीमागून आलेल्या मुलीकडे मी नजर टाकली. तिलाही माझ्यासारखा दम लागला होता.

"माझं नाव उमा." ती मुलगी म्हणाली. अजूनही ती धापा टाकत होती. "मी प्रिया." मी बळबळेच हसत म्हणाले.

उमाबरोबर जो एक माणूस होता तो मध्यमवयीन होता. "मी कार्लोस!" तो उद्‌गारला. त्याच्याकडे पाहिल्यावर असे वाटले की कोणत्याही क्षणी त्याची हृदयक्रिया बंद पडेल इतका तो दमलेला होता. तो मध्यमवयीन होता असे नाही, तर जाडजूडही होता. कित्येक वर्षांत तो असे धावला नसेल. तो चेहेऱ्यावरून कमालीचा थकलेला दिसत होता; पण त्याच्याकडे बघून मला असे जाणवले की तो प्रत्यक्षात मात्र वयाने खूप लहान असणार. त्याचे दात चमकत होते तसेच त्याचे डोळेही चमकत होते. खरे तर त्याचे नाकडोळे फारच रेखीव आणि तरतरीत होते; पण त्याच्या जाडीकडे बघितल्यावर या इतर चांगल्या गोष्टी ध्यानात येत नव्हत्या. त्याने आपले पिंगट केस हाताने जरा सारखे केले. तो धावत आल्याने फारच दमला होता. त्याला हृदयविकाराचा झटका येईल असे वाटत होते. पण हा आपले केस सारखे करण्यात मश्गूल होता. मला वाटले की स्त्रियांइतकेच पुरुषही गर्विष्ठ, बढाईखोर असतात. कार्लोस हे त्याचे मूर्तिमंत उदाहरण होते.

उमा माझ्याकडे टक लावून बघत होती. मला ते अजिबात आवडले नाही. तिच्या चेहेऱ्यावर छद्मी हास्य होते. ती सतत माझ्याकडे बघतच राहिली. माझ्यापेक्षा ती खूपच तरुण दिसत होती. माझ्याइतकीच तिची उंची असेल; पण माझ्यापेक्षा खूपच बारीक होती. ती आकर्षक या सदरात खपून जाईल अशी होती; पण तिच्या चेहेऱ्यावरचे भाव वयाची कोवळीक हिरावून नेत होते. माझ्यापासून काही धोका असावा अशा नजरेने ती माझ्याकडे बघत होती, त्यामुळे प्रथमदर्शनीच ती मला मुळीच आवडली नाही.

कार्लोस फारच केविलवाणा दिसत होता. मी त्याच्याकरता जवळपास कुठे पाणी दिसते का ते नजरेने शोधत होते.

"तू जरा खाली का बसत नाहीस?" मी त्याला मदत करण्याच्या हेतूने म्हणाले. उमाच्या नकारात्मक भावनांना बळी न पडता मी कार्लोसशी बोलत राहिले. पण कार्लोसने उत्तर द्यायच्या आधीच घंटा वाजवली. कूर्ट वळून आमच्या दिशेने पुढे चालत आला.

मी कूर्टकडे वळून स्मितहास्य केले. आपण परत भेटलो आहोत असे माझ्या मनात आले. मला खरे तर त्याच्यापर्यंत जाऊन हस्तांदोलन करायचे होते आणि आदल्या रात्रीच्या भेटीची आठवण करून द्यावी, असेही वाटले. पण कूर्टने माझ्याकडे बघूनसुद्धा न ओळखल्यासारखे केले. मला खरे तर थोडा रागच आला होता; पण तरीही त्याच्याकडे बघून मी स्मित करत होते. त्याने आपली मान थोडी

हलवली, ओळख आहे असे दाखवण्याचा प्रयत्न केला; पण कपाळावर मात्र आठ्या होत्या. त्याला मी ओळख दाखवली, हे आवडले नसल्याचे दिसत होते.

बापरे! वेगळेच प्रकरण दिसते आहे. मी काल रात्री याला भेटले. अनोळखी असूनही मनापासून मदतीचा हात देणारा माणूस मी यापूर्वी कधी बघितला नव्हता. इथे मात्र तो रागाने बघतो आहे.

"बसा खाली." तो हसू दाखवत आम्हाला म्हणाला. त्याच्या स्वभावातला कठोरपणा त्या हसण्याने कमी झाला होता. त्याच्या डोळ्यांत थोडा दयाळूपणा डोकवायला लागला.

हे काय? आम्ही तिघेच आहोत की काय या चर्चासत्राला? बाकीचे आहेत कुठे? आम्ही त्या लाकडी स्टुलांवर बसलो. त्या दिव्यांचा हलणारा प्रकाश त्याच्या चेहेऱ्यावर पडला. कूर्ट आमच्या मागच्या दिशेला बोट दाखवून म्हणाला, "बाकीच्या लोकांनी घरी परत जावे."

आम्ही मागे वळून बघितले. आमच्यापासून पंधरा मीटर अंतरावर आठ लोक उभे होते. ते नखशिखान्त भिजलेले होते. मी गोंधळले. कूर्टचे समुद्रात अडकलेल्या लोकांना बाहेर काढण्याचे व्रत आहे की काय? या चर्चासत्राला लोक जमवण्याची ही त्याची युक्ती आहे की काय?

वेनी पळत गेली. तिने त्याला बसायला आमच्या स्टुलासारखेच एक स्टुल आणून दिले. कूर्ट आमच्याकडे तोंड करून मध्यभागी बसला.

"मी जे सांगतो, शिकवतो त्यातून हमखास यश मिळेल याची मी हमी देतो. जगात मी एक नंबरचा उत्कृष्ट प्रशिक्षक आहे." तो जरा गर्वातच बोलत होता. "मी माझ्या चर्चासत्राला पंचवीस हजार डॉलर्स फी घेतो म्हणून मी श्रेष्ठ आहे असं नाही किंवा अमेरिकेचा राष्ट्राध्यक्ष माझा सल्ला घेतो म्हणून मी मोठा आहे असं नाही. मी सर्वश्रेष्ठ आहे जगात; कारण माझ्या चर्चासत्रात यशाची खात्री आहे. जर माझ्या सूचना तुम्ही तंतोतंत पाळल्यात तरच यशाची हमी मी देतो. इथं माझा शब्दच महत्त्वाचा असेल. तुमचं आयुष्य योग्य दिशेनं कसं न्यायचं, हे तुम्हाला माहीत नाही. तो मार्ग तुम्हाला अज्ञात आहे हे पक्कं ध्यानात ठेवा. तुम्हाला माझ्या मदतीची गरज आहे, हे पूर्णपणे लक्षात घ्या. माझं म्हणणं तुम्ही ऐकलं नाहीत, माझ्या सूचनांप्रमाणे वागला नाहीत, तर मी यशाची खात्री देत नाही. तुम्ही माझ्या सूचनांप्रमाणे वागला नाहीत, तर मीच तुम्हाला हवं ते देण्यात, हवा तो चांगला बदल करण्यात असमर्थ ठरेन. पण मी कधीच अपयशी होत नाही. कूर्ट रिंकला कधीच अपयश माहीत नाही.

कूर्ट रिंक हा नेहमीच यशाची खात्री देतो.'' बोलताना त्याने पायाने थोडी वाळू उडवली.

मागे जे आठ लोक अपराध्यासारखे शिक्षेची वाट पाहत उभे होते त्यांच्याकडे बोट दाखवून तो म्हणाला, ''हे सगळे माझ्या सत्रात स्वतःमध्ये बदल घडवून यावा म्हणून आलेले आहेत. पण,'' एक सेकंद कूर्ट थांबला आणि पुढे वाकून सावकाश शब्द उच्चारत म्हणाला, ''त्यांना सूचनांबरहुकूम वागता येत नाही. त्यांना बदल हवा आहे. त्यांना बदलाची आवश्यकता लक्षात आली आहे; पण स्वतःमध्ये बदल करण्याची विनयशीलता त्यांच्यात नाही. त्यांना वाटतं, मी एखादं अद्‌भुत जादुई रसायन त्यांना देईन आणि ते इतरांना तेच रसायन पाजतील. लोकांच्या डोळ्यांना डोळे भिडवून भेदक नजरेनं समोरच्या माणसावर ताबा मिळवून आपल्या सूचनांप्रमाणे वागायला लावू शकतील. त्यांना वाटतं, त्यांच्यात बदल व्हावा म्हणून इतरांनी बदलावं. अशा लोकांना माझ्या इथं थारा नाही.''

मागे कोण उभे आहेत त्यांच्याकडे मला वळून पाहायची इच्छा झाली. त्यांतला एक चेहरा मला ओळखीचा वाटला; पण हलणाऱ्या दिव्यांच्या प्रकाशात मी त्याला नीट ओळखू शकले नाही. माझ्यासारखेच स्वतःचे आयुष्य बदलण्यासाठी या चर्चासत्रात भाग घेऊ इच्छिणारे चक्रम किती होते, ते मला बघायचे होते. तिथे काय होणार आहे याविषयी मला सगळे जाणून घ्यायचे होते. पण मी कूर्टकडे लक्ष देण्याचे ठरवले. ''त्यांच्याशिवाय आणखीदेखील काही लोक होते ज्यांना आपलं आयुष्य सुधारण्याकरता आजचा दिवस सोयीचा वाटला नाही. नवी सुरुवात करणं आपल्या मर्जीवर अवलंबून नसतं आत्ता नाही. तर कधीच नाही.''

कूर्टने आपल्या हाताला लागलेली रेती झटकून टाकली. ''तुम्ही इथं पोहोचलात तेव्हा तुम्हाला काही कामं करण्याची विनंती करण्यात आली होती. तुमच्यापैकी काही लोक स्वयंस्फूर्तीनं मदत करायला तयार झाले, पण बाकीच्यांना वाटलं की आम्ही इथं चर्चासत्रात भाग घ्यायला, शिकायला आलो आहोत; काम करायला नाही. पण यातदेखील ज्यांची मदत करायची तयारी होती त्यांपैकी काही लोक आपल्याच पद्धतीनं मदत करत होते; सांगितल्याप्रमाणे करत नव्हते. अशा लोकांकरता माझ्या चर्चासत्रात स्थान नाही. त्यांना आपल्यात बदल व्हायला हवा याची गरज पटलेली आहे; परंतु मला वाटतं, त्यांच्या मनाची अजूनही तयारी झालेली नाही. त्यांची मदत करायची तयारी नाही; कारण त्यांचं मडकं कच्चं आहे. शिक्षण ग्रहण करण्यासाठी जी विहित पातळी अपेक्षित असते, तेवढी अजून त्यांची नाहीये. तुमच्याकडे या चर्चासत्रात भाग घ्यायला पैसे आहेत, म्हणून मी तुमच्याकरता काम करायला तयार होईन, अशी अपेक्षा सोडून द्या. तुम्हीच स्वतःवर मेहनत

घेऊन बदल घडवून आणू शकता. आयुष्यात तुम्हाला अजून जास्त तडाखा बसायला हवा. तुमची मनःस्थिती अजून थोडी खचायला हवी. आणखी विनम्रतेच्या इतक्या कडेच्या पातळीवर तुम्हाला आणायला हवं की, दुसऱ्याला मदत करणं आणखी दुसऱ्याकडून काहीतरी शिकणं, हे तुम्हाला तुमच्या प्रतिष्ठेला धक्का पोहोचवणारं वाटणार नाही. ज्यांना परत पाठवत आहे, त्यांना आत्ता त्यांचे पैसे परत करणार आहे. त्यांनी घरी जावं.''

याला काय सांगायचे आहे ते मला नीट कळले. एका क्षणात मला ते उमगले. कूर्ट आमची परीक्षा वेबसाईटवर संकेतस्थळावरच्या नोंदणीच्या प्रक्रियेच्या वेळेपासूनच जणू घेत होता. स्वागतकक्षाच्या ठिकाणी वेनी मुद्दामच आम्हाला मदतीची विनंती करत होती. हे बघत होती की विनंती केल्यावर किती लोक प्रत्यक्षात मदत करायला तयार होतात. मी या परीक्षेत उत्तीर्ण झाले होते. त्याचप्रमाणे उमा आणि कार्लोस पास झाले असणार, असे मी समजले.

आमच्या मागे जरा रागारागातच बोलणे चालू होते. त्यातला एक मनुष्य ओरडला– "तुम्ही आम्हाला असं घरी पाठवू शकत नाही. मी पैसे मोजले आहेत.'' हा गोंधळ आणखीनच वाढत होता. मला वाटले, इथे आता मारामारी सुरू होणार. ज्यांनी पंचवीस हजार डॉलर्स मोजले आहेत, त्यांतला कोणीच भांडण केल्याशिवाय, लढा दिल्याशिवाय परत जाणार नव्हता. जरी त्यांचे पैसे परत मिळणार होते, तरीदेखील त्यांना गुपचूप जायचे नव्हते.

कूर्टच्या या अशा वागण्याचा मला काही बोध होईना. आठ लोकांना परत पाठवायचे म्हणजे त्याचे दोन लाख डॉलर्सचे नुकसान होणार होते. मला वाटत होते की यातून कूर्टने काहीतरी मार्ग काढायला हवा होता. ते त्याला सहज शक्य होते. सूचनांबरहुकूम न वागल्यामुळे प्रशिक्षण घ्यायला ते अजून लायक नाहीत, हे जरी खरे असले तरी दोन लाख डॉलर्स परत करायचे म्हणजे काही लहान रक्कम नव्हती. कूर्ट खरेच चक्रम असला पाहिजे. त्याच्या शिकवण्याची पद्धत कठोर असली, तरी त्याची काम करण्याची तत्त्वे मात्र अतिशय स्वागतार्ह होती.

कूर्टने आमच्याशी संवाद साधायला सुरुवात केली. मागे चाललेल्या गोंधळाकडे त्याने दुर्लक्ष केले. आमच्याशी बोलणे चालू ठेवले. त्याची एवढी मोठी आमदानी बुडाल्याची खंत त्याच्या चेहेऱ्यावर अजिबात दिसत नव्हती. मीही त्याच्याप्रमाणेच वागायचे ठरवले. नफा-नुकसानीचा विचार न करता आपल्या तत्त्वाप्रमाणेच वागायचे ठरवले. त्याच्या वागण्याचे मर्म आकलन व्हायला लागले होते. मनातल्या मनात मला आनंद वाटला की त्याच्या कसोटीला आपण उतरलो आहोत.

"तुमचे कामच तुम्ही कसे आहात हे दर्शवते." कूर्ट अगदी तळमळीने बोलला, "काम म्हणजे फक्त आठ तासांच्या बांधीव वेळेत करायचे असे नसते. तुमच्या आयुष्यात प्रत्येक क्षणी तुम्ही कसे वागता, काय करता यावरून तुम्ही पुढच्या क्षणी काय बनाल हे ठरते. तुमचा दयाळूपणा, तुम्ही इतरांच्या आयुष्यात केलेली मदत, इतर लोकांचे आयुष्य सुखी करण्याकरता मदतीचा हात पुढे करण्याची तुमची इच्छा, सबंध जग जिंकण्याचा तुमचा उत्साह आणि आयुष्य भरभरून जगणे यावरून तुम्ही स्वतःला जसं व्हायचं आहे, तसं तुमचं जीवन घडवू लागता.

"तुमच्या स्वार्थाकरता तुम्ही जेव्हा काही करत असता, तेव्हा यशापासून तुम्ही स्वतःला दूर ठेवता. यश दूरदूर जातं. तुम्ही काय करता यावर तुमचं यश अवलंबून नाही. यश मिळणं म्हणजे तुम्ही स्वतः कसे घडता, हे आहे. इतर लोकांवर आपलं लक्ष आणि वेळ खर्च करावा इतके ते लायक नाहीत असं जर तुम्हाला वाटत असेल तर तुम्ही आत्मकेंद्रित व्यक्ती बनता. जे लोक आत्ता या चर्चासत्राकरता आले नाहीत, ते यशाच्या इतके मागे लागलेले होते की, या लोकांचा माझ्या दृष्टीनं आध्यात्मिकदृष्ट्यादेखील पराजयच मी मानतो. यश हे शारीर प्रेम करण्यासारखं आहे. तुम्ही एकटे त्याचा आस्वाद घेऊ शकत नाहीत. तुमचा आनंद इतरांना परमानंद देऊन जातो. जो एकटाच खूश राहतो तो एकलकोंडा आणि अनैसर्गिक विकृती असलेला असतो. असा माणूस आपल्या आनंदात दुसऱ्याला सहभागी करून घेत नाहीच; पण दुसऱ्यावर तो प्रेमही मनापासून करू शकत नाही."

कूर्टने जी उदाहरणे दिली, त्याने मी पूर्ण हादरूनच गेले. लैंगिक विषयावर इतक्या उघडपणे ऐकायची, बोलायचा, चर्चा करायची मला अजिबात सवय नव्हती. मी माझ्या मित्र-मैत्रिणींबरोबर चाललेल्या अशा पाणचट, चावट विनोदांतही कधी भाग घेत नाही. ते मजेत अशा खास प्रौढांसाठी असलेल्या विनोदाचा आस्वाद मनापासून घेत असतात. माझे इतर जे सहकारी आहेत त्यांच्या मते आत्ता जी उदाहरणे कूर्टने दिली, त्याविषयी त्यांचे मत माझ्यापेक्षा वेगळे असू शकेल; पण त्याला जे काही सुचवायचे आहे, ते मला समजले.

कूर्ट आमच्या तिघांशी संवाद साधत होता. मागचे लोक आता एव्हाना निघून गेले असतील असे मी समजले. आता वेनीने चहाचा ट्रे आणला आणि आमच्या प्रत्येकाच्या हातात एकेक कप दिला. हवेत छान गारवा होता आणि खरेचच चहाची नितांत आवश्यकता होती. अजून उजाडायला खूप वेळ होता. आकाशात चांदण्या चमकत होत्या. जणू चंद्राशी त्या स्पर्धा करत होत्या. पौर्णिमेच्या चंद्राचे प्रतिबिंब समुद्राच्या पाण्यावर पडले होते. समुद्रावर चंद्राच्या प्रकाशाची एक रेषा चमकत

होती. भरतीची प्रत्येक लाट किनाऱ्यावर येऊन आदळताना ती लाट किनाऱ्यावरच्या दिव्यांच्या प्रकाशात चमकत होती. मी तर त्या लाटांना 'विजेच्या लाटा' म्हणायला लागले. समुद्राच्या लाटांचे मला अतोनात वेड होते. चंद्र एकच पण या लाटांमुळे जणू सगळीकडे आनंदाने नाच चालू होता आणि हा चंद्रसुद्धा स्वयंप्रकाशी थोडाच होता? पृथ्वीच्या दुसऱ्या भागातून सूर्यच त्याला प्रकाश पुरवत होता. तो गैरहजर असूनसुद्धा माझ्या मते सर्वांत जास्त सहभाग सूर्याचाच होता.

"'कुत्र्यासारखं भुंकून मला उठवा' असं तुम्हाला सांगण्यात आलेलं होतं. इथं आलेल्या पंधरा लोकांपैकी फक्त तुम्हालाच दुसऱ्याचं आज्ञापालन करण्याचं धाडस होतं." माझ्याकडे बघत, पण सगळ्यांना उद्देशून कूर्ट म्हणाला. "तुम्हाला दुसऱ्याचं पुढारीपण मान्य नसेल तर तुम्ही स्वतःसुद्धा नेता होऊ शकत नाही. नेता हा अनुयायी असतो. अमेरिकेचा राष्ट्राध्यक्ष जगाचा अघोषित नेता आहे. तोसुद्धा स्वतःच्या लहरीप्रमाणे वागू शकत नाही. तो जरी नेता असला तरी त्यालाही नियमाप्रमाणेच वागावं लागतं. राज्यकारभाराचे नियम त्याला पाळावेच लागतात. जे कच्चे अनुयायी असतात, ते कधीही नेतेपदाला पोहोचू शकत नाहीत. ज्या लोकांना सूचनांबरहुकूम मला उठवणं जमलं नाही, त्यांनी मला उठवताना स्वत:च्याच कल्पना लढवल्या. त्यांचा उठवण्याचा प्रयत्न माझ्याबद्दल आदर दाखवणारा आणि नावीन्यपूर्ण कल्पनांचा होता. त्यांच्या कल्पना त्यांच्याकरता चांगल्याच होत्या. मला त्या पद्धतीनं कोणी उठवावं, असं मला वाटत नव्हतं. तुम्ही उठून जेव्हा कामाला लागता तेव्हा तुम्हाला तुमच्या कामाचे परिणाम कसे चांगले होणार आहेत, हे सिद्ध करावं लागतं आणि ते लोकांना आवडलं पाहिजे. तुम्ही स्वतःकरता काम करता; पण त्या कामाचे परिणाम मात्र इतरांकरता असतात. जे या चर्चासत्रात येतात त्यांना त्यांच्यात चांगला बदल होत आहे, हे दिसून आलं पाहिजे. नाहीतर इथं एवढे पैसे देऊन कोण शिकायला येईल? परत गेले त्यांपैकी काहींनी दारावरची घंटा वाजवून मला उठवायचा प्रयत्न केला. त्यांच्या मते तोच एक परिणामकारक मार्ग त्यांना वाटला. त्यांच्यापैकी एकालाही ते कळले नाही की ती घंटा एका बादलीला जोडलेली होती. त्या बादलीतील पाणी घंटा वाजवून उठवणाऱ्या व्यक्तीवर पडावे अशी सोय केलेली होती. सूचनांचं पालन न केल्याबद्दल त्यांना ही शिक्षा होती. माझा मुद्दा सरळ, सोपा आहे. तुम्ही जर माझ्या सूचना नीट ऐकून त्याप्रमाणे वागला नाहीत, तर तुम्ही माझा वेळ फुकट घालवत आहात. माझा वेळ इतका अमूल्य आहे की, तुम्ही तुमच्यात योग्य बदल व्हावा म्हणून जे पैसे देऊ करता आहात त्यापेक्षा कितीतरी पटींनी तो जास्त आहे."

मला नंतर कळले की, वेनीने प्रत्येकाला एका खोट्याच व्यक्तीला कूर्ट समजून उठवायला पाठवले होते. त्यांची परीक्षा घेण्यासाठी हे योजलेले होते. कूर्ट तर या किनाऱ्यावर केव्हापासूनच हजर होता. शिक्षणार्थींना कूर्टला उठवण्यासाठी म्हणून निरनिराळ्या व्हिलांमध्ये पाठवण्यात आलेले होते.

कूर्टचे प्रशिक्षण देण्याचे मार्ग एक प्रकारे मजेदारच होते. हे सगळे इतके चक्रमपणाचे होते की, मला त्यातून बाहेर पडायला वेळ लागला. हे विचित्र दिसले तरी कूर्टच्या या विक्षिप्तपणाच्या योजनेतसुद्धा एक गर्भितार्थ होता. माझ्या व्यवसायात सल्ला घ्यायला अनुभवी लोकदेखील येतात. ते माझी मदत मागतात. नंतर मी सुचवलेल्या मार्गांची त्यांच्या संस्थेत अंमलबजावणी करावी, अशी त्यांची अपेक्षा असते. ते स्वतः काहीच करत नाहीत. सल्ला देणाऱ्याला त्यामुळे एक प्रकारची निराशा येते. एखादा सल्लागार तुमची समस्या समजून घेतो. नुसतीच समजून घेतो असं नाही, तर त्याच्यावरचा उपाय सांगतो. पण त्या उपायाची अंमलबजावणी न करता जेव्हा तीच ती समस्या लोक त्या सल्लागाराकडे घेऊन येतात, तेव्हा त्या सल्लागाराच्या पदरी प्रचंड निराशा, वैफल्य येते. माझ्या मित्रांनीच त्यांच्या वागण्यामुळे मला किती वैफल्यग्रस्त केले, हे मी स्वतः अनुभवल्यामुळे, मला कूर्ट आत्ता जे सांगत होता ते मनोमन पटले. हा माणूस खरेचंच फार हुशार होता. मला तो आवडायला लागला होता. मला हेच हवे होते. उगीचच मूर्खासारखे अतार्किक शिकवणारा मला नको होता.

"तुम्हाला तिघांना किंवा ज्याला परत जायचे असेल त्याला, या प्रशिक्षणातून माघार घ्यायची असेल, तर माझी पूर्ण परवानगी आहे. तुमचे पैसे घ्या आणि परत जा. तुम्ही आपापल्या जगात परत जाऊ शकता. इथून माघार घ्यायची ही शेवटची संधी आहे. याच्यापुढे पैसे परत मिळणार नाहीत. मध्येच सोडायची इच्छा झाली तर पैसे परत मिळणार नाहीत, हे लक्षात ठेवा आणि त्याबद्दल कोणत्याही प्रश्नाचं उत्तर द्यायला मी बांधील नाही. तुम्ही प्रशिक्षणाच्या कोणत्याही टप्प्यावर अयशस्वी झालात, तर तुम्हाला या चर्चासत्रातून बाहेर जावं लागेल. त्याबद्दल कोणत्याही प्रश्नाचं उत्तर दिलं जाणार नाही. पुढच्या सात दिवसांकरता एकच नियम आहे- तो म्हणजे मी ठरवेन तोच. फक्त एक माझाच आवाज असेल. एकच नेता असेल, तो म्हणजे मी. तुम्हाला प्रश्न विचारण्याचा अधिकार नाही. तुम्ही फक्त माझं आज्ञापालन करायचं. तर मग कुणाला या सगळ्यातून सुटका हवी आहे?'' कूर्टने जोरात विचारले.

कोणीही बोलले नाही. मला काही प्रश्न विचारायचे होते; पण माझी मलाच त्या प्रश्नांची उत्तरे शोधायची होती. जिथे प्रश्नच विचारता येत नाही अशा ठिकाणी माझे

मन तर रमत नाहीच; पण मला खूप राग येतो. कोण, केव्हा, कसे, का... कोणत्याही प्रश्नांची किंवा कोणत्याही बाबींविषयी या प्रश्नांची उत्तरे मला जाणून घ्यावयाची असतात. स्वभावाने मी फार चौकस आहे. ही अशी बऱ्याच बाबतींतली उत्सुकता मला खड्ड्यातच टाकते. पण आत्ता मात्र मला माझी उत्सुकता दाबून टाकून माझ्या डोक्यातल्या प्रश्नांची उत्तरे माझी मलाच शोधायची होती.

"प्रिया, तुला तुझ्यात बदल का हवा आहे?" कूर्टने मला थेट प्रश्न विचारला. मी चहाचा घोट घेत असतानाच समुद्राची एक लाट कूर्टच्या मागे येऊन आदळली. मला प्रश्न अपेक्षित नव्हता. म्हणजे कूर्टने प्रश्न विचारायच्या आधी माझ्यासंबंधी जुजबी का होईना माहिती विचारायला हवी होती. त्यामुळे मी जरा मोकळी झाले असते. मी कोण आहे? मी कोठून आले? कशाकरता आले? अशी सामान्य माहिती त्याने मला विचारायला हवी होती. त्याऐवजी थेट एखाद्या पोलिसाने आरोपीची चौकशी करावी तसे त्याने मला थेट प्रश्न विचारला. मला प्रथम का? उमापासून का सुरुवात केली नाही? मला या बाबतीत निषेध व्यक्त करावयाचा होता; पण मी सोडून दिले.

"कारण इतकी वर्षे मेहनत करून जे मी उभारले आहे, ते सर्व जर मी बदलले नाही, तर मला गमवावे लागेल. या रोजच्या त्याच त्याच जगण्याचा कंटाळा, वैताग आला आहे. माझी वाढ खुंटली आहे असं मला वाटायला लागलं आहे. मी प्रचंड कंटाळलेली आहे. मला स्वतःला मी अगदी सामान्य व्यक्ती वाटायला लागले आहे. माझ्या आयुष्यात एक काहीतरी महत्त्वाचं न्यून आहे; पण ते काय हे मी सांगू शकत नाही. मला माझ्या आयुष्यात, कामात चांगला उत्साह ओसंडून जायला हवा आहे. काहीतरी सनसनाटी घडायला हवं आहे. मला अजून श्रीमंत व्हायला हवं आहे. जास्त शक्तिशाली. माझ्याकडे खूप सत्ता असायला हवी आहे. काहीतरी हातून निसटतं आहे, ही टोचणी मला नको आहे. त्यातून मला सुटका हवी आहे. मला कोणीतरी दिव्य, भव्य, असामान्य, अलौकिक व्हायचं आहे. जगभर प्रसिद्धीच्या शिखरावर पोहोचायचं आहे. मी ती भव्यता बघते आहे; पण मी तिथपर्यंत पोहोचत नाही. मला तिथं जायचं आहे." मला वाटले, मी फारच मूर्खपणासारखे बरळते आहे, कारण कूर्टच्या चेहऱ्यावरचे भाव कठोर झाले होते.

"श्रीमंत व्हायला तू लायक आहेस हे कशावरून म्हणतेस? असामान्य व्हायला तू लायक आहेस का? तुला जे जे हवं त्या सर्व गोष्टींकरता तू स्वतःला लायक कशावरून समजतेस?" कूर्टने जराही संकोच न करता, न थांबता लगेच हे प्रश्न मला विचारले. जणू काही मी काय बोलणार आहे हे त्याला माहीत होते.

त्यामुळे त्याचे प्रश्न तयारच होते.

हं? मी या सगळ्याला लायक आहे का, हा प्रश्न त्याने का विचारावा? 'मला वाटतं, तू श्रीमंत व्हायला खरोखरच लायक नाहीस-' मी मनाशी म्हणाले. माझ्या शेजाऱ्याकडे सगळ्या गोष्टींची जी विपुलता आहे, त्याला खरे तर तो लायक नाही. तो कोत्या मनोवृत्तीचा आहे. तो दुराचारी आहे. त्याचे वागणे अनैतिक आहे. तरीही स्वप्नवत आयुष्य तो जगतो आहे. त्याच्याकडे अनेक गाड्या आहेत, घरे आहेत. स्वतःचे जेट विमान आहे. त्याच्या प्रेमात अवतीभोवती सतत सुंदर स्त्रिया असतात. अर्थात मला अशा प्रकारच्या स्त्रियांचे अजिबात आकर्षण नाही, जे त्याला आहे. पण मला वाटते, उपभोग घेण्यासाठी तो अजिबात लायक नाही. मग मला श्रीमंत व्हावे, सर्वसत्ताधारी व्हावे असे का वाटते आहे?

"कारण मी एक चांगली व्यक्ती आहे." मी जरा मवाळ आवाजात उत्तर दिले. कूर्ट या उत्तरावर खदखदा हसायला लागला. तो उभा राहिला. पोट धरधरून जोरात हसला. लाटांचे तांडव सुरू झाले होते. लाटा आता आमच्यापर्यंत येऊन पोहोचतच होत्या. काही फूट अंतरावरून त्या परत जात होत्या. आता तर लवकरच आमच्या भोवती लाटांचे पाणी येऊन पोहोचेल. समुद्राच्या पाण्यात बसून चर्चासत्रात भाग घ्यायचा, ही कल्पना खरेच सनसनाटी होती; पण आत्ता मात्र कूर्ट माझी चेष्टा करत होता.

"चांगुलपणा म्हणजेच श्रीमंती असे समीकरण केव्हापासून मांडायला लागले?" त्याने हसत मला विचारले. ते हसणे जरा खोकल्यासारखे वाटत होते. "चांगुलपणाची संपत्तीशी बरोबरी असते; श्रीमंतीशी नसते." हे बोलताना तो गंभीर झाला होता. "चांगुलपणा आणि योग्य वर्तन ही खरी संपत्ती आहे. सन्मार्गाने वागणे हीच खरी तुमची संपत्ती आहे. ज्यांनी जगात चांगला बदल घडवला त्यांपैकी कोणाचेही स्मरण कर. त्या चळवळीमागे एक चांगली आणि सद्‌वर्तनी व्यक्ती असणारच. श्रीमंती खलास होऊ शकते किंवा त्याचा गैरवापर केला जाऊ शकतो; पण तुमच्यातला चांगुलपणाची ताकद कायम तुमच्याबरोबर असते. अनेक पिढ्यांमध्ये बदल होण्याचे सामर्थ्य त्यात असते. तुमच्या निधनानंतरच्या अनेक पिढ्यांवर त्याचा सकारात्मक परिणाम होतो. त्यामुळे तुला नक्की काय हवे आहे त्याचा नीट विचार कर. श्रीमंत आणि सत्ताधारी व्हायचं असेल तर माफियांच्यात जाऊन मिसळ, त्यांना सामील हो. समाजातले काही दादा लोक हे श्रीमंत आणि सर्वांत सामर्थ्यवान आहेत जगात; पण ते तुमच्यासमोर ताठ मानेनं वावरू शकत नाहीत. उजळ माथ्यानं फिरू शकत नाहीत. ते जगात काही सकारात्मक बदल करू शकत नाहीत. ते जगाचा नाश करू शकतात. तुम्ही चांगले, सद्‌वर्तनी असता तेव्हा तुमचा आर्थिक स्तर कोणी बघत

नसते. तुम्ही कोण आहात याची व्याख्याही ते करू शकत नाहीत किंवा एखाद्या मर्यादेत ते तुम्हाला जखडू शकत नाहीत. सामान्य माणसांना सारखं वाटत राहतं की आपला आर्थिक स्तर उंचवायला हवा, म्हणजे आपल्याला समाजात मान मिळेल. तीच गोष्ट दुष्ट लोकांच्या बाबतीतही आहे. यांपैकी दोन्ही प्रकारच्या लोकांना माझ्या चर्चासत्रात थारा नाही.''

त्याचे बोलणे माझ्या मनाला जाऊन भिडले. थंड लाटा माझ्या पायावर येऊन गेल्या. टाचांवर लाटांचा फेस राहिलेला होता. जणू त्या मला उत्साहित करत होत्या. कूर्टने आता उमाकडे आपला रोख वळवला. तिलाही त्याने तोच प्रश्न विचारला. कूर्टच्या बोलण्याबद्दल मी अजूनही मनन, चिंतन करत होते. उमाचे उत्तर ऐकण्यात मला रस नव्हता.

उमा काहीतरी बोलते आहे, हे माझ्या कानावर आले. हुंदकादेखील ऐकू आला. पण मी माझ्या विचारात गर्क होते. मी कोण आहे... आयुष्यात मला काय हवे आहे... याचा विचार करण्यातच मी दंग होते. उमाकडे माझे अजिबात लक्ष नव्हते. कूर्टचे बोलणे योग्य होते. गाड्या, घरे, ऐषोरामाचे राहणे यांमुळे मी काही चांगली व्यक्ती होणार नव्हते. इतरांसारखीच मी गोंधळून गेले होते. माझे घर महागडे होते, माझा बिछाना किमती होता; पण मला शांत झोप लागायची नाही. माझ्या सगळ्या रात्री अस्वस्थ, भीतीदायक जायच्या. एका अनामिक भीतीचे दडपण सतत माझ्यावर असायचे. मला भयानक स्वप्ने पडायची. मी आर्थिकदृष्ट्या सक्षम होते; पण अध्यात्माच्या दृष्टीने खालच्या पातळीवरच होते. हरवलेलीच होते.

लाटा, पाणी आता घोट्यापर्यंत आले होते. माझी जीन्स भिजली होती. त्या जीन्सला वर दुमडून घ्यायची मला भीती वाटत होती; कारण कूर्टने आपली विजार भिजलेली असूनही वर दुमडून घेतली नव्हती. तो जर ओल्या कपड्यांत वावरू शकतो, तर मलादेखील तसेच वावरायला काय हरकत आहे? कूर्टचे कार्लोसबरोबरचे बोलणे संपले, तेव्हा फटफटू लागले होते.

''समुद्र हा सर्व शहाणपणाचा उगम आहे.'' कूर्ट स्मित करत म्हणाला. त्याने स्टूल वळवले आणि आपले तोंड सागराच्या दिशेने फिरवले. ''सागर हे एक वेगळंच जग आहे. सर्वांत उंच पर्वत त्यात ठेवला, तर तो पर्वत बुडून जाण्याइतपत सागराची खोली आहे. त्यात जीवसृष्टी आहे. त्याचे जगण्याचे नियम आपल्यापेक्षा वेगळेच आहेत; आपण हवेच्या सागरात जगतो आहोत. सागरी जीवसृष्टी पाण्याच्या सागरात राहते. हवेतील जगण्याचे नियम पाण्यात जगण्याच्या उपयोगाचे नाहीत. कोणत्याही वस्तूची व्याप्ती, परिसीमा, विस्तार बदलला तर त्याचा आकार बदलतो.

पण हा विश्वास कायम असेल तर तुमचा हेतू- जीवनाचा मुख्य हेतू काय आहे, तर उत्तम जगणं शक्य असेल तसं. हा हेतू माणूस विसरला तर अरिष्ट कोसळतं. प्रथम तुमचं मन कोसळतं. मग प्रत्यक्षात तुमच्यासमोर आजूबाजूला संकटं उभी राहतात. जीवनासारखंच सागराचं आवडतं, नावडतं असं कोणी नसतं. सागर हा कोणाच्याच बाजूचा नसतो. निःपक्षपाती असतो. जो लायक आहे तोच जगेल, हा एकच नियम इथं लागू पडतो. तुम्ही जेव्हा या विश्वाचे नियम पाळता, कायदा पाळता तेव्हा तुम्ही जगायला लायक असता. तुम्हाला हे कोण शिकवणार? याच्याकरता काही पुस्तक आहे का?'' असा प्रश्न विचारून त्याने आम्ही ऐकतो आहोत की नाही, याचा मागे वळून अंदाज घेतला. ''पुस्तक तुमच्या हृदयात आहे.'' त्याने आपल्या हृदयावर हाताने टकटक करत म्हटले.

''तुमच्या हृदयात या विश्वाचा एक भाग आहे. एक सुंदर विश्व तुमच्या आत आहे. बाहेरही तसंच आहे. विधात्यानं योजना करून तुम्हाला त्याची प्रतिकृती बनवलं आहे.'' कूर्ट आमच्याकडे अंगुलीनिर्देश करत म्हणाला. ''तुम्हाला जे जे हवं आहे ते तुमच्यातच आहे. तुमचे डोळे जे जे बघत आहेत, ते ते सगळं तुमच्यात आहे. ते तुमचं स्वतःचं आहे. वारसाहक्कानं तुम्हाला मिळालं आहे. विश्वानं मोठ्या मनानं तुम्हाला भरभरून दिलं आहे. त्यात स्वतःला बुडवून टाका. त्याच्याशी एकरूप व्हा.'' तो उठून उभा राहत म्हणाला.

''समोर सागर आहे. जा, त्याला कवटाळा. सागरात जे शहाणपण ओथंबून भरलं आहे त्यात डुंबून जा.'' आपले हात क्षितिजाकडे पसरले आणि तो बोलला.

आता चंद्र क्षितिजाकडे जात होता. समुद्रावर त्याचा अंधूक प्रकाश पसरला होता. मी जिथे उभी होते तिथून मला तो एक मार्गच आहे असे दिसत होते. त्या मार्गावरून मी निर्धोकपणे चालत जाऊ शकेन, असे वाटत होते. तो मार्ग सगळीकडेच जात असलेला दिसत होता. मी किनाऱ्यावर कुठेही उभी असले तरी तो मार्ग मला योग्य ठिकाणी घेऊन जाईल, अशी माझी खात्री पटली. चंद्राचे माझ्याशी अगदी जवळिकीचे नाते जुळले होते, तसेच इतरांबरोबरदेखील जुळले होते. हा विचार मला खूप आवडला. मी हसले.

उमा आणि कार्लोस समुद्राकडे पळत गेले. कूर्टने माझ्याकडे प्रश्नार्थक चेहेऱ्याने बघितले. 'काय झालं?' अशा अर्थी त्याने माझ्याकडे बघितले. ते पाहून माझा अक्षरशः थरकाप झाला. आम्ही काय करावे अशी त्याची अपेक्षा होती? समुद्रात उडी मारावी अशी अपेक्षा? का सागरात पोहावे? समुद्राला कवटाळा म्हणजे काय करायचे? हॅलो, मला पोहता येत नाही. आयुष्यभर मला पाण्याची भीती वाटत

आली आहे. शॉवरखाली अंघोळ करणे आणि पावसात भिजणे एवढेच मला सहन होत असे. मी कधी पोहायला तलावात गेले नाही आणि तो काय मला समुद्रात पोहावे असे सुचवत होता की काय? त्यांनी मघाशी सुचवले होते की, ज्यांना चर्चासत्र सोडून जायचे असेल तर ते जाऊ शकतात. त्याच वेळी मी जायला हवे होते. कारण आत्ता जर मी हे चर्चासत्र सोडले, तर मला काहीच पैसे परत मिळणार नव्हते.

उमा आणि कार्लोस दोघे पार समुद्रात उतरले होते. त्यांची डोकी पाण्यावर मधून मधून वर येत असलेली मला दिसत होती. लाटा माझ्याजवळ येऊन आदळत होत्या. फुटत होत्या. पाणी आता माझ्या पायावर वरवर येत होते. "तू का थांबली आहेस?" कूर्ट माझ्याकडे बघत ओरडला.

"मला पोहताच येत नाही." मी लाटांच्या आवाजापेक्षा मोठ्या आवाजात ओरडले.

"माशासारखं पोहायला लाग." आपला हात डोक्यावर टकटक करत कूर्ट म्हणाला. जणू तुला एवढे डोके कसे नाही, असे त्याला म्हणायचे होते. तो पाणी कापत माझ्याकडे येत होता. त्याची भव्य शरीरयष्टी मी बघितली, तेव्हा माझ्या मनात आले की जणू एखादा डॉल्फिनच पोहत आहे.

'म्हणे, माशासारखं पोह.' माझ्या प्रश्नाचे हे उत्तर! पण हे चुकीचे उत्तर आहे साफ. मी मुलगी आहे आणि मला पोहता येत नाही. मी काही मासा नव्हते. हा समुद्र खूप खोल आहे. समुद्र कसला? महासागरच आहे. जगातील सर्वांत उंच पर्वत उलटा केला तर तो सहज संपूर्ण पाण्याखाली जाईल एवढा खोल महासागर आहे हा. मी तर पार त्याच्या तळाशी जाईन. मी या चर्चासत्रासाठी पंचवीस हजार डॉलर्स भरले आहेत. माझे आयुष्य मी कसे बदलावे यासंबंधी एक-दोन सूचना सुचवायच्या ऐवजी हा मला सांगतो आहे म्हणे, माशासारखी समुद्रात पोहायला लाग. हा माणूस खरेच मूर्ख, वेडा आहे, आणि अशा माणसाच्या चर्चासत्रात पैसे देऊन येणारी मी खरेच महामूर्ख आहे. मला आता हे चर्चासत्र सोडून जायचेच आहे.

मी समुद्राच्या दिशेने चालू लागले; पण माझी चाल अगदी मंद होती. माझी पावले अगदी जड झाली होती. मी जर आता इथून परत गेले तर माझे पंचवीस हजार डॉलर्स बुडणार. ही रक्कम काही लहान नाही. पण आत्ता या पहाटे मला जर माशासारखे पोहता आले तर...! छे! शक्य आहे का? कोणीतरी मला मदत केल्याशिवाय माशासारखे मला पोहता येणार आहे का? माझ्या डोक्यात उलटसुलट विचारांचा गोंधळ चालू होता. माझे पैसे बुडतील याची भीती वाटत होती का

बुडण्याची भीती वाटत होती, हे मी सांगू शकत नव्हते. म्हणजे या चर्चासत्राची फी जर दोनशे डॉलर्स असती, तर बॅग घेऊन काहीही विचार न करता मी सरळ घरी गेले असते. पण पंचवीस हजार डॉलर्स ही रक्कम फुकट वाया जाऊ द्यायला लहान थोडीच आहे! आणि तेसुद्धा लढा न देता का म्हणून वाया जाऊ द्यायची?

मी चालतच राहिले. पाणी माझ्या गुडघ्यापर्यंत पोहोचले. अजूनही चंद्रप्रकाश समुद्रावर चमचमत होता. लाटा फेसाळत होत्या आणि त्या प्रकाशात चमकत होत्या. मला त्या समुद्राच्या पाण्याचा खारट वास येत होता आणि पाण्याचे तुषार तोंडावर उडाल्यामुळे त्याची खारट चव समजत होती. माझ्या पायाला स्पर्शून काहीतरी गेले असे मला जाणवले. कदाचित एखादी प्लॅस्टिक पिशवी पायाखालून गेली असेल. मी जरा घाबरले. आधीच माझ्या मनाने घेतले होते की इथे, या महासागरात भरपूर भुकेले शार्क मासे असणार. शिवाय मनुष्यभक्षक मोठ्या मगरी, जेलीफिश, ऑक्टोपस, पाण्यातले साप आणि खेकडे इतके सगळे असतील, असे डोक्यात होते. सिनेमात पाहिलेली दृश्ये- जसे की, शार्क मासा माणसाला गिळंकृत करत आहे. ही दृश्ये माझ्या डोळ्यांसमोर पुन्हा उभी राहत होती. माणसे समुद्रात बुडाल्याच्या ज्या ज्या बातम्या मी ऐकल्या होत्या, त्या डोळ्यांसमोर नाचायला लागल्या. माझे फुगलेले शरीर तरंगत समुद्रकिनाऱ्यावर येत आहे, हे माझ्या डोळ्यांसमोर यायला लागले. हे सगळे माझ्या बाबतीत घडावे, अशी काही माझी इच्छा नव्हती; पण ती सगळी दृश्ये माझ्यासमोर नाचू लागली. उत्तम सराईत पोहणाऱ्यांची दृश्ये माझ्या डोळ्यांसमोर आत्ता का येत नव्हती? माझी भाची राष्ट्रीय पातळीवरची एक उत्तम पोहणारी होती. तिला तर पुरस्कार मिळाला होता त्याकरता. ते का या वेळी मला आठवत नाही? सुंदर डॉल्फिन आणि पाणघोडे, जे माणसांवर प्रेम करतात ते का डोळ्यांसमोर आले नाहीत? कासवे, स्टारफिश आणि सागरी जीवनावरची दूरदर्शनवर पाहिलेली अवर्णनीय, अप्रतिम दृश्ये का नाही डोळ्यांसमोर येत? एखादी सुसर असेल असे धरले तर लाखो समुद्र घोडे असतात. निसर्गात चांगल्या वागणाऱ्या निरुपद्रवी प्राण्याची संख्या ही मनुष्यभक्षक प्राण्यांपेक्षा जास्त आहे. मासा व्हायचे म्हणजे काय, तर आधी पाण्यात खोल जायचे. तोंड बंद करायचे, श्वास रोखून धरायचा, हात माश्यांच्या कल्ल्यांप्रमाणे हलवायचे आणि माशाच्या शेपटीप्रमाणे पाय हलवायचे. झाले, एवढे केले की मला पोहता येईल. मी पोहायला लागेन.

आता पाणी माझ्या छातीपर्यंत आले होते. लाटा माझ्या तोंडावर आपटत होत्या. डोळ्यांत खारे पाणी गेल्यामुळे डोळे चुरचुरायला लागले. मी तोंडातल्या त्या खाऱ्या पाण्याच्या चुळा समुद्रात टाकत होते. आता मी मनाशी निश्चय केला की धाडस दाखवून पोहण्याचा प्रयत्न करायचा. काही अंतरावर तीन डोकी पाण्यावर दिसली. मला पोहण्याच्या सगळ्या कृती लवकर करायला हव्या होत्या- वेळ न दवडता.

मी दीर्घ श्वास घेतला आणि समुद्राच्या तळाशी टेकलेले माझे पाय उचलले. माझा तोल गेला आणि मी पाण्यात पडले. मी हाताने पाण्याला धरायचा प्रयत्न केला. पण फक्त पाणी उडाले, दुसरे काहीच झाले नाही. घाबरून मी पाय टेकून परत उभी राहिले. असा खूप वेळा मी प्रयत्न केला; पण त्याचा काहीच उपयोग होत नव्हता. माझे प्रयत्न फुकट जात होते. मला एकदम एकाकी आहे असे जाणवले. मला घरी जावेसे वाटले. 'माशासारखी पोह' ही कूर्टने सांगितलेली युक्ती काहीच उपयोगाची नव्हती. मी किनाऱ्यावर परतायचे ठरवले. परत एकदा प्रयत्न करून पाहा, असे मी माझ्या मनाला कठोरपणे बजावले. परत एकदा दीर्घ श्वास घेतला आणि महत्प्रयासाने पोहायचा प्रयत्न केला. माझे हात ठरवून पाण्याच्या पृष्ठभागावर मारायला सुरुवात केली. लाटांचा जोर जास्त असल्यामुळे मी पुढे सरकले नाही. मात्र मी पाण्यावर तरंगत होते. लाटा मला किनाऱ्याकडे ढकलत होत्या. हा माझा प्रयत्न काही अगदीच फसला नाही, असे पाण्यात उभे राहता राहता माझ्या डोक्यात आले. लांब अंतरावरून एक लाट माझ्या दिशेने येत आहे, असे मला दिसले. मला आता त्या लाटेच्या दिशेने निम्मे अंतर कापायला पाहिजे, नाही तर ती लाट मला परत किनाऱ्यापर्यंत ढकलून जाईल, असे माझ्या मनात आले, म्हणून मी दीर्घ श्वास घेऊन पाण्यात जोरात पोहायचा प्रयत्न केला. मी हातपाय जोरजोरात पाण्यात मारू लागले. डोळे बंद ठेवले आणि श्वास रोखून ठेवला. लाटेच्या विरुद्ध दिशेने पोहण्याचा प्रयत्न केला. मी काही फूट पुढे सरकले होते. मी डोके वर करून डोळे उघडले तेव्हा एक प्रचंड लाट माझ्या दिशेने झेपावत आहे, असे मला दिसले. मला काही कळायच्या आत ती माझ्यावर येऊन आदळली. तिने मला पार पाण्याखाली बुडवले. मी खूप घाबरले. धापा टाकायला लागले. त्यामुळे पाणी पोटात गेले. पाणी, नाकातोंडात गेले. मी पाण्याचा नियम मोडला होता. त्यामुळे ही शिक्षा मला मिळणारच होती. मला किनाऱ्याकडे ढकलायच्या ऐवजी पाणी मला समुद्रात आत-आत ओढून नेत होते. माझ्या फुफ्फुसात पाणी गेलेले होते. तोंड उघडे होते. मला वाटले की मी आता मरणार. अजूनही अंधार होता. मी गायब झाले आहे हे कोणालाही कळायच्या आत माझा मृत्यू होईल. आता माझी भीती खरी ठरली होती.

आपल्या जवळपास कोणीतरी आहे असे मला जाणवले. त्या व्यक्तीने एका हाताने मला पकडले आणि पाण्याच्या वर ढकलले. माझा चेहरा पाण्यावर आला. माझे धापा टाकणे चालू होते. खोकणे चालू होते. त्याच वेळेला उलटी पण झाली. कूर्ट... हो, तो कूर्ट होता. त्याने मला घट्ट धरले आणि लाटा कापत तो निघाला. त्या वेळी माझे डोके सतत पाण्याच्या वर राहील ही काळजी त्याने घेतली होती. मी जवळजवळ तीस फूट लांब समुद्रात लाटांच्या बरोबर आत वाहत गेले होते.

ज्याला पोहता येत नाही, त्याच्याकरता हे अंतर फार होते. एका मिनिटातच मी माझ्या पायांवर वाळूत उभी राहिले. मी चालायचा प्रयत्न करत होते. कूर्टने अजूनही मला पकडलेले होते. मी ढेकरा देत होते. खाली वाकले होते. त्याने मला वाळूवर झोपवले. "तू पोटावर झोप," असं तो म्हणाला. त्याने हाताने मला पालथे व्हायला मदत केली. माझ्या पाठीवर जोरजोरात बुक्क्या मारल्या. जिथे छाती आहे तिथे. माझ्या तोंडातून प्रचंड पाणी बाहेर यायला लागते. त्या वेळी तोंडातून प्रचंड, वेडावाकडा आवाज येत होता. माझ्या मनगटाभोवती एक घट्ट पट्टी वेनीने त्याच वेळेला बांधली होती. मला वाईट वाटले की, ती माझा रक्तदाब मोजते आहे. कूर्टच्या हातात स्टेथोस्कोप होता. तो वाकून माझ्या खोकल्याच्या मधल्या वेळेत माझ्या हृदयाची स्पंदने मोजत होता.

मी खरे तर समुद्राच्या पाण्याखाली काही मिनिटेच होते, तरीही प्रथमोपचाराचा संपूर्ण संच माझ्या उपचारासाठी तिथे हजर होता.

माझ्या सबंध अंगाला रेती लागलेली होती. त्यामुळे मी फार बेचैन होते. माझी फुप्फुसे दुखत होती. माझे डोळे चुरचुरत होते. माझे नाक हुळहुळे झाले होते. डोके फुटायची वेळ आली होती. कमजोर व्यक्तीला समुद्र माफ करत नाही. निसर्गात आणि जीवनात हाच नियम लागू होतो.

"समुद्रात असताना त्याच्या नियमाप्रमाणे वागले पाहिजे. माणसाच्या मनातली भीती जवळ बाळगून तुम्ही समुद्रात माशासारखे होऊ शकत नाही." कूर्ट कठोरपणे मला म्हणाला. तो माझ्या पापण्या हाताने विस्फारून डोळ्यांत बॅटरीचा झोत टाकून बघत होता.

मी खरेच आत्ता मेलेच असते. मला पोहता येत नसून मी पोहण्याची धडपड केली याचे कूर्टने कौतुक करायला हवे होते. जमीन सोडून पाण्यावर तरंगायच्या त्याच्या सूचनेप्रमाणे प्रयत्न करण्याकरता मला खूप धाडस गोळा करावे लागले. तो मात्र माझ्याशी कठोर शब्दांत बोलत होता. परत मला वाटले की, आपण घरी परतावे.

"तुझे लाड, कौतुक करायला माझ्याकडे अजिबात वेळ नाही. माझ्याकडे तुला सगळेच शिकवायला फक्त सात दिवसांचा अवधी आहे. जा, जरा विश्रांती घे." त्याने वेनीला माझ्याकडे लक्ष द्यायला सांगितले.

उमा आणि कार्लोस पाण्यातून चालत परत येत होते. त्या अंधारातसुद्धा आणि मला वेदना होत असताना उमा कशी खूश आहे, हे मला जाणवत होते. "सगळं ठीक आहे ना?" तिने मला विचारले. मी वाळूवर झोपलेली आहे हे पाहून इतर

कोणी बोलायच्या आत ती बोलली आणि सरळ पुढे चालू लागली.

वेनीने मला उभे राहायला मदत केली. "आम्ही तासभर तुझ्यावर लक्ष ठेवू. रुग्णवाहिका इथं एवढ्यात येईल. तुला बरं वाटेल अशी मी आशा करते. नाहीतर या चर्चासत्रातून तुला मुक्त करावं लागेल." वेनी मृदू स्वरात म्हणाली.

"मी अगदी ठीक आहे." मी तिचा हात झटकून टाकत म्हणाले. खरेतर मला अजिबात बरे वाटत नव्हते. अजून काही तास तरी मला बरे वाटणार नाही, हे मला माहीत होते. अजूनही मी खोकत होते. माझी फुप्फुसे दुखत होती. त्या वेदनांवरून मला जाणवले की, तिथे रक्तस्राव होत असावा. मला या चर्चासत्रातून बाहेर मुक्त करणार असतील तर लढल्याशिवाय, मुकाट्याने मी इथून जाणार नाही.

वेनीने मला एका व्हिलापाशी नेले. कूर्टच्या व्हिलापासून पाच व्हिला सोडून तो व्हिला होता. त्या पाच व्हिलांमध्ये कूर्टचे पाच तोतया राहत होते. अतिशय सुंदर असे ते घरकुल होते. आत्ता मात्र मला अत्यंत वेदना होत होत्या. त्यामुळे त्यांचे सौंदर्य आणि आजूबाजूचा सुंदर निसर्ग याचे मला कौतुक वाटत नव्हते. माझे कपडे पूर्ण ओले होते. त्याला वाळू चिकटलेली होती. माझे बूट संपूर्ण भिजलेले होते. त्यामुळे लाकडी तक्तपोशीवर बुटांमुळे पाणी ओघळले होते. बॅग घेऊन एक जण आमच्या मागे आला. "हे तुझे कपडे आणि लागणाऱ्या वस्तू- तुला लहान मापाचे कपडे बरोबर बसतील असे मला वाटले." वेनी म्हणाली.

"तुला कपडे बदलायला मी मदत करू का? का तुझं तुला करता येईल?" वेनीने काळजी दाखवत विचारले.

मी एकदम घाईत तिला म्हटले, "मी अगदी ठीक आहे." मी बॅग उघडली. एक काळी ट्रॅक पँट आणि काळा टी-शर्ट त्यातून काढला. मी धडपडत बाथरूमपर्यंत कशीतरी तोल सावरत गेले. मी भयानक दिसत होते. माझे केस एखाद्या ओल्या पोचासारखे झाले होते. माझी त्वचा फिकुटलेली, मलूल दिसत होती. माझ्या अंगात अजिबात त्राण नव्हते; पण मी शॉवरखाली अंघोळ करायची ठरवली.

काय प्रकारच्या चर्चासत्रात मी आले आहे असे मला वाटले. इथे शिकवणे असे काहीच नव्हते. तो माणूस अगदीच कोत्या मनोवृत्तीचा आहे. त्याचे शिकवण्याचे मार्ग भयानक आणि कठोर आहेत. मी इथे आल्यापासून सगळा वेळ विक्षिप्तपणाने भरलेला होता. आठ लोकांना त्याने या चर्चासत्रात भाग घ्यायला अपात्र ठरवले होते; कारण काय, तर म्हणे त्यांची दुसऱ्यांना मदत करण्याची तयारी नव्हती आणि दुसऱ्याच्या सूचनांबरहुकूम वागायला ते तयार नव्हते. आता मात्र परत विचार

करताना हे पटते की, हे दोन गुण तुम्हाला स्वतःमध्ये बदल करायचा असेल तर अत्यावश्यक आहेत. याचा अर्थ, कूर्टचे या बाबतीतले वागणे योग्यच होते; पण मला पाण्यात ढकलण्याचे कारणच काय होते? काय आवश्यकता होती? मी मेले असते ना! आणि त्यामुळे माझे काय चांगले झाले असते? त्याच्या पदरात काय पडले असते? आणि जगाचा काय फायदा होता? ही त्याची चाल मात्र अगदी अनावश्यक होती. असे करण्याऐवजी त्याने आम्हाला मार्गदर्शन करायला हवे होते. आणि आम्हाला योग्य त्या सूचना द्यायला हव्या होत्या. त्या आधी उपदेशामृत तरी द्यायला हवे होते. खरेतर अशा पद्धतीचा सर्वसाधारण उपदेश बरेच लोक बऱ्याचदा सांगत असतात. मी अनेकदा अशा चर्चासत्रांना हजर राहिलेली आहे. तिथे पुष्कळ माहिती, आकडेवारी उपलब्ध असे. पण त्या माहितीचा आणि त्या वेळी दिलेल्या उदाहरणांचा माझ्यात बदल घडवून आणण्याकरता काहीही उपयोग झाला नाही. ऐकताना ते सगळे छान वाटते; पण त्या ऐकण्याचा परिणाम आपल्यात बदल घडवून आणण्याकरता पुरेसा नसतो. चर्चासत्र आणि तिथला प्रशिक्षक या दोन्हींचा लगेच विसर पडायचा. पण कूर्टचे तसे नव्हते. तो नेहमीच्या पद्धतीने शिकवत नव्हता. मला उपदेश न देता तो मला स्वतःच्या अनुभवातून शिकायला मुभा देत होता.

मी बाथरूममध्ये शॉवरखाली उभी राहिले. शॉवर सुरू केला. पाणी छान गरम होते. मी अंगावरची वाळू आणि क्षार धुवून टाकायला लागले.

माझा माझ्यावर विश्वासच बसेना की, मी शॉवरखाली उभी राहिल्याबरोबर माझे मलाच खूप बरे वाटायला लागले. खरे तर या पाण्यानेच थोड्या वेळापूर्वी मी बुडत होते, तेच पाणी मला बरे व्हायला मदत करत होते. आपल्या या पृथ्वीतलावर पाणी हा अत्यावश्यक घटक आहे. जीवनाचा तो अविभाज्य भाग आहे. जीवसृष्टी ही पृथ्वीप्रमाणेच तयार झालेली आहे. पृथ्वीवर सत्तर टक्के पाणी आहे, तसेच आपल्या शरीरात सत्तर टक्के पाणी आहे. बाहेर आपण हवेच्या सागरात जगत असतो आणि आतमध्ये आपल्या शरीरातील पेशी पाण्याच्या तलावात जगत असतात. आपल्याला फक्त बाहेरचे जग कसे आहे हे माहीत आहे; पण शरीरात आपल्याला माहीत नसलेले ज्ञान पुरेपूर भरलेले आहे. आज ते जाणून घेण्याकरता माझ्या जमिनीवरच्या जगात मी त्याप्रमाणे वागणे योग्य नव्हते. मानव म्हणून जे ज्ञान मला माहीत आहे ते विसरायला हवे होते. माशासारखे जगायला ते आवश्यक होते. माझी भीती मी बाजूला ठेवायला हवी होती. मी मलाच विसरायला हवे होते. बंदिस्त, चाकोरीबद्ध आयुष्य जगणाऱ्या मला मी विसरणे भाग होते.

कूर्ट नेहमीप्रमाणे त्याच्या स्वभावानुसार वागत होता, तरी माझा मला अभिमान वाटला की येत नसूनसुद्धा मी पाण्यात उतरून पोहण्याचा प्रयत्न केला. काही अंतर

मी पोहू शकले. ते निःसंशय प्रशंसनीय होते. मी लाटेच्या तडाख्यात सापडले खरी; पण मी ते विसरून जायला हवे होते. मी सागराला कवटाळायला हवे होते. मी जेव्हा तेवीस वर्षांची असताना पहिले चर्चासत्र भरवले, ते मला आठवले. माझे नातेवाईक आणि मित्र यांचे तेव्हा असे मत होते की, चर्चासत्र घ्यायला मी अजून फार लहान आहे. माझ्या ज्या काकांचा मी सल्ला नेहमी घेत असे, त्यांनी मला सुचवले की, प्रथम तू एखादी चांगली नोकरी मिळव. काही वर्षं दुसऱ्याबरोबर काम करून प्रशिक्षण घे, म्हणजे तुझे नाव होईल. स्वतःच्या जबाबदारीवर तू काम करू शकशील अशी खात्री लोकांना वाटेल. मग तुझा अनुभव मोलाचा ठरेल. त्या काकांना असे वाटले की, मला अनुभव नाही. आहे तोही पुरेसा नाही. पण त्यांना हे माहीत नव्हते की, खुल्या समुद्रात उडी मारण्याचे धाडस माझ्यात आहे. एखाद्या सुरक्षित विहिरीत किंवा तलावात तुम्ही पोहू शकता, यात काहीच नवल नाही; पण जेव्हा रत्नाकरात तुम्ही पोहायला जाता, तेव्हा तुमचे क्षितिज विस्तारलेले असते. सर्व मर्यादा गळून पडलेल्या असतात. सागर हे खरे विश्व आहे. तलाव हे मूर्खांचे नंदनवन आहे. मी या व्यवसायात माझी कारकीर्द वयाच्या तेविसाव्या वर्षी सुरू केली आणि काकांचे बरोबर होते. मला कोणी गंभीरपणे घेतले नाही. मी सुरुवातीला सपशेल आपटले. आत्ता जसे लाटेमुळे मी समुद्राच्या तळाशी गेले, तशी मी त्या वेळी माझ्या कारकिर्दीत सपशेल आपटले होते. त्याच वेळी माझ्या इतर मैत्रिणी, ज्यांनी सुरक्षित कार्यक्षेत्र निवडले होते, त्यांचे आयुष्य सुरळीत चालू होते. चांगली नोकरी, खात्रीलायक नियमित उत्पन्न, चांगला दयाळू वरिष्ठ, ठराविक ठिकाणी नोकरीला पोहोचणे. उलट मी मात्र त्या भर समुद्रात लाटांवर गटांगळ्या खात होते. त्या वेळी माझ्या निवडीच्या कार्यक्षेत्रात मात्र खूपच अनिश्चितता होती. काही उत्पन्न नाही. घरातल्या, ओळखीच्या लोकांकडे वाटेल तो सल्ला मिळायचा, ऐकावा लागायचा. सतत मला अभ्यास करावा लागायचा. सतत मी आपली शून्यावर येऊन ठेपायची. आपल्याला काही जमणार नाही, आपण अपयशी ठरणार, आपले दिवाळे वाजेल, ही भीती सारखी भेडसावयाची. पण जेव्हा जेव्हा मी अपयशी झाले, त्या त्या वेळी मी नवीन धडा शिकले आणि परत ताठ उभी राहिले. त्या वर्षाअखेर मी देशातील सर्वांत तरुण, प्रेरणा देणारी अशी प्रशिक्षक म्हणून प्रसिद्ध झाले. एक वर्ष या धडपडीत, गटांगळ्या खाण्यात गेले, पण नंतर मी यशस्वी पोहणारी ठरले. जशी मी पोहायला शिकले त्या वेळी किनाऱ्यापासून खूप दूरवर पोहोचले होते; पण माझे मित्रमैत्रिणी तिथे पोहोचण्याचे स्वप्नदेखील पाहू शकत नव्हते. वयाची वीस वर्षे आईच्या सुरक्षित पंखांखाली राहिल्यावर तुम्ही टर्की पक्ष्यासारखे होता. गरुड होण्यासाठी तुम्हाला कड्यावरून कोणीतरी ढकलून दिले पाहिजे, तरच तुम्ही आकाशात उंच भरारी घेऊ शकता. या पक्ष्याचे लहान पिल्लू जेव्हा उडायला

शिकते, तेव्हा गरुड पक्षीण त्याला घरट्याबाहेर ढकलून देते. या पक्ष्यांची घरटी बहुतेक वेळा अगदी उंच ठिकाणी, सुळक्यावर, कड्यावर असतात. गरुडाच्या या छोट्या पिल्लांना झाडावरची घरटी नसतात. इतर पक्ष्यांच्या पिल्लांना फक्त झाडांवरून खाली ढकलले जाते, त्यांच्यासारखी गरुडाची पिल्ले सुदैवी नसतात. त्यांच्या बाबतीत उडा, नाहीतर पडून मरा हे दोनच मार्ग समोर असतात.

कूर्ट रिंक हा गरुड पक्ष्यासारखा होता. त्याने उंच कड्यावर असलेल्या त्याच्या घरट्यात आम्हाला नेले. एकेक करून तो आम्हाला घरट्याबाहेर फेकून देणार होता; कारण गरुड पक्षी कसं उडायचं हे शिकत बसत नाहीत, ते उडू शकतील अशीच त्यांची शरीररचना देवाने केलेली असते.

शॉवर घेतल्यामुळे मी जरा ताजीतवानी झाले. मला थोडे बरे वाटले. माझा खोकला थांबला; पण डोके आणि छाती अजूनही दुखत होती. मी मनाशी म्हटले, 'थांबेल हे दुखणे,' आरशात मी माझ्या प्रतिबिंबाकडे पाहत मनात म्हटले- काळी जीन्स आणि काळा टी-शर्ट मला अगदी छान बसला होता. माझे नाव त्याच्यावर मागच्या बाजूला छापलेले होते. मला ती कल्पना आवडली. वेनी बाहेर बसून माझ्यावर लक्ष ठेवत होती.

"मी थोडा चहा केला आहे तुझ्याकरता, तो घे. तुला बरं वाटेल." वेनी म्हणाली, "पण काही खाऊ मात्र नकोस."

आता उजाडले होते. आकाश निळेशार दिसत होते. सकाळचे सहा वाजून बत्तीस मिनिटे झाली होती. सूर्योदय कोणत्याही क्षणी होईल. या भागात जिथे मी आहे तिथे सूर्याचा शुभ्र प्रकाश पडेल आणि जगाची दुसरी बाजू चंद्रामार्फत उजळून जाईल. सूर्याला चोवीस तास काम करावे लागते. पृथ्वी फिरून दुसऱ्या बाजूला वळली तरी सूर्याचे प्रकाश द्यावयाचे काम चालूच असते. सूर्य कधी लोकांच्या वाहवाची किंवा आभारप्रदर्शनाची वाट पाहत नाही. लोकांना चंद्र प्रणयरम्य वाटतो, पण सूर्य जर संतापला तर काय होईल याची कल्पना करा. सूर्य समजा एकाजागी माझ्यासारखा रुसून बसला आणि आपल्या कामाची कोणी दखल घेत नाही हे पाहून तिथून माझ्यासारखा निघून गेला, तर काय होईल? सूर्याचे अस्तित्व जर नाहीसे झाले, तर या पृथ्वीतलावर जीवसृष्टी उरणार नाही. आपण आपल्या छोट्या जगतात सूर्यासारखे काम करत असतो; पण हे आपल्याला कधीच दिसत नाही, समजत नाही. आपल्या कामाची कोणीतरी दखल घ्यावी, प्रशंसा करावी, शाबासकी द्यावी, या अपेक्षेने काम करायला लागलात, तर तुम्ही सर्वनाशाची बीजे आपल्यात आणि आपल्या सभोवतालच्या जगात रोवू लागाल. आपण आपले काम करत राहायचे, हाच

या विश्वाचा नियम आहे. त्या कामाचे श्रेय कोणाला मिळते, कोणाचा उदोउदो होतो आहे, हा महत्त्वाचा विषय नाही. मुख्य मुद्दा हा आहे, जे तुम्हाला करावयाचे होते ते कर्तव्य तुम्ही प्रामाणिकपणे केले का? ते चांगल्या तऱ्हेने पार पाडलेत की नाही?

"तू थोडी विश्रांती घेऊ शकतेस. तू पूर्ण बरी होईस्तोवर मी तुझ्याबरोबर सोबत आहे. जायची वेळ झाल्यावर आम्ही तुला उठवू." वेनी म्हणाली.

"कुठे जायचे आहे?" मी एकदम उत्साहानेच तिला विचारले. मला माहीत होते की मी काहीही प्रश्न विचारणे इथे अपेक्षित नाही. पण मला वाटते, हा नियम फक्त कूर्टच्या बाबतीत लागू आहे.

"तुला दूरवर एक विमानप्रवास करायचा आहे, म्हणून तू विश्रांती घेणे गरजेचे आहे असे मला वाटते. पुढचे सहा दिवस तुला आजारी पडून चालणार नाही." वेनी फोनवरचा एक नंबर फिरवत बोलण्यात दंग असताना म्हणाली.

"मला विमानानं जायचं आहे? कुठं? मला वाटलं, आजचं चर्चासत्र पूर्ण झाल्यावर घरी जायचं आहे मला. मी काय परदेशात निघाले की काय? माझ्याजवळ प्रवासाची काहीच तयारी नाही." उगीच आपले कोणीतरी मला काहीतरीच सांगते आहे. मी परत निराशेच्या गर्तेत गेले.

मी अंथरुणावर पडले. आता विश्रांती मिळणे कठीण दिसतेय असे मला जाणवले. या चर्चासत्रात भाग घेण्याचे मी ठरवल्यापासून मला फक्त एकच गोष्ट माहीत होती की हे चर्चासत्र म्हणजे अनिश्चितता. आता हेही समजले की, रूढ अर्थाने हे खरे चर्चासत्र नाहीच आहे. पुढे काय घडणार आहे हे मला काहीच माहीत नव्हते. इथे काय चालले आहे याचीही मला कल्पना नीटशी नव्हती. मला चर्चासत्राबद्दल आणि तेथील प्रशिक्षण पद्धतीबद्दल जे जे माहीत होते, त्या सगळ्याला इथे धक्का पोहोचलेला होता. पुढच्या क्षणाला इथे काय होणार आहे याचीही मला सुतराम कल्पना नव्हती. इतकी अनिश्चितता असेल तर एखादा खरेच मरून जाईल. पुढच्या क्षणाला काय होणार आहे हे माहीत नसलेले जीवन जर तुमच्या वाट्याला आले, तर काय होईल याची कल्पना करा. एकतर तुम्ही सतत जागृत आणि दक्ष राहाल किंवा ही अनिश्चितता तुम्हाला मारून टाकेल.

आणि पुढच्याच क्षणाला एखादी वीज लखकन चमकावी तसा माझ्या डोक्यात उजेड पडला की, मला हेच तर हवे होते. हीच तर माझ्या आयुष्यात उणीव होती. एखादे साहस करण्याचे अंगात संचारणे, त्यातला थरार, भीतियुक्त उत्सुकता, सगळी घाईगर्दी. नावीन्याचा शोध, जीवनाचा खरा अर्थ यातून सापडणे. आत्तापर्यंत माझा रोजचा दिवस आधीच्या दिवसाप्रमाणे रटाळ आणि तोचतोपणा असलेला

असायचा. आजच्याइतकेच उद्या काय घडणार हे ठरलेलेच असायचे. खरे तर त्या वेळी आजचा दिवस कालच्यासारखाच असायचा. रोजच माझा जीवनक्रम ठरलेला तोच असायचा. तेच विचार डोक्यात, त्याच भावना मनात. दिवसामागून दिवस, प्रत्येक दिवस असाच जायचा. मला त्यातूनच तर बदल हवा होता. कोणताही बदल जीवनात अनिश्चितता आणतो. कूर्ट रिंक हा अनिश्चिततेचे मूर्तिमंत रूप होता.

वेनीचा फोन अजूनही चालूच होता. माझे डोके दुखत होते. डोळे जड झाले होते. जेव्हा निघायची वेळ येईल तेव्हा घरी फोन करून मी घरी कळवेन. मी तिथे पोहोचल्यावर मला समजेल की काय चालले आहे. आत्ता तरी मी सुरक्षित आहे याची मला खात्री होती आणि मी जिवंत आहे यात मी खूश होते. या काही तासांत माझ्यात थोडी प्रगल्भता आली आहे, याबद्दल मी कृतज्ञ होते. माझी मी शिकले याचा मला परमानंद झाला. मी आश्चर्यचकित झाले की, माझी मी शिकले. कोणी मला काहीही सांगितले नव्हते. तरीदेखील मी थोडी प्रगल्भ झाले होते. मला माहीत आहे की, मी चांगलीच आहे. कूर्टच्या चर्चासत्रात मी भाग घेतल्यामुळे माझ्यात हवा तो बदल होत जाईल याची मला आता आशा वाटायला लागली. मी उंच भरारी आणि आकशाला गवसणी घालेन. मला माहीत आहे की कूर्ट फक्त मला उंच कड्यावरून ढकलून देणार आहे. जर त्याला खात्री पटली की मी आकाशात उंच भरारी मारू शकले, तरच तो मला कड्यावरून ढकलून देईल. मी मला स्वतःला भोवतालच्या जगापासून मिटून घेतले आणि माझ्यातल्या भाबडेपणामुळे माझे जे नुकसान झाले होते, ते भरून काढायचा प्रयत्न माझे शरीर करू लागले. बाहेरच्या जगाच्या दृष्टीने मी गाढ झोपलेली आहे; परंतु माझे शरीर आणि मन आतमध्ये वेगाने कामाला लागले आहे.

मी या चाचणीमध्ये उत्तीर्ण झाले होते.

◆

'मी'पणाचा लोप

मला अजून गाढ झोप लागली नव्हती. माझ्या अंथरुणावर लोळत होते. मी आत्ता कुठे आहे याची मला जाणीव होती; पण अजून झोप मात्र लागली नव्हती. कूर्टचा आवाज अजूनही माझ्या कानांत घुमत होता. अर्धवट झोपेतसुद्धा तो जणू माझ्या जवळपास वावरत आहे, असा भास मला होत होता. वेनी त्याला सांगत होती की मला वैद्यकीय मदत आवश्यक आहे. कूर्ट माझ्याजवळ येऊन बसला त्या वेळी तो जे बोलला ते मला ऐकू येत होते. "ती मनाने चांगली कणखर आहे. ती हे चर्चासत्र अर्धवट सोडून जाणार नाही. तिनं तसं करावं अशी माझी इच्छा नाही. या चर्चासत्राचा बराच पल्ला तिला गाठायचा आहे." मी जागी आहे हे त्याला सांगावे, की झोपेचं सोंग करून आणखी थोडा वेळ पडून राहावे, या संभ्रमात मी होते. प्रतिक्षिप्त क्रियेमुळे मी माझे डोळे उघडले. कूर्ट माझ्या कॉटवर शेजारी बसलेला होता. मला जसे वाटले तसाच तो बसलेला होता. मी घातला होता तसाच काळ्या रंगाचा टी-शर्ट त्याने घातलेला होता. त्याच्या श्वासाला कॉफीचा वास येत होता.

कूर्टने एक फॉर्म टेबलावर ठेवला. त्या वेळी मी हाताने माझे केस सारखे करत होते. कूर्ट म्हणाला, "जर चर्चासत्रात तुझ्याबाबतीत काही घडलं, तुला काही झालं, तर त्याला तू स्वत: जबाबदार आहेस असं या फॉर्ममध्ये लिहिलेलं आहे."

कूर्ट अतिशय कोरडेपणाने हे बोलला. म्हणजे जर मी मेले तरी त्याला मीच जबाबदार आहे, इतर कोणीही नाही. माझा आतला आवाज सांगत होता की कूर्ट म्हणतो ते खरेच आहे. कूर्ट आत्ता जे बरळला, ते बरोबर आहे हे मला कसे पटले याचे मला नवलच वाटत होते. डॉक्टर हा काही खूनसत्र करणारा नसतो. रोग्याने आपल्या शरीराकडे दुर्लक्ष करून किंवा शरीराशी खेळ करून जो बिघाड शरीरात निर्माण केला आहे तो बिघाड, तो आजार डॉक्टर मनापासून बरा करण्याचा प्रयत्न करत असतो. मग जर डॉक्टरला यश आले नाही तर त्याला दोष कसा देता येईल?

रोगी स्वतःच्या बेजबाबदार वर्तनामुळे मरणारच होता. त्याला तो स्वतःच जबाबदार असतो. निदान डॉक्टरांनी हस्तक्षेप केल्यामुळे रोग्याला आशेचा किरण दिसू लागतो. मी सागरात खरेचंच सर्वनाशाकडे चाललेली होते. कूर्ट फक्त मला त्या संकटात मदत करण्याचा प्रयत्न करत होता. त्यामुळे इथून पुढे जर माझ्यावर या चर्चासत्रात संकट आले किंवा माझी तब्येत बिघडली, अपघात झाला तर त्याला कूर्ट मुळीच जबाबदार नाही, हे तर्कसंगतच आहे.

"तो फॉर्म वाच आणि त्यावर सही कर. दोन फॉर्म आहेत. एक तुझ्याकरता आणि एक आमच्याकरता." हा माणूस खरेच किती कठोर आणि कोत्या मनोवृत्तीचा आहे! त्याने माझ्या प्रकृतीसंबंधी साधी विचारणादेखील केली नाही. मला कशाची गरज आहे का किंवा मला काही दुखते आहे का, वेदना होत आहेत का असे साधे विचारलेसुद्धा नाही. पण मनात आले, त्याने आपल्याला असे विचारायला हवे होते का खरेच? त्याने वेनीला माझ्याकडे लक्ष द्यायला सांगितले नव्हते का? ती पूर्ण वेळ माझ्या खोलीत बसलेली होती. मी जितका वेळ झोपलेली होते, तितका वेळ ती तिथेच होती. खरे तर मला वाटते, तिला आणखी कामे नक्कीच असणार; पण ती माझ्या सेवेला थांबली होती. बहुधा हे तिचे कर्तव्य नसणार. यावरून कूर्टला माझ्याबद्दल काळजी होती, हे जाणवले की! पण नाही! त्याच्या तोंडून माझ्याविषयीची काळजी व्यक्त झालेली मला ऐकायची होती. त्याचे प्रेम, त्याची काळजी ही मला अपेक्षित होती, तशी त्याने व्यक्त करायला हवी होती. माझी तशी इच्छा होती. अशा अपेक्षा मी लोकांकडून करते आणि प्रत्येक वेळी माझ्या पदरी निराशा पडते. लोक त्यांच्या वागण्यातून माझ्याबद्दल प्रेम आणि आपुलकी दाखवत होते; पण ते मला कधीच जाणवले नाही. मला जे अपेक्षित होते, तसे तो बोलला नाही म्हणून मी असा निष्कर्ष काढून मोकळी झाले की त्याला माझ्याबद्दल आपुलकी वाटत नाही; पण आत्ता मात्र त्याच्या कृतीवरून, वागण्यावरून मला काहीतरी बोध झाला आहे. अरे बाबा, कालची मी आज तशीच राहिले नाही. माझ्यात बदल व्हायला लागला आहे. हे विचार मी करू शकते आता. हा काही साधासुधा बदल माझ्यात झालेला नाही. वा! मी तर म्हणे एका चर्चासत्रात भाग घेते आहे ना! पण गंमत म्हणजे मीच या चर्चासत्रात माझी प्रशिक्षक आहे. कूर्टचे अस्तित्व हे इथे खरे तर नावापुरतेच आहे. प्रसंगवशात आहे. मला या चर्चासत्रात चाललेला हा नावीन्यपूर्ण खेळ एकदम आवडायला लागला.

हातातील एक फाईल दाखवत कूर्ट म्हणाला, "यामध्ये तुझा जगण्याचा परवाना आहे."

"जगण्याचा परवाना!" मी मोठ्याने म्हणाले.

"या चर्चासत्राच्या काळात तुला हा शिकावू परवाना दिलेला आहे. तू जर इथल्या चाचणीत उत्तीर्ण (पास) झालीस, चांगलं शिकलीस तर तुला जगण्याचा कायमचा परवाना दिला जाईल. या परवान्यात असं लिहिलेलं आहे की तू स्वतःच्या जीवनाची एक जबाबदार अशी सारथी आहेस. एवढंच नाही, तर तुझ्याबरोबर असलेले इतर लोकसुद्धा सुरक्षित असतील, असंही त्यात म्हटलं आहे."

हे ऐकून मी पूर्णपणे गोंधळले. कूर्ट म्हणे मला जगण्याचा परवाना बहाल करणार होता. ज्याप्रमाणे गाडी चालवण्याचा परवाना दिला जातो, तसाच तो मला माझ्याच जगण्याचा परवाना देणार होता. हा सगळा खेळ गमतीचा व्हायला लागला होता आणि त्यात भाग घ्यायला मी प्रचंड उत्सुक झाले होते.

कूर्टने अजून एक फाईल मला दाखवली आणि म्हणाला, "ही तुमच्या चर्चासत्राची कागदपत्रं." एक सुंदर कातडी बांधणीची काळी फाईल होती ती. त्याच्यावर सोनेरी अक्षरांत 'माझा जगण्याचा परवाना' असे कोरलेले होते. "झोपायच्या आधी रोज या फाइलीत दिवसभराची दिनचर्या नोंद करायची. सात दिवसांनंतर ही फाईल सादर करायची. त्या वेळी तुमचं मूल्यमापन केलं जाईल. त्या वेळी तुम्ही उत्तीर्ण झालात की नापास झालात हे या फाईलवरून ठरवले जाईल." ती फाईल टेबलावर ठेवत तो म्हणाला.

"दोन तासांनी तू विमानतळावर जायला निघशील. वेनी तुमच्या सगळ्यांसोबत असेल. तुझं तिकीट, पासपोर्ट विमानतळावर मिळेल. योग्य वेळी तुला पुढील सूचना मिळतील. तुझा प्रवास सुखाचा होवो. सात दिवसांनंतर आपण भेटू या." कूर्ट उठून उभा राहत म्हणाला. त्याच्या निळ्या डोळ्यांत आता थोडा मवाळपणा दिसत होता. माझा हात त्याने आपल्या हातात घेतला. आदल्या दिवशी संध्याकाळी समुद्रकिनारी ज्या पद्धतीने माझा हात हातात घेतला होता, तसाच आत्ता घेतला. तो म्हणाला, "तू कणखर आहेस. खूप मोठा पल्ला तू आयुष्यात गाठशील. मी ते बघणं महत्त्वाचं नाही. तुला स्वतःला हे जाणवलं पाहिजे की आपण खूप मोठा टप्पा गाठू शकतो. त्यामुळे नक्कीच तुझ्या जीवनात फार मोठा फरक पडेल."

मी काही बोलायच्या आधीच तो वळून वेनीला बरोबर घेऊन बाहेर पडला. त्याच्या या सांगण्यावर कोणती प्रतिक्रिया द्यावी, काय बोलावे हे मला माहीत होतेच असे नाही.

कूर्ट जे बोलला ते ऐकून मी कोड्यातच पडले. त्याने खरे तर मला चर्चासत्रात दाखल करून घेतले होते आणि आता तो म्हणतो आहे की आपण सात दिवसांनी भेटू. हे खरेच विक्षिप्तपणाचे वाटत होते. त्या सात दिवसांत त्याच्या गैरहजेरीत

आम्ही काय करावे अशी त्याची अपेक्षा आहे? आम्हाला कोण शिकवणार? कोण मार्गदर्शन करणार? मग त्याने कशासाठी आमच्याकडून हे पंचवीस हजार डॉलर्स घेतले आहेत? मी कुठे जाणार आहे? मी तर आत्ता बुडून मरणारच होते. मला वाद घालावासा वाटत होता, जोरात भांडावे असे वाटत होते; पण माझ्या अंगात त्याकरता अजिबात त्राण नव्हते.

मी उठून बसले. आता खूप बरे वाटते आहे याचे खरे तर मला खूप आश्चर्य वाटत होते. माझी बुद्धी, मेंदू काम करत होता. माझ्या शरीरात जान आली होती. कारण पुढे काय घडणार आहे याबद्दल सगळे गूढच होते. जसे काही मी एखाद्या थरारक सिनेमाचे महागडे तिकीट काढले आहे, असे मला वाटत होते. फरक फक्त एवढाच होता की, हा सिनेमा नव्हता, तर सत्य होते आणि सिनेमाचे कथानक जसे माहीत नसते, तसे इथे पुढे काय घडणार आहे, हे मला माहीत नव्हते. पुढच्या टप्प्यावर पोहोचल्यावरच मला समजणार होते की, आता काय घडणार आहे.

मी त्या काळ्या फाईलमधला फॉर्म काढला. नेहमीचाच जबाबदारी झटकणारा तो फॉर्म होता. मी स्वतः जेव्हा चर्चासत्र भरवते तेव्हा जसा मी फॉर्म वापरते, तसाच हा फॉर्म होता. काही वेळा आलेले प्रशिक्षणार्थी बेजबाबदारीने वागतात आणि काही वेळा विपरीत घडू शकते म्हणून कायदेशीर मार्गाने योग्य ती सुरक्षा घेणे आवश्यक असते.

त्या फॉर्ममध्ये पुढीलप्रमाणे मजकूर होता –

"जे काही घडेल त्याला मी कारणीभूत आहे. माझ्या आयुष्यात सकारात्मक किंवा नकारात्मक जे जे घडते, ते माझ्यामुळेच घडते. माझ्या मनात, माझ्या आजूबाजूला किंवा माझ्या विश्वात जे काही घडते त्याला मी जबाबदार आहे. मी ज्याप्रमाणे विचार करते, मी ज्याची ज्याची निवड करते आणि मी जे काम करते त्याच्याशी या सर्व गोष्टींचा संबंध जोडता येतो. मी कोण आहे, मी कशी घडले आहे, मी काय करते आहे याला दुसरे कोणीही किंवा दुसरी कोणतीही गोष्ट जबाबदार नाही. माझ्यापासून त्याची सुरुवात होते आणि माझ्यापाशीच ते संपते. माझे जे जीवन आहे, जग आहे त्याची जबाबदारी माझी मीच घेईन, तेव्हाच मी माझ्यात योग्य तो बदल घडवू शकेन.

सही : प्रिया कुमार

दिनांक: १० जानेवारी २००५

आता या माणसाशी काय वाद घालणार? पहिली गोष्ट, इथे माझ्यासमोर आत्ता वाद घालायला आहे कोण? ज्या माणसाने हा फॉर्म तयार केला, लिहिला- तो समोर आहे कुठे? मला प्रश्न विचारायची परवानगी नव्हती मग वादविवाद घालणे दूरच राहिले. मी जर काही विचारले तर मी सूचनाबरहुकूम वागत नाही, असा दोषारोप होऊ शकतो. मला हे मान्य करण्यावाचून गत्यंतर नव्हते. खरे तर माझा अहंभाव बचावात्मक खेळी करत होता, त्या पवित्र्यात होता. असे जरी असले तरी त्याने त्या फॉर्मवर लिहिलेला प्रत्येक शब्द मला पटत होता. मी जे आयुष्य जगत होते ते मीच निर्माण केलेले होते. जेव्हा हे मी मान्य करेन, तेव्हाच माझ्यात खरा बदल होईल. मी पेन घेतले आणि त्यावर सही केली.

माझा फोन वाजला. माझी आई बोलत होती. मला वाटले, एकामागून एक अनेक तक्रारींची मालिका आता ती माझ्यापुढे वाचेल. तिच्याशी बोलायच्या आधी मी दीर्घ श्वास घेतला. काही वेळा आपल्या आईशी बोलणे हेदेखील भर समुद्रात पोहण्याइतके अवघड वाटते. आपल्या मनात जे काल्पनिक शार्क असतात त्यांचे आईच्या मनातल्या शार्कबरोबर युद्ध चालू असते.

या सात दिवसांच्या चर्चासत्राबद्दल आईला माहिती देणे, हे मला वाटले त्यापेक्षा प्रत्यक्षात खूप सोपे गेले. खरेतर तिने मला कायम पाठिंबा दिलेला आहे. तिचे बोलणे जरी कटू असले तरी तिची कृती मात्र आईप्रमाणेच वात्सल्यपूर्ण असायची. मी आता कूर्टला जशी ओळखू लागले होत, तशीच आईलासुद्धा आता नव्यानेच ओळखू लागले.

वेनी माझ्या खोलीत आली. "एक तासात आपण निघायचे आहे. तुझी बॅग आधीच विमानतळावर पोहोचलेली आहे. मी विमानतळावर हॉलमध्ये तुला भेटते." यावर मी काही बोलायच्या आत ती नाहीशी झाली.

माझी बॅग, सामान कुठून येणार होते? मी तर घरून येताना एकही बॅग आणली नव्हती. मी डोक्याला हातच लावला. निराशेने मला माझे केस उपटावे असे वाटले.

शरण जा- मी मलाच बजावले. काहीही करायच्या आधी त्याच्याबद्दल सर्व काही माहिती असलीच पाहिजे, ही जी तुझी मूर्खासारखी सवय आहे, ती सोडून दे. इथे तुझ्यापेक्षा जास्त बुद्धिमान व्यक्ती काम करत आहे. शरण जा आणि शिकायला तयार हो. भविष्यात काहीतरी भीतिदायकच वाढून ठेवलेले असेल असे नाही. आज हा कालचा भविष्यकाळ होता आणि आजचा भविष्यकाळ उद्या उजाडणार आहे. (उद्याचा दिवस हा आजचा भविष्यकाळ असेल.) एकेका दिवसाने भविष्यकाळ बदलत असतो. जर आज ठरवले की, शिकायचे आणि आपली उन्नती करून

घ्यायची आणि उद्यासुद्धा हाच नियम पाळायचे वचन मी स्वतःलाच दिले आणि हे वचन उरलेले आयुष्यभर पाळले, तर माझे भवितव्यच बदलेल. मी आज कशाची निवड करणार आहे, ती निवड योग्य असेल की नाही, याची भीती सोडून दुसरी कशाचीच भीती बाळगायचे कारण नाही.

मी उठून तोंड धुतले. आता मी जरा बरी, ताजीतवानी दिसायला लागले. माझ्या कॉटजवळ माझ्या मापाचीच काळ्या रंगाची बुटाची जोडी ठेवलेली होती. माझे बूट ओले होते आणि ते सुरकुतलेले होते. मग मी ठरवले की नको, हे नवेच घालावेत. माझ्या कपड्यांबरोबर वेनी माझे ओले बूट घरी पाठवून देईल.

माझ्या हातात फाईल्स घेऊन मी बूट घालून बाहेर पडले. वाऱ्यामुळे फाईलमधील पाने उडत होती. मी त्यातले पहिले पान वाचायला लागले. एक छोटा परवाना त्या पानावर होता. तो असा होता- 'जीवन जगणं मी शिकत आहे. हा परवाना फक्त सात दिवसांकरता आहे.' माझे आवडते चित्र तिथे छापलेले होते. माझ्या संकेतस्थळावरून ते घेतले होते.

मी क्षणभर थांबून त्या परवान्यात माझे नाव जिथे छापले होते, त्याच्यावर सही केली. मला हसू आले. हा खरेच एक खेळ सुरू झाला असे वाटते आहे.

मी कसे जगावे हे शिकणार होते. वयाच्या तिसाव्या वर्षी मला हे ज्ञान होणार होते. म्हणजे याचा अर्थ, मी आत्तापर्यंत मनाला येईल तशी बेफिकिरीने, बिनधास्त जगत होते तर ! जणू एखादा बेदरकार चालक गाडी चालवतो तसे जणू माझे जगणे होते तर. माझ्या स्वतःकरता आणि माझ्याभोवती वावरणाऱ्या इतरांकरता हे धोकादायक होते का? पण प्रामाणिकपणे सांगायचे तर मी खरेचंच परवाना नसलेल्या वाहनचालकासारखी होते. इतके काही ते जगणे कोणाकरताच रूढार्थाने धोकादायक नसेल; पण खरेच त्या जगण्यात भाबडेपणा होता आणि अज्ञानही होते. काही देशांत यालासुद्धा धोकादायक समजतात.

मी क्षितिजाकडे पाहत थबकले आणि कूर्ट आम्हाला नक्की कुठे नेतो आहे, असा विचार मनात आला. या प्रवासात छान थरार होता, उत्सुकता होती तरी, मनात मात्र आले की, विमानप्रवासाचे तिकीट बिझिनेस क्लासचे आहे की नाही. माझ्या जगण्याचा तो परवाना मी काखोटीला मारला होता. तेच माझ्या चर्चासत्राचे कागदपत्र होते. मी विमानात बसल्यावर वाचायचे ठरवले. म्हणजे पुढच्या सात दिवसांत मी काय काय करायचे आहे त्याची मी आगाऊ तयारी करू शकेन. मला नेहमी पुढे पुढे जायची घाई झालेली असते. काही वेळेला पुढे जाण्याच्या नादात आपण चुकीच्या दिशेने चाललो आहोत, हे आपल्याला कळतच नाही. चुकून जरी

तुम्ही भलत्या दिशेला वाहवत गेलात, तर परत घराकडे येणे, हा अतिशय त्रासदायक प्रवास होतो. मी नेहमीच अशी भलत्या दिशेने भरकटत गेले आहे. मग मला पूर्ववत व्हायला फार वेळ लागायचा. विशेषतः ज्यांच्यावर मी मनापासून प्रेम केले, त्यांच्या बाबतीत हे बऱ्याच वेळा घडले आहे.

मी विमातळावरील मुख्य दरवाजापाशी आले. वेनी मला कुठेही दिसत नव्हती. तिथे दरवाज्याजवळ बाहेर एक छोटी बस उभी होती. ती आमच्याकरता उभी आहे की काय असे मला वाटले.

मी घड्याळाकडे पाहिले. सहाला दहा मिनिटे कमी होती. वेनी घाईघाईने माझ्याकडे चालत येत आहे, असे मला दिसले. कार्लोस तिच्या पाठोपाठ होता; पण उमा मात्र दिसत नव्हती. तिथे असलेल्या त्या छोट्या बसकडे अंगुलीनिर्देश करत वेनी म्हणाली, "हीच ती बस."

"आपल्याकडे अजून दहा मिनिटे आहेत." मी आश्चर्याने म्हटले.

"तुम्ही अगदी वेळेवर पोहोचलात तर तुम्ही उशिरा आलात असं समजलं जाईल." मी आणि कार्लोस बसमध्ये चढत असताना वेनी म्हणाली.

"पण उमा कुठे आहे?" मी काळजीने, आश्चर्याने तिला विचारले.

"आता दोन मिनिटांत ती पोहोचली नाही, तर तिला उशीर झालेला असेल." वेनी खिडकीजवळच्या जागेवर बसत म्हणाली.

मी वेनीच्या मागच्या आसनावर बसले आणि माझे स्टॉपवॉच सुरू केले. मी घड्याळ चालू करून मान वर करेपर्यंत उमा बसकडे धावत येत असलेली मला दिसली. उमा वेळेच्या आधी वीस सेकंद पोहोचली होती.

बस सुरू झाली. वेनी उभी राहिली आणि मला उद्देशून म्हणाली, "तुझी पर्स मला तपासायची आहे."

माझी पर्स बघायची आहे? मी काय पर्समध्ये हत्यारे आणि बाँब घेऊन निघाले आहे की काय! जिथे आमची सोय केली होती त्यांनी याबद्दल कोणतीच फिकीर दाखवली नव्हती आणि विमानतळावर सुरक्षारक्षक होते. असे सगळे असताना ही का म्हणून माझी पर्स तपासणार?

माझ्या मनात शेकडो प्रश्न उभे राहिले. पण शांतपणे मी तिच्या हातात माझी पर्स देऊन टाकली. वेनीने त्यातील माझे छोटे पैशाचे पाकीट उघडून बघितले. माझ्या समोरच तिने उघडले. तिच्या शेजारच्या रिकाम्या आसनावर ते पाकीट ठेवले. तिने त्यातल्या नोटा आणि चिल्लर बाजूला काढली. तिने माझा मोबाईलही पर्समधून

काढला. ड्राइव्हर्स परवाना आणि माझे ओळखपत्रसुद्धा बाहेर काढले. तिने सगळे एकत्र करून प्लॅस्टिकच्या झिपलॉक बॅगेत ठेवले. तिने उमा आणि कार्लोस यांच्या बाबतीतही तीच प्रक्रिया केली.

"तुम्ही परत येईपर्यंत हे सगळे माझ्याजवळ राहील." तिने तिच्याजवळ असलेल्या तिजोरीसारख्या दिसणाऱ्या सुटकेसमध्ये त्या सगळ्या वस्तू थंडपणे ठेवायला सुरुवात केली.

मला खरे तर या सगळ्याबद्दल निषेध व्यक्त करायचा होता. नाराजी दाखवायची होती; पण फक्त मी एकटीच तसे करतेय असे व्हायला मला नको होते. कार्लोस, उमा काहीच बोलले नाहीत. आता आम्ही तीन अनोळखी माणसे प्रवासाला निघालो होतो. मूर्खासारखा प्रवास! आमच्याकडे ओळखपत्रे नाहीत. पैसे नाहीत. जगाशी संपर्क साधायचे कोणतेही साधन नाही. दोन फाईली सोडल्या तर आमच्याजवळ अनोळखी जागी विमानप्रवास करताना काहीही नव्हते आणि कफल्लक व्हायला आणि ओळखही गमवायला आम्ही पंचवीस हजार डॉलर्स मोजलेले होते.

अक्कलहुशारीने माझ्या मनावर मला काबू ठेवणे हे आवश्यक होते, नाहीतर मी त्या वेनीला आणि त्या बसचालकाला गळफास लावून पळून गेले असते. मी ती काळी चामड्याची फाईल उघडली. 'माझा जीवन जगण्याचा परवाना.' मला वाटले, त्यातला काही मजकूर वाचून मला जे समजणे आवश्यक आहे ते समजेल. जाणवेल. मी दीर्घ श्वास घेतला आणि पहिले पान उघडले. ते कोरे होते. मी पुढचे पान उलटले. तेही कोरेच होते. मी भराभर इतरही पाने उलटून बघू लागले.. ती सगळी कोरी होती.

"तुम्हाला रोज एक पान लिहायचं आहे." वेनी म्हणाली.

मी ती फाईल बंद केली. दुःखाने निःश्वास टाकला. मी पंचवीस हजार डॉलर्स देऊन माझे जीवन पणाला लावले आहे. माझा सगळा सुरक्षितपणा मी गमावला होता. जगाशी असलेले संपर्कसाधनही गमावले होते. मी अज्ञातस्थळी चालले होते आणि म्हणे, मी अशा वेळीसुद्धा समजूतदारपणे, शहाण्यासारखे वागायला हवे. तुम्हाला तुमचे जीवन बदलायचे असेल तर तुमच्या माहितीच्या जगाशी असलेला संबंध तोडून टाकायला हवा. तुम्ही आणि तुमचे जग याला जोडणारे पूल तोडून टाकायला हवेत. पुढे जाऊन जिंकून येणे, हाच एकमेव मार्ग घरी पोहोचण्यासाठी खुला होता आणि जर का यात अपयश आले, तर तुमचा मृत्यू अटळ आहे. यातून तुमची सुटका नाही; कारण जे जिंकतात ते पळपुटे ठरत नाहीत. ते जिंकतात किंवा मरण पत्करतात.

मी वळून उमाकडे पाहिले. ती त्या मानाने खूपच शांत दिसत होती. खिडकीबाहेर बघत होती. कार्लोससुद्धा तसा धीरोदात्त दिसत होता. मला वाटले तेदेखील माझ्यासारखेच भांबावलेले असतील. कारण मीसुद्धा वरवर शांतच दिसत होते की! थोडक्यात ढोंग करण्यात आम्ही तिघेही पटाईत आहोत असे दिसत आहे. आमचे जीवन आम्ही जगत असताना आम्ही ढोंग करत होतो. आपल्या चुकांकडे आपण दुर्लक्ष केले, आपल्या वेदना दाबून ठेवल्या आणि इतरांच्या चुकांकडे किंवा समाजात जे चुकीचे घडते आहे त्याकडे बराच वेळ दुर्लक्ष करू शकलो, तर वरवर सगळे ठीकच वाटते की! पण अज्ञान, ढोंगीपणा आणि भावना दाबून ठेवणे, असे करत आपल्याला जीवन जगणे अशक्य होते. अज्ञानाशी किंवा अनिश्चिततेशी सरळ जाऊन सामना करणे म्हणजे अज्ञान आहे आणि अनिश्चितता आहे, हे मनाशी पक्के स्वीकारून त्याच्याशी सरळ लढा देणे; म्हणजे खऱ्या अर्थाने जीवन जगणे आहे. पुढचे सहा दिवस माझ्या आयुष्यात अमोल आहेत. जे आत्तापर्यंत मला कधीच शिकायला मिळालं नाही ते मला या सहा दिवसांत शिकायला मिळणार आहे.

◆

झेप

आम्ही शांतपणे विमानतळावर पोहोचलो. उमा आणि कार्लोसबरोबर मी आत्तापर्यंत कधीच संवाद साधला नव्हता. फक्त कधी कधी 'हॅलो, हाय, कसे आहात तुम्ही?' यापलीकडे काहीच संभाषण नव्हते. आम्ही तिघेही इतके तणावाखाली होतो की, कोणीच कोणाशी बोलायला सुरुवात केली नाही. खरे तर मी नेहमी कोणाबरोबरही प्रथम संवाद साधते. लोकांची ओळख करून घेते. आत्ता मात्र आम्ही तिघांनी आपापल्या कोशात स्वतःला मिटून घेतले होते. आम्ही विचार करत होतो, स्वतःचे मूल्यमापन करत होतो. जे घडते आहे त्याचाच विचार परत परत करत होतो. मनातच काहीतरी आखणी करत होतो. बस आंतरराष्ट्रीय विमानतळाजवळ पोहोचली. चालकाने अगदी सारख्या दिसणाऱ्या तीन काळ्या रंगाच्या बॅगा खाली काढल्या. फक्त त्या बॅगांना निरनिराळ्या रंगाच्या कागदाची लेबले लावलेली होती. काळ्या रंगाच्या लेबलवर कार्लोस नाव लिहिलेले होते. गुलाबीवर उमाचे नाव होते. पिवळ्या रंगाचे लेबल लावलेली बॅग माझी होती.

वेनीने आम्हाला पासपोर्ट आणि तिकिटे असलेली पाकिटे दिली. पुढे जाऊन वेनीच्या हातातून पाकीट घ्यायच्या आधीच तिने आपला हात मागे घेतला आणि दुसरं पाकीट काढलं.

"यात एक मोबाईल फोन आहे." वेनी कठोर शब्दांत म्हणाली, "पुढच्या दोन दिवसांत तुम्ही तिघे मिळून फक्त एकच कॉल करू शकता. एक फोन झाल्यावर संपर्क बंद होईल." तिने माझ्या हातात फोन असलेले पाकीट दिले. मला वाटले, तिने हा फोन असलेला पाऊच मला देऊन अगदी योग्य माणसाची निवड केली आहे.

"कोणतीही निवड अगदी काळजीपूर्वक करा. तुमचं काम पूर्ण करायला तुम्हाला

दोन दिवसांचा अवधी दिलेला आहे. विमानात बसल्यावर तुम्हाला सूचना देण्यात येतील. लक्षात ठेवा, तुमच्याकडे पैसे नाहीत आणि बाहेरच्या जगाशी संपर्क साधायला फक्त हा एकच फोन आहे. तुम्ही काहीही करा, पण तिघेजण एकत्र राहा आणि दिलेल्या सूचनांचं पालन करा.'' वेनी इतक्या गंभीर स्वरात बोलली, की जणू आम्ही तिघं एका भयानक कामगिरीवर निघालो आहोत आणि ते खरंही होतं. आता एकदाचं ते तिकिटाचे पाऊच हातात आले म्हणजे इतक्या वेळ ताणलेली माझी उत्सुकता शांत होईल. मला जगातल्या बहुतेक देशांतील लोकांची माहिती आहे, ओळख आहे. आम्ही कोणत्या देशात जाणार आहोत याबद्दल मला अपार उत्सुकता लागून राहिली होती.

बस-चालकाकडे बोट दाखवून वेनी म्हणाली, ''जॅक इथून पुढे तुमचा मार्गदर्शक असेल. ही तुमची तिकिटे. तुम्हाला सुयश मिळो.'' वेनी आमच्या हातात तिकिटाची पाकिटे देत म्हणाली.

मी अधीरपणे ते तिकिटाचे पाऊच उघडले, तिकीट इतके जोरात उघडले की ते तिकीट फाटलेच असते. आम्ही मलेशियाला चाललो होतो. शी! जाऊन जातो आहे ते मलेशियाला. तिथे माझ्या ओळखीचे कोणीच नाही. मी चेहेऱ्यावर नापसंती दाखवली. त्यामुळे तिथे मला मदत मिळण्याची आशा मावळली. मी पासपोर्ट उघडून बघितला. त्यात मलेशियाचा व्हिसा होता. कूर्टचे मलेशियन वकिलातीमध्ये चांगलेच संबंध असतील त्यामुळेच त्याला इतक्या झटपट व्हिसा मिळवता आला असं माझ्या मनात आलं.

जॅक महत्त्वाच्या व्यक्तींच्या असलेल्या खास दरवाजाच्या दिशेने आधीच निघाला होता. आम्हाला त्याला गाठायला पळावे लागत होते. कार्लोस तर या धावपळीत धापा टाकायला लागला. मला कळेना, या कार्लोसला या चर्चासत्रातून काय हाशील करावयाचे आहे? विमानात बसल्यावर याबद्दल त्याला विचारायचं असं मी ठरवलं. जॅकने आम्हाला सुरक्षा चाचणीतून नेऊन खास लोकांसाठी असलेल्या तिकीट तपासणीच्या जागेकडे नेले. हवाई सुंदरीला आम्हाला बघून आनंद झाला. आम्हाला सतत खास महत्त्वाच्या व्यक्तींसारखं वागवलं जात होतं. कूर्टने आमच्यासाठी बिझिनेस क्लासची तिकिटे काढली होती ना! पंचवीस हजार डॉलर्स दिल्यावर एवढं मिळायला हवं होतंच.

जॅकचीसुद्धा विमानतळावर बरीच वट होती असं दिसत होतं. सगळ्या दरवाज्यांतून पार होत आम्ही हॉलबाहेर पडलो. तिथे मर्सिडिझ बेंझ गाडी आम्हाला विमानाकडे घेऊन जाण्याकरता तयार होती. ''वा! आम्ही खास गाडीने विमानापर्यंत चाललो तर! मला वाटत होतं की मी रॉकस्टार आहे आणि माझा कार्यक्रम पेश करायला

निघाले आहे. मी घातलेल्या पोशाखावर माझं नाव विणलेलं आहे. सतत माझे संरक्षण करण्यासाठी माझ्याबरोबर रक्षक आहे आणि एक अलिशान गाडी मला विमानापर्यंत न्यायला उभी आहे, असा रुबाब मला वाटला. हे सगळे फार अलौकिक होते. गाडीत बसल्यावर उमा आणि कार्लोस एकमेकांशी बोलू लागले. उमाच्या वडिलांना वाटत होते की, तिने या चर्चासत्रात दाखल व्हावे, त्यामुळे साहजिकच या चर्चासत्राची फी त्यांनी भरली होती.

कार्लोस न्यूयॉर्कचा एक करोडपती होता. त्याच्याकडे सर्व काही होते; पण तरी त्याच्या आयुष्यात सर्वच बाबतीत त्याला उणीव जाणवत होती. तो पंचेचाळीस वर्षांचा अविवाहित पुरुष होता. त्याला फार कमी मित्र होते. उच्चपदावर तुम्ही अगदी एकटे असता, याचे कार्लोस हे मूर्तिमंत उदाहरण होते. मी त्यांच्या संभाषणात भाग घ्यायचा प्रयत्न केला की ते दोघे एकदम गप्प बसायचे. जणू काही माझा सहवास त्यांना नको होता. मला माणसे पाहिजेत. लोकांशी संभाषण सुरू करणे आणि मित्र-मैत्रिणी जोडणे, हा माझ्या आयुष्याचा अविभाज्य भाग आहे. पण इथे मात्र उमा आणि कार्लोस मला दूर ठेवत होते. मी दिवसभर आजारी होते, तेव्हा ते एकमेकांशी जास्त संपर्कात आले असतील. माझ्याशी मैत्री करण्यात त्यांना आडकाठी कोण करत होते, हे मला कळत नव्हते. मी जरा शांत राहायचे ठरवले. विमानात बसल्यावर मी जरा वेगळा प्रयत्न करून बघेन.

एका खासगी जेट विमानापाशी येऊन आमची गाडी थांबली. लिअर जेट–पंचेचाळीस या प्रकारचे ते विमान होते. ते खासगी विमान होते. ज्यांना खासगी जेट म्हणजे काय ते माहीत नाही, त्यांच्याकरता मी सांगते आहे. ते विमान पाहून मी 'आ'वासला. कूर्ट एका खासगी विमानाने आम्हाला मलेशियाला पाठवत होता तर! आम्हाला याची अजिबात अपेक्षा नव्हती. मला जेट विमानातून प्रवास करावयाचा होता. नुसते एवढेच नाही, तर आपले स्वतःचे- खासगी जेट विमान असावे असे माझे स्वप्न होते. आता माझी इच्छा पूर्ण होत होती. स्वप्न प्रत्यक्षात उतरले होते. उमा माझ्याकडे बघून हसत म्हणाली, "माझा विश्वासच बसत नाहीये." एखाद्या शाळकरी मुलीप्रमाणे उत्तेजित होत ती बोलत होती. मी माझा बालिश विचार मनातच दडवून ठेवला.

आमचे शाही स्वागत झाले. असे मी यापूर्वी कधीच अनुभवले नव्हते. अगदी महागडे जेट विमान होते ते. बहुतेक सगळी खासगी जेट विमाने अशीच महागडी असावीत. त्या विमानातील आसन व्यवस्था पिवळसर पांढरट रंगाच्या चामड्याची होती. आतील सजावट अगदी किमती, झकपक होती. तिथे कोपऱ्यात एक मद्यपानाचा कोपरा होता. वैमानिकाची जागा बसल्या जागेवरून थेट दिसत होती.

प्रत्येक आसन खिडकीजवळ होते. दोन्ही बाजूंना अशा दोन रांगा होत्या. प्रत्येक आसनापुढे एक मोठे टेबल होते. आसनेदेखील नेहमीच्या विमानात असतात, तशी छोटी नव्हती. छोटे सोफेच होते. ते सर्व पाहून मी फारच उत्तेजित झाले. मी पळत जाऊन वैमानिकाच्या जागेच्या मागेच असलेले आसन पकडले. माझे स्वप्न सत्यात उतरले होते. हवाईसुंदरीने आमच्यासाठी शँपेन आणली. मी कधीच मद्यपान करत नाही; पण ही वेळ नखरे करत बसण्याची नव्हती. जेट विमानात बसल्यावर जेट प्रवाशांप्रमाणेच वागायला हवे. मद्य घेऊन शुभेच्छा द्या आणि मद्याचा आस्वाद घ्या!

विमान हवेत झेपावायला अजून काही मिनिटे होती. मी हवाईसुंदरीला विचारले की विमानप्रवासात मी वैमानिकाच्या खोलीत भेट देऊ शकते का? तिने नम्रपणे मला सांगितले की हवे असल्यास मी वैमानिकाशेजारी त्याच्या खोलीत बसून प्रवास करू शकते. वा! हे चर्चासत्र अगदी नावीन्यपूर्ण निघाले तर! इतका वेळ कूर्ट आम्हाला का घाबरवत होता? आमची इतकी परीक्षा तो का पाहत होता? खासगी जेटमधून आम्हाला प्रवास करवणे हे कूर्टच्या स्वभावाच्या अगदी विरुद्ध होते. काळेकुट्ट ढग जमून आकाशात विजेचा कडकडाट होत असावा. पाऊस केव्हाही कोसळेल असे वाटत असताना आकाश एकदम निरभ्र होऊन सूर्य तळपू लागावा आणि सूर्य चांगला तळपत असताना अचानक पाऊस कोसळू लागाव, असे काहीसे होते वातावरण.

जीवनाचा जसा भरवसा देता येत नाही, तसेच कूर्टचे वागणे बेभरवशाचे होते. खरेच तो तसा होता काय? मला वाटते, जीवनाप्रमाणेच कूर्टचे वर्तनही भरपूर आश्चर्याने भरलेले आणि मजेशीर आहे. जेव्हा त्यात वेगळेपणा असतो किंवा बदल असतो, त्या वेळी तो चांगल्यासाठी, आपल्या प्रगतीसाठीच असतो. विश्वाची रचना हाच नियम पाळत असते. जेव्हा ऋतू बदलतो, तेव्हा आपण त्यानुसार आपले जीवन जगण्याची पद्धत बदलत असतो. आपल्याला बदलावेच लागते. जर काहीच बदल न होता आपण त्याच पद्धतीचे जीवन जगत राहिलो तर आपली प्रगती खुंटते. शारीरिक आणि आध्यात्मिक, दोन्ही बदल जीवनात चैतन्य आणतात आणि आपल्या प्रगतीची दारे खुली होतात. आपण प्रगल्भ होतो. काही तासांपूर्वी मी सागरात बुडून मरत होते. मी इतकी आजारी पडले की, इस्तिपतळात दाखल करायची वेळ आली होती मला. पण भविष्याबद्दल इतक्या अपेक्षा आणि उत्सुकता ताणली गेली होती की, मी जिवंत राहू शकले. मी पुढची वाटचाल करत आहे. आजारपण हे माझ्या मते प्रगती खुंटण्याचे चिन्ह आहे. मी माझा जीवनाकडे पाहण्याचा मार्ग, दृष्टिकोनच बदलला नव्हता- बऱ्याच काळापासून. त्यामुळे माझी प्रगतीच होत नव्हती.

हवाईसुंदरीने आमचे लक्ष वेधून घेत घोषणा केली, ''मलेशियाच्या प्रवासास निघण्यापूर्वी मला तुम्हाला काही सूचना करावयाच्या आहेत.'' मला वाटत होते, एखादी तरुण, मादक हवाईसुंदरी समोर येईल. पण 'लिंडा' चाळीशीतील होती. एकोणीस वर्षे ती खासगी जेट विमानात हवाईसुंदरीचे काम करत होती. ती बोलत असताना विमानाचा कप्तान आला. तो पण पंचेचाळीसच्या पुढचा होता. तो आशियातील होता आणि आशियातील व्यक्तीप्रमाणे त्याचे उच्चार होते. तो बहुधा मलेशियन असावा. तो बोलताना पुल्लिंगी आणि स्त्रील्लिंगी शब्दांची गल्लत करत होता. त्याचे इंग्लिशही सफाईदार नव्हते. पण तो आत्मविश्वासाने आणि सौजन्यपूर्वक वागत-बोलत होता. वैमानिकात हे गुण असावेत असे प्रत्येकालाच वाटते. लिंडाने आम्हाला प्रत्येकाला एक तपकिरी पाकीट दिले. मी माझी फाईल टेबलावर ठेवली आणि पाकीट उघडले. आत आणखी एक फाईल होती. त्यावर लिहिले होते- 'सूचना' आणि खाली पुढील मजकूर होता –

''प्रिया,

(प्रिय प्रिया, प्रियतम प्रिया असे काहीच नाही. तो मायना वाचून कळेल की हा कूर्ट रिंकच असू शकतो.)

तुम्ही मलेशियातील जेंटिंग हायलँड्सला जात आहात. तेथे तुम्हाला बोमो नावाचा माणूस भेटेल. तो तुम्हाला पुढे काय करायचे ते सांगेल. त्याच्याकडून निरोप घ्या आणि मलेशियातील आंतरराष्ट्रीय विमानतळाकडे रवाना व्हा. तुमचे पुढील विमान उड्डाण १२ जानेवारी रोजी रात्री अकरा वाजता आहे. तुमचा पासपोर्ट आणि तिकीट तुम्हाला विमानतळावर मिळेल. तुम्ही ते विमान गाठू शकला नाहीत तर तुम्ही नापास झालात. तुम्ही बोमोकडून निरोप समजून घेतला नाहीत तरी नापासच.

तुमचा 'जगण्याचा परवाना' ही फाईल दररोज पूर्ण करा. त्यावर शेवटी तुमचे मूल्यमापन होणार आहे.

तुम्हाला मलेशियातील मुक्कामात एक फोन करता येईल. तुम्हा तिघांना मिळून एक फोन. तुमच्याजवळ पैसे आणि ओळखपत्र नसेल. काय करायचे त्याचा निर्णय हुशारीने घ्या.

एकत्र राहा!

तुमच्यासाठी शुभेच्छा आणि प्रार्थना!

– कूर्ट रिंक

शुभेच्छा आणि प्रार्थना काय? वा रे! सूचना वाचल्यावर खासगी जेट विमानप्रवासाची मजा हवेत विरत गेली. मी मागे वळून उमा आणि कार्लोस यांच्याकडे पाहिले. त्यांच्या चेहऱ्यावर माझ्या मनातल्याप्रमाणेच भाव होते.

माझा फोन, पैसे आणि ओळखपत्र वेनीने काढून घेतले होते. त्या धक्क्यातून मी आत्ता कुठे सावरत होते. जेट विमानात शिरून तेथील थाट पाहिल्यावर मी सर्व विसरून गेले होते. आताच्या कूर्टच्या सूचना वाचून परत भीती वाटायला लागली. ओळखपत्राशिवाय वावरणे, ही कल्पनाच मला पसंत नव्हती. जॅकने आमचे पासपोर्ट विमानातून खाली उतरण्यापूर्वी लिंडाच्या हातात दिले होते. निदान आमचे पासपोर्ट तरी आमच्या हाती द्यायला हवे होते. परदेशात ओळखपत्राशिवाय फिरणे म्हणजे आगीशी खेळण्यासारखेच होते. तुम्हाला अटक होऊ शकते किंवा भयानक अडचणी तुमच्यासमोर येऊ शकतात. तुमचा मृत्यूही होऊ शकेल एखाद्या वेळी. शिवाय पैसेही नसतील तर? पैशांशिवाय जगात कोण तग धरू शकेल? आणि तीन जणांना मिळून फक्त एक फोन करायला परवानगी? तिघांपैकी कोणाचा फोन महत्त्वाचा, कसे ठरवायचे? हा विक्षिप्तपणाच आहे. उमा व कार्लोस यांना मी फारशी आवडत नव्हते. उमाचा फोनवर डोळा होता. आमच्या जेवणाखाण्याचे काय? आम्ही राहायचे कोठे? प्रवास कसा करायचा? आणि हो! कोण हा बोमो? तो कुठे राहतो? आम्ही त्याला कसे शोधायचे? भविष्यकाळाबद्दल काय ठरवणार? अजून ती वेळ आली नाही? ही कामगिरी अगदीच विनोदी का वाटते आहे, हे मला कोणी सांगेल का? हे काय चालले आहे?

इतक्यात सहवैमानिक आला आणि त्याने स्वतःची ओळख करून दिली. मला त्याच्यात काहीच स्वारस्य नव्हते. लिंडाने सुरक्षेच्या सूचना दिल्या. त्यानंतर विमान धावपट्टीवर जोरात निघाले.

विमान आकाशात वर गेल्यावर मी कार्लोसला विचारले, "आपण काय करायचे?" तो माझे एकमेव आशास्थान होते जणू! कदाचित तो आमच्या तिघांत सर्वांत मोठा होता म्हणून असे मला वाटले असेल! मी गृहीत धरले- त्याला काहीतरी मार्ग, उपाय माहीत असेल. त्याने माझ्यापेक्षा वीस पावसाळे जास्त पाहिले होते. पण त्याच्या उत्तराने माझी आशा धुळीला मिळवली. "मला माहीत नाही," तो म्हणाला. त्या वेळी त्याच्या डोळ्यांत भीती दिसत होती.

"आपण काय करायचे?" उमा मध्येच म्हणाली. माझ्याकडे आणि कार्लोसकडे उत्तराच्या आशेने पाहत राहिली. ती सर्वांत लहान होती आणि माझ्यासारखाच विचार करत होती.

“आपण काहीतरी मार्ग काढू.” आपल्या हातात नियंत्रण घेत मी म्हणाले. कोणीतरी हे करायलाच हवे होते. कोणीच पुढे येत नाही हे पाहून मी परिस्थिती हातात घ्यायचे ठरवले.

“आपण एका वेळी एक पाऊल टाकू या. या क्षणाला काय करायचे ते ठरवू, एकेक तासाची आखणी करू या.” मी कार्पोरेट गुरूसारखी बोलले. तो माझा व्यवसायच होता ना? पण ही वेळ काही प्रेरणा देण्यासाठी व्याख्यानाची वेळ नव्हती. मी स्वतःलाच त्यासाठी दटावले. वातावरणातील, परिस्थितीतील नकारात्मक भावना अशा तणावात आलेल्या असतात, त्या वेळी थोडे आश्वासक शब्द आवश्यक असतात, असे मला वाटले.

“मग काय करायचे आपण?” थोड्याशा उत्सुकतेने आणि थोडा विरोध दर्शवल्यासारखे उमाने मला विचारले.

“सध्यातरी आपण जेट प्रवासाची मौज लुटू या. चांगले पदार्थ खाऊ आणि...” मी हळू आवाजात पुढे म्हणाले, “काही अन्न आपण आपल्याबरोबर बांधून घेऊन साठा करू या. भरपूर पदार्थ मागवा आणि आपल्या बॅगेत भरा. निदान दोन दिवस खायचे काय, हा प्रश्न तरी सुटेल.” उमाचा चेहरा हे ऐकून एकदम उत्साहित झालेला मला दिसला.

मी स्वतःला समजते त्यापेक्षा जास्तच हुशार, चुणचुणीत आहे की नाही? कठीण परिस्थितीवर काहीतरी उपाय असतोच. निश्चित एखादा मार्ग असतो, त्यातून बाहेर पडायचा. पण आपण त्या समस्येवरच लक्ष केंद्रित करून नुसतीच काळजी करत बसलो नाही, तर मार्ग नक्कीच सापडतो. प्रत्येक प्रश्नाची सोडवणूक करण्यासाठी कोठूनतरी छोटीशी सुरुवात करावी लागते. निरनिराळ्या आकाराचे ठोकळे जोडून एखादे चित्र तयार करायचे असले तर एकेक तुकडा घेऊन जोडायचा प्रयत्न करावयाचा असतो. सर्व तुकडे एका वेळी जोडायचा प्रयत्न केला तर तो फसतो. एक तुकडा आधी घेऊन त्याच्या सभोवतालचे तुकडे शोधले तर चित्र लवकर तयार होऊ शकते.

“मला तीन बिअरचे डबे मिळतील का?” माझ्या मागून कार्लोसचा आवाज आला. हा बीअर्सचा साठा करतो आहे- अन्नाचा सोडून! मला हसू आवरेना.

प्रवासात उमा व कार्लोसची जास्त ओळख करून घ्यावयाचा माझा विचार होता. पण मी स्वतःलाच जास्त जाणून घ्यायचा प्रयत्न करत होते. मला लवकर विचार करायला हवा. उमा कोण आहे... ती या चर्चासत्रात का भाग घेत आहे... कार्लोसला या चर्चासत्रात हजर राहून काय मिळवायचे आहे... हे सर्व प्रश्न या

परिस्थितीत दुय्यम, गौण होते. आपण कसे जगणार, वाचणार... अजिबात पैसे जवळ नसताना आपण बोमोला कसे शोधणार... आपण पोलिसांच्या तावडीत सापडू नये म्हणून दबून कसे वावरणार... हे सर्व आता जास्त महत्त्वाचे होते.

"अन्नाचा साठा करा," मी उमा व कार्लोस यांच्याकडे पुन्हा नजर टाकली. "पोटभर जेवण घ्या आणि विश्रांती घेण्याचा प्रयत्न करा. पुढील दोन दिवसांसाठी जास्त ऊर्जा लागणार आहे. आपल्याला अजिबात फुरसत मिळणार नाही." मी भरकटलेल्या जहाजाच्या कप्तानासारखी बोलत असावे.

"मी पार घाबरले आहे." एखाद्या भेदरलेल्या छोट्या कुत्र्याच्या पिल्लासारखी माझ्याकडे पाहत उमा म्हणाली.

"मला पण भीती वाटत आहे." मी बोलून गेले, "पण येईल त्याला आपण एकत्रितपणे तोंड देऊ." मी स्मितहास्य करत म्हणाले.

काही वेळा आपण घाबरलो आहोत, हे कबूल करायलाही आपण भीत असतो. शूरपणाचा नुसता आवसुद्धा आपल्याला सुन्न करतो. भीती वाटत असूनही पुढे वाटचाल करावयाची तयारी असली, तरच आपण घाबरलो आहोत हे कबूल करण्यात काही कमीपणा नाही. आम्ही सर्वांनी आपण घाबरलो असल्याचे प्रांजळपणे कबूल केले असल्यामुळे, आपल्याला एकमेकांना मदत करावी लागणार आहे, हे आम्ही ओळखले. मी शूरपणाचा नुसताच आव आणला असता, तर उमा मला नक्कीच कवटाळून बसली असती आणि मग दोघीही जास्तच अडचणीत सापडलो असतो.

"काही होणार नाही. प्रत्येक गोष्ट, घटना, कार्यक्रम ठरवून विशिष्ट हेतू मनात ठेवून योजला आहे. प्रत्येक कार्यक्रमातून काहीतरी शिकवण आहे. आपण इथं शिकायला तर आलो आहोत. सूचनांबरहुकूम वागण्यातच आपला सुरक्षेचा आणि जिंकायचा मार्ग आहे, हे नक्कीच." कार्लोस आपले शहाणपण दाखवत म्हणाला. हा मूर्ख नव्हता तर! श्रीमंत होता ना तो! चुणचुणीत आणि हुशार होता तो. त्याच्या आयुष्यात अशी काय उणीव, कमतरता होती की, त्यात बदल करण्यासाठी त्याने कूर्टसमोर झुकावं? जरा आणखी काळ एकत्र घालवल्यावर मला ते समजेलच. आत्ता माझ्यापुढे दुसरेच महत्त्वाचे काम होते.

आम्ही खाद्य पदार्थ मागवायला सुरुवात केली. निर्विकार मुद्रेने लिंडा आम्हाला ते आणून देत होती. तासभर आमचे पदार्थ मागवणे चालूच होते. आम्हाला वाटले, विमानातील सर्व खाद्य पदार्थ संपत आले असावेत.

मी दोन दिवस पुरेल एवढे अन्नपदार्थ जमा केले होते. उमा आणि कार्लोस यांनी स्वतःपुरते खाद्य पदार्थ घेतले असतील अशी मी आशा केली. मी मागे वळून त्यांच्याकडे पाहिले. हसून त्यांनीदेखील प्रतिसाद दिला.

संकटकाळी लोक एकत्र येतात. विशेषतः जेव्हा सर्वच जणांना समान धोक्याला तोंड द्यावे लागते, तेव्हा लोक एकमेकांना साथ देतात. महायुद्धाच्या वेळी देश एकत्र येतात. नैसर्गिक आपत्तीच्या वेळी सर्व जग एकत्र लढा द्यायला तयार होते. काही वेळापूर्वी जेव्हा सर्व आलबेल होते तेव्हा हे दोघे माझ्याशी फटकून वागत होते. आता आम्हाला एकाच कठीण परिस्थितीला तोंड द्यायचे असल्याने, आम्ही एका संघाप्रमाणे काम करण्यास एकत्र आलो होतो.

त्या काळ्या फाईलने उमाने माझ्या खांद्यावर चापट मारली आणि म्हणाली, "आपल्याला ही फाईल भरावयाची आहे. झोपण्यापूर्वी हे काम करून टाक म्हणजे एक काम उरकले." तिने कार्लोसकडे वळून तसेच सुचवले.

मी दुःखाने विव्हळले. मी अगदी दमले होते. मी समुद्रात बुडतच होते. त्यामुळे इतकी आजारी पडले होते की, इस्पितळात दाखल व्हायची वेळ आली होती. मी पुन्हा माझ्या पूर्वीच्या सवयीप्रमाणे विचार करू लागले. माझ्या बुडण्याचे, आजारपणाचे कारण पुढे करून माझ्यापुढील आताच्या संकटाचा सामना करण्याचे सोडून, जबाबदारी टाळून पलायन करत होते, यावर माझा विश्वासच बसेना. भारतातील रस्त्यावरचे भिकारी तेच करत असतात. स्वतःच करून घेतलेल्या जखमांचे भांडवल करून आपल्या भावनांना आवाहन करून भिकेची याचना करत असतात. मला स्वतःला आपण त्या भिकाऱ्यांप्रमाणे आहोत, असे वाटले. या घटनेचे भांडवल करणे मी सोडायचे ठरवले. पुन्हा कधीही त्याचा उच्चार करावयाचा नाही, सारखे ते उगाळत बसायचे नाही, असे ठरवले. मी या खासगी आलिशान विमानातून प्रवास करत होते आता, त्याचे काय? पण तुझ्याजवळ पैसे नाहीत, ओळखपत्र नाही- माझ्या उपेक्षावादी मनाने मला डिवचले. माझ्याजवळ काय आहे आणि काय नाही या विचारांचे जे द्वंद्व माझ्या मनात चालले होते, त्यामुळे मी पुन्हा आयुष्यात अयशस्वी ठरणार, हे मला माहीत होते. कारण माझ्याजवळ काय नाही याची यादी नेहमीच काय आहे, त्याच्यापेक्षा मोठी होती.

मी ती काळी फाईल उघडली आणि पेन काढले. "तुम्ही रोज या फाईलमध्ये नोंदी करा." कूर्ट असे म्हणाला होता. मी कण्हतच लिहायला सुरुवात केली.

"मी उद्यापासून लिहायला सुरुवात करेन." मी स्वतःवर खूश होऊन फाईल

बंद केली हसत हसत. कूर्टने सूचना केली होती, दिसामाजी काहीतरी लिहीत जा. म्हणून मी खूश होते. त्याला तोडीस तोड उत्तरे देणारे कोणीतरी भेटले होते माझ्या रूपाने. मी डोळे मिटून विश्रांती घ्यायला सुरुवात केली.

मी जीवनातील एक महत्त्वाचा धडा विसरले पाहा. दुसऱ्यावर आपण मात करू शकतो असे आपण स्वतःला पटवून देत असतो, म्हणून 'मी उद्यापासून लिहायला सुरुवात करेन' असे लिहिताना मला तसेच वाटले होते. कूर्टवर आपण कुरघोडी करून व्यवस्थेवर आपण मात केली असे मला वाटले; पण कूर्टवर मात करण्यात माझाच पराभव होता. आज मी काय शिकले, ते मला लिहायचे होते. मी आजच्या दिवसाचे त्या दृष्टीने मूल्यमापनच केले नव्हते. मी फारच दमले होते. खरेच, हा दिवस असामान्यच होता. नेहमीपेक्षा खूपच वेगळा होता. अनेक वर्षे मी इतकी दमायची की, माझ्या आयुष्याचा विचार करायला मला उत्साहच नसायचा. मी या जगाला, समाजाला काय देते? माझी प्रगती योग्य दिशेने चालली आहे ना? आयुष्याचा आढावा घ्यायची वेळ येई तेव्हा मी इतकी दमलेली असे, की त्याबद्दल विचार करायला, लिहायला किंवा कृती करायला नको वाटे. त्यामुळे कालच्याप्रमाणेच आज जगण्यात माझी शक्ती, ऊर्जा खर्च होत होती. मला त्यात काहीच बदल करता येत नाही; कारण आपण काल कुठे कमी पडलो, किंबहुना कमी पडलो हेच मला दिसत नाही.

उमा आणि कार्लोसने आपण काय शिकलो ते लिहून टाकले होते. म्हणून ते स्वस्थ होते. मी माझी ताकद वाचवत होते. मी जवळजवळ बुडालेच नव्हते का... 'चूप बस!' भिकाऱ्याप्रमाणे वागण्यापासून मी स्वतःलाच बजावले.

मी जरा आसनावर मागे रेलून बसले. उमाचा हात मला खांद्यावर जाणवला, "तू अजून काहीच लिहिले नाहीस. सूचनांप्रमाणे वाग." ती अधिकारवाणीने बोलली. वाटले, तिचे डोके पकडून तिला सांगावे, 'तू तुझे काम कर, माझ्या बाबतीत नाक खुपसू नकोस.' पण त्याऐवजी मी फाईल उघडून लिहायचे ठरवले.

मी खूप दमले आहे. मी एका कामगिरीवर निघाले आहे; पण त्याबद्दल मला काहीच माहिती नाही. जणू काही मला फसवून इथे येण्यास तयार केले होते. मी चर्चासत्रात नाव दाखल केले होते; पण हे तर जिवावर बेतणारे धाडस आहे, चर्चासत्र नाहीच.

येथे दाखल होताना मी बऱ्याच गोष्टी गृहीत धरल्या होत्या; पण इथे जी वस्तुस्थिती आहे, त्याला तोंड द्यायला मी तयारच नव्हते. असे किती वेळा माझे अंदाज चुकले आणि मी अडचणीत सापडले त्याची गणतीच मी करू शकत नाही.

मी आयुष्यात कधीच पोहायला शिकले नाही, कारण मला पाण्याची भीती वाटत होती आणि त्यामुळे आपण नक्की बुडणार असे वाटत असे; पण आज मी जवळजवळ पोहायला लागले होते. मी बुडाले नाही. मी पोहायला शिकत नव्हते, तर माझ्या मनातील भीतीला तोंड द्यायला शिकत होते. जर मी भीतीशी सामना करायला शिकले, तर पोहायला शिकायला वेळ लागणार नाही मला.

गेली सात वर्षे सतत माझे कौतुक, माझी स्तुतीच मी सदैव ऐकत होते. मी त्यावर विसंबून राहायला लागले होते, हे मला कधी कळलेच नाही. जेव्हा मी पोहायला शिकण्याइतकी शूर आहे अशी स्तुती कूर्टने केली नाही तेव्हा मला सर्व व्यर्थ, दिशाहीन वाटायला लागले. इतर काय म्हणतात त्यावर माझे वागणे, जगणे अवलंबून राहायला लागले. लोकांना काय वाटेल याचा मी विचार करून सतत वागायला लागले. माझे व्यक्तिमत्व फुलावे, प्रगल्भ व्हावे यासाठी काय करावे, असा विचारच मी करत नव्हते. त्यामुळे माझी अवस्था दयनीय झाली होती.

मला काहीच कळेनासे झाले होते. मी कोणीच नाही. दोन दिवस माझे अस्तित्वच पुसले गेले आहे, असे मला वाटत होते. आतापर्यंत जी माझी ओळख होती, प्रिया कुमार, कॉर्पोरेटगुरू– ती मी आता राहिले नव्हते. मी कोण आहे ते दर्शवणारे पद नसेल तर मी कोण हे कसे कळणार? माझ्या पदापेक्षा मी कोणीतरी वेगळी, महान आहे का? माझी मलाच नव्याने ओळख होत आहे का? तू कोण आहेस असे मला कोणी विचारले तर मी काय सांगू? मी कोण आहे? मी एखाद्या भरकटलेल्या लहान मुलाप्रमाणे आहे, पण उगाचच उसने शूरपणाचे अवसान दाखवते आहे, असे मला वाटत होते. हेच तर माझ्या पदाने झाकले जात होते. माझ्यातली हरवलेली अवखळ मुलगी शोधण्यासाठी मला माझ्या त्या पदाचा, ओळखीचा त्याग करायलाच हवा. तरच त्या अवखळ मुलीला आता जरा मोठी हो, प्रगल्भ हो, असे मला सांगता येईल. याशिवाय माझा स्वत्वाचा शोध कसा लागणार?

पैशाशिवाय वावरणं मला अजिबात आवडत नाही. पैसा असला म्हणजे मला अत्यंत सुरक्षित वाटतं. भरपूर पैसे मिळवावेत ही माझी महत्त्वाकांक्षा आहे. माझ्या पर्समध्ये नेहमीच जरुरीपेक्षा जास्त पैसे असतात... कारण अचानक काही अडचण आली तर?... माझ्याकडे नेहमीच जास्त पैसे असायचे म्हणून मी काही विचार न करता बिनधास्त खर्च करत असे. किंबहुना पैसे कमी असतानाही मी तशीच बेफिकिरीने वागत असे. मला

पैशाची किंमत कधीच कळली नाही. त्यामुळे पैशाने विकत घेता येण्याजोग्या कोणत्याच गोष्टींविषयी मला यत्किंचितही आदर नव्हता. त्यांची किंमत नव्हती. माझ्या बँक खात्याबाबतीत मी जितकी अव्यवस्थित आहे, तितकीच माझ्या इतर किमती वस्तूंबाबत आहे. त्या मी कधीच नीट सांभाळून सुरक्षित ठेवत नाही. माझी आई जर माझ्याजवळ नसती तर मी केव्हाच कफल्लक झाले असते. आता पण माझ्याजवळ अजिबात पैसे नाहीत. जगण्यासाठी पैशाची किती आवश्यकता आह, ते आता मला समजत आहे. पैशाशिवाय मी कशी तग धरणार? मी जर पैशाशिवाय जगायचं शिकले तर मग मी पुढे जाऊन कोण होणार? पैशामुळे माझं अस्तित्व, मोठेपणा ठरणार. नसेल तर माझा आर्थिक स्तर कोणताही असेल तरी मी श्रीमंत वर्गात गणली जाईन का?

मला कोणाला भेटायचं आहे, मला माहीत नाही. मला त्याचं फक्त नाव आणि तो काय करतो, ते माहीत आहे. एवढ्या माहितीवर इतक्या मोठ्या देशात एका माणसाला मी कसं काय शोधणार? अधिक तपशील किंवा काही निश्चित दिशा माहीत झाल्याखेरीज तो मला कसा सापडणार? प्रयत्न करून मला बोमो सापडला तर? त्याचा अर्थ असा तर नाही की प्रयत्न केल्यावर काहीही सापडू शकतं? म्हणजे जीवनातदेखील कोणत्या दिशेनं जावं याची फक्त पुसटशी कल्पना मिळते. तिथं कसं पोहोचताय ही प्रक्रिया आहे. आपला स्वतःचा शोध घ्यायचा आणि आपली आत्मिक आणि भौतिक प्रगती आपली आपणच साधायची, हीच ती प्रक्रिया का? बोमोचा शोध घेणं म्हणजेच मला हवी असलेली कोणतीही गोष्ट मी मिळवू शकेन, असं तर नाही?

भविष्याची खात्री कोण देऊ शकेल? भविष्य आता समोर दिसतच नसतं. बोमो आम्हाला आम्ही पुढे काय करायचं हे सांगणार आहे. म्हणजे आमचं भविष्य त्याला माहीत आहे. हा बोमो कसा आहे? आणखी कोणाचं भविष्य त्याला माहीत आहे... मला असे अनेक प्रश्न पडले आहेत. कोणाला तरी शोधून या प्रश्नांची उत्तरं जाणून घ्यायची, हे मला अजिबात आवडलेलं नाही. दिलेल्या कामगिरीवर पुढे जाऊन मीच माझ्या प्रश्नांची उत्तरं तर शोधणार नाहीये? या प्रश्नांची उत्तरं खरंच कोणाजवळ आहेत काय? मी जर गोंधळून गेले तर मला या प्रश्नांची उत्तरं कोण देणार? प्रश्न जर माझे आहेत, तर उत्तरं पण मलाच शोधली पाहिजेत. मग माझ्या प्रश्नांची उत्तरं माझ्याजवळच आहेत किंवा मीच माझ्या प्रश्नांचं उत्तर आहे, हेच खरं काय?

मला हे सर्व कसं समजणार? मला इथं कोणीच शिकवायला नाही. कोणत्याही सूचना नाहीत, मार्गदर्शन नाही, काहीच नाही. मग हे ज्ञान कोठून मिळणार? जितका जास्त यावर मी विचार करते आहे, तितका माझ्या डोक्यात प्रकाश पडतो आहे.

हे चर्चासत्र मला आवडलं आहे तर!

मला खूपच बरे वाटले. मी अधिक सुज्ञ झाले. मला पुष्कळ मोकळे वाटत होते. माझी रोजनिशी लिहिण्यात मला खूप आनंद झाला होता, हे स्वतःशीच मान्य करण्यापूर्वी मी इकडे तिकडे पाहिले.

मी माझे आसन मागे कलते केले आणि झोप घेण्यासाठी डोळे मिटून घेतले.

मी विश्रांती घेण्याआधी भरपूर श्रम घेतले होते तर! मी खूप वेळ झोपले असणार. बराच वेळ लिंडा मला उठवायचा प्रयत्न करत होती. शेवटी मी डोळे किलकिले केले. त्या वेळी उमा हसत होती.

"आपले विमान आता उतरत आहे काय?" मी जागे होऊन आसन सरळ करत विचारले.

"नाही, पण तुमच्यासाठी सूचना आहेत." लिंडा हसत म्हणाली.

मी माझ्या घड्याळात पाहिले. पहाटेचे चार वाजले होते मलेशियन वेळेप्रमाणे. मी माझे पाकीट चाचपून पाहिले. त्यात भरलेल्या अन्नपदार्थांमुळे अजूनही ते फुगीर लागत होते. लिंडाकडे थोडे पैसे मागावेत असे मला वाटले. पण ते निर्लज्जपणाचे होईल का? तिच्याकडून उसनवार थोडे पैसे घ्यावेत आणि घरी गेल्यावर तारेने तिला परत पाठवावेत, असेही मनात येऊन गेले. मलेशियात दोनशे डॉलर दोन दिवसांसाठी छान पुरतील. माझ्या आयुष्यात मी कोणाकडेही उसनवार पैसे मागण्यास कधी हात पसरला नव्हता. असे पैसे मागणे भीक मागण्यासारखे आहे, असा माझा समज होता. मी कधीच मागितले नाहीत, म्हणून मला कधी असे पैसे कोणी दिलेही नाहीत. गरज असतानाही मी कधी कोणाकडे पैसे उसने मागितले नाहीत. माझी अडचण ओळखून लोकांनी आपण होऊन मी न मागता मदत करावी, असे मला वाटत असे. माझी अपेक्षा अवाजवी नव्हती. त्यामुळे नेहमी निराशाच पदरात यायची. वारंवार अशी निराशा झाल्यामुळे मला मदत करू शकणाऱ्या व्यक्तीपासून मी नेहमी दूर अलिप्तपणे राहत असे. या बाबतीत मी माझे नियमही मोडत असे. मी फार तर पैशाविना उपाशी राहीन; पण त्याची मला फिकीर अजिबात नव्हती. पण मलेशियासारख्या देशात तुरुंगात अडकण्याची भीती भेडसावत असल्याने, मी भीक मागायलाही तयार

झाले होते. आजूबाजूला पाहून उमा आणि कार्लोस यांचे लक्ष वेधून घेण्याचा प्रयत्न करत मी हाक मारली, "लिंडा." पण तिचे लक्ष दुसरीकडेच होते.

"अजून पंधरा मिनिटांनी तुम्हाला जेंटिंग हायलँडवर टाकले जाईल. आकाश अगदी निरभ्र आहे. दोन तासांत सूर्योदय होईल. तिथे काय करायचे, याच्या सूचना तुम्हाला दिलेल्या आहेतच आधी. ही तुमची साधने आहेत. त्यासोबतच्या सूचनांबरहुकूम वापरायची आहेत." असे सांगत तिने आम्हाला एक कॅनव्हासची खांद्यावरची बॅग व काही आकडे आणि चेन दिली.

हे सर्व साहित्य मी कशाला वापरेन? डोंगरावर चढण्यासाठी लागणारे ते सामान आहे, असे दिसत होते. त्या बॅगेत जमवलेले खाद्य पदार्थ भरावेत म्हणून त्या बॅगेची झिप चेन कोठे आहे ते मी शोधू लागले.

"तू काय करते आहेस?" लिंडा जवळजवळ किंचाळलीच.

"मी झिप शोधते आहे. मला माझी पर्स या बॅगेत ठेवायची आहे." तिच्या किंचाळण्याने मला धक्काच बसला होता. ती बॅग जवळजवळ माझ्या हातातून खालीच पडत होती.

"ही बॅग नाही." लिंडा म्हणाली, "हे पॅराशूट आहे."

आता माझे हृदय बंद पडायची वेळ आली होती हे ऐकून. "पॅराशूट कशासाठी?" मी ओरडलेच. उमा माझ्यामागे हसतच होती हे ऐकल्यावर.

"तू का हसते आहेस?" मी उमावर खेकसले. पण ती हसतच राहिली. माझी घाबरगुंडी उडाली होती आणि मी किती घाबरलेली आहे ते कूर्टला समजावे म्हणून कोणाला तरी या क्षणी ठार मारावे असे मला वाटत होते.

काही वेळा अत्यानंदाच्या क्षणी काही लोक रडू लागतात, तसेच अतिशय भयभीत झाल्यावर लोक एकदम हसत का सुटतात, हे मला कधीच उमगले नाही. मला माहीत होते, उमा मला हसत नव्हती. परिस्थितीचे गांभीर्य आणि त्यावरील माझ्या प्रतिक्रियेला ती हसत होती.

माझ्या चेहऱ्यावर भयानक भाव दिसत असावेत आणि उमा स्वतःला माझ्या जागी पाहत होती, म्हणून ती हसत होती. माझे केस अगदी विस्कटलेले होते. समुद्राच्या खाऱ्या पाण्यात भिजल्याने कडक झाले होते. माझा आवाज घोगरा येत होता. डोळे लाल झाले होते. पर्समध्ये लुटलेले खाद्य पदार्थ भरलेले होते. आता मागे वळून पाहताना मला स्वतःलादेखील त्या वेळच्या माझ्या अवस्थेचे हसू येत

होते. पण त्या वेळी मात्र मला कुणाला तरी ठार मारावे असे वाटत होते. मग ती उमा जरी असली तरी!

"तू किती विक्षिप्तपणे बोलते आहेस?" मी निषेधाच्या स्वरात बोलले. कार्लोस अजून गप्प कसा? तो तर पुरुष आहे. त्याने आमच्या वतीने पुढाकार घेऊन बोलायला हवे. त्या विक्षिप्त लिंडाला मारायच्याऐवजी तो त्याचा पट्टा नीट करत होता. कसे कोण जाणे, पण मी नेहमी चुकीच्या पुरुषांच्या सान्निध्यात येते. मग तो एखादा वयस्कर, श्रीमंत, जेट विमानातील शेजारच्या आसनावरचाही असेल. कार्लोस माझ्या रागावण्याला पाठिंबा का देत नाहीये? मी तिथे भयभीत होऊन रागाने कापत उभी आहे. कार्लोस विमानातील पट्टा बांधून तयार बसला होता. काहीही प्रश्न न विचारता, घाबरट कुठला!

उमा अगदी निर्विकार दिसत होती. ती कुठेतरी पाहत होती आणि कशाचीतरी वाट पाहत आहे असे वाटत होते. "तू कुठे बघते आहेस एकटक? दिलेला जामानिमा चढव." मी मला दिलेल्या सामानाकडे पाहत गोंधळलेली असतानाच ओरडले.

"या चमत्कारिक गोष्टी कशा वापरायच्या?" मी लिंडाला जरा रागातच विचारले. माझा आवाज संतापाने कापत होता.

"त्या कागदावर सर्व सूचना दिलेल्या आहेत, बाईसाहेब." माझ्या संतापाकडे दुर्लक्ष करत नम्र स्वरात लिंडा म्हणाली.

मी पुन्हा तेच करू लागले होते. मी कूर्टवर खरोखर रागावले होते, पण तो राग मी लिंडावर काढत होते. सद्यःस्थिती मला शांतपणे हाताळता येत नाही, त्यामुळे मी घाबरले होते. त्यामुळे मी लिंडा, उमा, कार्लोस यांना छळत होते. माझ्या मनावर आलेला तणाव काही त्यांच्यामुळे नव्हता, तरी ते माझ्या रागाला बळी पडले होते. जेव्हा परिस्थिती निवळली, तेव्हा माझा मूर्खपणा माझ्या लक्षात आला. दिलगिरी कशी व्यक्त करावी, त्यांची क्षमा कशी मागावी, हेच मला कळत नव्हते. एरवी ते माझी मनःस्थिती समजून घेतील म्हणून या विषयाचा मी विचारच करायचा सोडून दिला असता आणि त्यांनी कधीच समजून घेतले नसते.

"मी दिलगीर आहे." ओशाळलेल्या स्वरात मी म्हणाले.

मी उमाकडे पाहिले. ती सर्व जामानिमा चढवून तयार झाली होती.

"तू मला मदत करशील का?" मी उमाला विचारले. उमाने उठून सर्व जामानिमा चढवायला मला मदत केली.

स्की गॉगल्ससारखे दिसणारे मोठे पेले टेबलावर ठेवलेले होते. ''आम्ही विमानातून उडी घ्यावी अशी तुझी अपेक्षा आहे काय?'' मी लिंडाला विचारले. माझा स्वर जरा उपरोधिकच होता.

''आम्ही वैमानिकाच्या खोलीचा दरवाजा बंद करून घेणार आहोत. तुमचे सर्व सामान आवरून दुसरीकडे नेणार आहोत. तुमच्या पॅराशूटच्या कप्प्यात तुम्ही तीन किलो सामान ठेवू शकाल.'' माझ्या फुगलेल्या पर्सकडे बोट दाखवून लिंडा म्हणाली, ''तुम्ही एकापाठोपाठ एक विमानातून उड्या घ्यावयाच्या आहेत.'' ठामपणे ती पुढे बोलली.

''तुमच्यापैकी कोणी याआधी पॅराशूट वापरले आहे काय?'' लिंडाने विचारले. आमची जणू वाचाच बसली होती. आम्ही फक्त अविश्वासाने माना हलवल्या.

''त्या बॅगच्या टोकाला एक गोळा आहे.'' त्या गोळ्याकडे अंगुलीनिर्देश करत लिंडा म्हणाली, ''उडी मारायच्या वेळी तुमचे हात प्रयत्न करून दोन्ही बाजूंस पसरा आणि पाय मागील बाजूस वाकवा. तुम्ही १५,००० फुटांवरून उडी मारणार आहात. ताशी ११५ किमी वेगाने तुम्ही खाली जाऊ लागाल. साधारण ५५०० फूट उंचीवर आल्यावर हा गोळा ओढा म्हणजे पॅराशूट उघडेल. साधारण पाच मिनिटांत तुम्ही जमिनीवर उतराल. तुम्ही एकमेकांपासून सुमारे अर्धा कि.मी. अंतरावर उतराल.''

लिंडा बोलत होती ते ध्यानात ठेवत होते. हे सर्व लिहून घेण्यात काहीच अर्थ नव्हता. आकाशातून खाली जाताना कागद काढून पुढे काय करायचे, हे पाहत बसणे मूर्खपणाचे होते.

उतरण्याचा सर्व प्रवास मी डोळ्यांसमोर मनातल्या मनात आणत होते. उमा खाली येत आहे हे दृश्य माझ्या डोळ्यांसमोर उभे राहिले. कार्लोस पण खाली कसा उतरत आहे, याचीही मी कल्पना करू शकत होते; पण माझा प्रवास मात्र माझ्या डोळ्यांसमोर काही केल्या येत नव्हता. कूर्टने आम्हाला जेंटिंगवर का सोडून दिले नाही. तांत्रिक भोषेत तो तेच तर करत होता, आम्हाला विमानातून उडी घ्यायला सांगून. विमान जमिनीवर उतरवून आम्हाला तो जेंटिंगला का सोडत नव्हता, असे मला म्हणायचे आहे. हे एवढे शाही विमान भाड्याने घेऊन आम्हाला आकाशातून टाकणार? जर पॅराशूट उघडलेच नाही तर? मी घाबरून गोळा ओढायची विसरले तर? खरं तर मी घाबरलेलीच होते. एकदा घाबरल्यावर पुढील सूचना डोक्यातच शिरत नाहीत, हेच खरे होते. ''मला काहीच कळले नाही.'' मी मोठ्याने म्हणाले. माझ्या डोळ्यांत अश्रू दाटले होते.

“हां, ही शिकण्याची वेळ आहे तर.” कार्लोस माझा हात हातात घेऊन म्हणाला.

मला उंचीची खूप भीती वाटते. ज्याची भीती वाटू शकते अशा सर्व बाबींची मला भीती वाटते. जर कोणाला कशाची भीती वाटत असेल तर त्याच्याबरोबर मलाही त्या गोष्टीची भीती वाटायला लागते लगेच. इतके ते साधे आहे; पण मला आता त्याच्या विरुद्ध वागायला हवे. प्रयत्नपूर्वक शूरपणा दाखवायला हवा.

दिवसाउजेडी आम्ही उडी घेऊ शकणार नाही, असे नंतर माझ्या ध्यानात आले; कारण त्या वेळी आमच्याकडे लक्ष वेधले गेले असते आणि आम्ही अजूनच घाबरलो असतो. त्यामुळे अंधार पडल्यावरच उडी मारायला हवी होती. रात्री उडी मारणे हे दिवसा अशी उडी घेण्यापेक्षा शंभरपट धोक्याचे असते, हे मला त्या वेळी अजिबात माहीत नव्हते. शिवाय एकट्याने उडी मारण्यासाठी तुम्हाला परवान्याची गरज असते, हे पण मला माहीत नव्हते. हे सर्व मला माहीत नव्हते, हे एक प्रकारे बरेच झाले. पहिली उडी तर एकट्याने कधीच मारायची नसते. काही वेळा अज्ञानातच सुख असते, विशेषतः जेव्हा ते आपल्या जीवनमरणासंबंधी असेल तर. ज्ञान होण्याने दोन भिन्न परिणाम होतात. काही वेळा आपल्यावर मर्यादा, बंधने येतात; तर इतर वेळा आपण त्यामुळे मुक्त होतो. अपघाताने का होईना, मी मुक्तीच्याच मार्गावर होते.

“तुम्हाला तयारीसाठी अजून पाच मिनिटे वेळ आहे.” आपल्या घड्याळातील वेळ जुळवत लिंडा म्हणाली. कार्लोस आपल्या पॅराशूटच्या छोट्या कप्प्यात खाद्य पदार्थ भरून घेण्यात दंग होता. मीसुद्धा तेच करू लागले. खाद्य पदार्थांशिवाय आम्हाला जिवंत राहण्यास उपयोगी असे दुसरे काही माझ्या पर्समध्ये नव्हतेच.

“तुमचे सर्व सामान आणि बॅग्ज उद्या तुम्हाला विमानतळावर आल्यावर मिळतील,” लिंडा हसत म्हणाली.,

“सूचनांबरहुकूम वागा.” कार्लोसने मला आणि उमाला सांगितले. आम्ही दोघीही भीतीने अर्धमेल्या झालो होतो.

“सूचना पाळा म्हणजे तुम्ही जिवंत राहाल.”

मी खिडकीच्या बाहेर पाहिले. आकाशात चांदण्या चमकत होत्या. चंद्रप्रकाशही होता. खाली जेंटिंग टेकड्यांवरील दाट जंगल दिसत होते. आम्ही कुठे उतरणार? जंगलात? मी नक्कीच मरणार आहे. कूर्टने पायलटला ठार मारून आम्हाला विमान चालवायला सांगायला हवे होते; ते सोपे होते उडी मारण्यापेक्षा. माझी बुद्धी काम करेनाशी झाली होती. म्हणूनच असे भन्नाट, मूर्खासारखे मार्ग मला सुचत होते.

माझ्या मनात द्वंद्व चालू होते, तोवर लिंडाने टेबल साफ केले होते. संकटसमयी आधार वाटावा म्हणून उमा माझ्या आसनावर दाटीवाटीनेच येऊन बसली. मला तसेच कार्लोसच्या आसनावर जाऊन बसावे असे वाटत होते. आम्ही आमची काय अवस्था करून घेतली होती? कोणास ठाऊक; ही आमची एकमेकांशी शेवटचीच भेट असेल तर? नंतर काय होणार आहे याची कुणाला कल्पना होती?

"तुमचा गॉगल चढवा आणि घड्याळ हातात घाला. उंचीचा अंदाज घेत राहा." लिंडा उंची दर्शविणाऱ्या घड्याळाच्या मोठ्या तबकडीकडे लक्ष वेधून घेत म्हणाली.

ते भलेमोठे घड्याळ होते. त्यातील चमकणारे आकडे आणि काटे अंधारात स्पष्ट दिसत होते. मला ते घड्याळ ५,५०० फूट उंची केव्हा दर्शवते याकडे लक्ष ठेवायचे होते. त्या उंचीवर आल्यावर उजव्या हाताने तो गोळा मला ओढायचा होता.

लिंडाने आम्हाला दरवाज्याजवळ नेले. वैमानिकाच्या खोलीचे दार बंद करून घेतले होते. लिंडादेखील पॅराशूट वगैरे घेण्याच्या तयारीत होती. ती पण आमच्याबरोबर उडी मारणार आहे काय, या कल्पनेनेच आम्हाला दिलासा मिळाला. पण माझी लवकरच घोर निराशा झाली. तिचा पाय आसनाला दोराने घट्ट बांधलेला होता. ती उडी मारणार नव्हती. आम्ही उडी घेत आहोत, याची खात्री करायला ती आमच्याबरोबर उभी होती. माझ्या डोक्यात काय कल्पना येत होत्या! मी लिंडाला घेऊन उडी मारली असती, तिने पॅराशूट घेतले असो वा नसो

लिंडाने दरवाज्याजवळ असलेल्या शिडीच्या पायरीला घट्ट धरून राहायला सांगितले. "आधी कोण उडी मारणार?" तिने विचारले.

कार्लोसने तयारी दर्शवली.

"मी नंतर उडी मारेन." उमा म्हणाली. तिला शेवटचा नंबर नको होता.

"मी कॅप्टननंतर उडी मारेन." मी म्हणाले. त्यातील विनोदाचा भाग कुणाला कळलाच नाही. लिंडाने माझ्या बोलण्याकडे दुर्लक्ष करत दरवाजा उघडला. पाण्याच्या मोठ्या लाटेप्रमाणे वाऱ्याचा झोत एकदम आत आला. विमान जरा हादरले. आम्ही पडलोच असतो बाहेर. वाऱ्याच्या झंझावाताने आम्ही वाहवत जाणार असे वाटले. वारा जणू विमान रिते करण्याच्या कामगिरीवरच आला होता असे वाटले. मी त्या धातूच्या पट्टीला घट्ट धरून ठेवले होते.

एक टिश्यू पेपर उडाला आणि उमाच्या चेहऱ्यावर चिकटला.

मी एका हाताने तो बाजूला केला व तो इतस्ततः उडत विमानाच्या छताला जाऊन चिकटला.

आमचं विमान खूप खाली आलं होतं त्यामुळे माझ्या पोटात एकदम गोळा आला. उलटी होईल असं वाटलं. मी जास्त खायला नको होतं. मी हावरटपणानं पोटात भराभर जे अन्न कोंबलं त्याचा मला आता पश्चात्ताप होत होता.

"जा–" लिंडाने कार्लोसला विमानाबाहेर ढकलताना म्हटले. तिचा चेहरा मला दिसत होता. मी खिडकीतून वाकून बघायचा प्रयत्न केला. आकाशाच्या अंधारातून एक ठिपका खाली पडतो आहे असे दिसले. त्याच्या पाठीवर असलेल्या पॅरॅशूटच्या पिशवीवरचा चंदेरी तारा चांदण्यात चमकत होता. आकाशातून एक तारा जंगलाच्या दिशेने पडत आहे, असे कार्लोसला बघून वाटले.

मी उमाचा हात सोडला त्या वेळी माझी छाती भीतीने धडधडत होती.

हातातल्या घड्याळाकडे लक्ष ठेवा. पाच हजार पाचशे फूट उंचीवर गेल्यावर पॅरॅशूटचा गोळा उजव्या बाजूला खेचा. मग तुम्ही सुरक्षित असाल. मला जर मरण येणारच असेल तर मी एखाद्या वीराप्रमाणे मरेन. छे! मी काही वीरांगना नाहीये. मी तर आपणहून आत्महत्या करते आहे उडी टाकून. मी विमानातून उडी मारणार आहे आणि मग जगण्यासाठी मी धडपडणार आहे. कूर्ट रिंक हा खरेच वेडपट माणूस आहे. मी आकाशाला उद्देशून शिव्यांची लाखोली वाहिली.

उमा उडी मारून दिसेनाशी झाल्यावर मला तर कापरेच भरले. प्रचंड थंडी होती. माझे हात धरलेल्या पट्टीला जणू थिजून बसले होते. ते हात सुटणार नाहीच अशी माझी खात्री झाली. निदानपक्षी तसेच व्हावे, अशी माझी इच्छा होती.

उमादेखील एखाद्या ताऱ्यासारखी झटकन खाली गेली. तिने तोंडातून किंकाळीसुद्धा मारली नाही. आता माझी पाळी होती. माझ्या परिवारात मी जास्त आरडाओरडा करणारी म्हणून प्रसिद्ध होते. मी नेहमी सगळ्या गोष्टींचा बाऊ करत असे आणि आकांडतांडव करत असे. माझ्या लहरीपणाने मी विक्षिप्तपणे वागत असे. ते करताना सगळ्यांचे लक्ष वेधून घेत असे. माझी भीती लपवण्यासाठी ते सगळे नाटक असायचे, का भीतीचे रूपांतर मजेत व्हावे यासाठी करत असे, कोण जाणे! माझा हेतू कोणताही असला आणि त्या क्षणी मी कशीही वागले, मजेशीर किंवा घाबरलेली, तरी माझी भीती अधिकच वाढत असे. माझी ही नेहमीचीच सवय असल्यामुळे तसेच काहीतरी केल्याखेरीज मी आज नक्कीच खाली उडी मारणार नव्हते.

मी नेहमीप्रमाणे बोलले, "छे! मी उडी मारू शकणार नाही. मी मरूनच जाईन.

तू पण माझ्याबरोबर उडी मारशील का?'' पण लिंडाने मला दटावले आणि म्हणाली, ''तुझे दोन्ही हात दोन्ही बाजूंना पसर. पाय गुडघ्यातून मागे वाकव. पाच हजार पाचशे फूट उंचीवर पोहोचल्यावर तो गोळा ओढ. परमेश्वर तुझं रक्षण करो.'' तिने माझ्या हाताला हिसका देऊन माझा हात पट्टीपासून सोडवला आणि मला स्वतःकडे ओढले.

वारा सुसाट वाहत होता. मला त्यामुळे श्वासोच्छ्वास नीट करता येत नव्हता. लिंडाने बोलण्याकरता तोंड उघडल्यावर तिच्या चेहऱ्यावरची त्वचा वाऱ्यामुळे हलत होती. मी त्या विमानाच्या दरवाजाच्या अगदी टोकावर उभी होते. बाहेरचा मिट्ट काळोख माझी खाली येण्याची वाट पाहत होता. लिंडाने माझा हात हुशारीनेच पकडला होता. तिच्या हाताची पकड मला अजिबात जाणवत नव्हती. मी खाली बघितले आणि लिंडाला कळवळून परत म्हणाले, ''नाही गं! मी नाही हे करू शकणार. मी मरेन.'' पण मी पाऊल पुढे टाकायच्या आतच लिंडाने माझ्या पाठीवर हात ठेवून मला पुढे ढकलले आणि मी त्या खोल काळोखात पडले.

मला नेहमीच मी कड्यावरून पडते आहे किंवा उंच इमारतीवरून पडते आहे किंवा जिन्यावरून खाली गडगडत येत आहे, अशी स्वप्ने नेहमीच पडायची. पण आकाशातून खाली पडण्याचा अनुभव जो मी आत्ता घेत होते, तो त्या सगळ्या स्वप्नांवर मात करणारा होता. जन्मभर हा अनुभव माझी पाठ सोडणार नाही, असे मला वाटले.

मी खाली पडत असताना मला वाटले की, माझा आत्मा आधीच माझे शरीर सोडून गेला आहे. मी किंचाळण्यासाठी तोंड उघडले; पण तोंडातून शब्द फुटत नव्हता. उलट मी एक गॅलनभर हवा पोटात घेतली. ती हवा बाहेर सोडायला मला पुरा दिवस लागेल. मी जोरात कोलांटी उडी मारली असावी. काही वेळा मला चंद्र-चांदणे-तारका दिसायच्या, तर काही वेळा मिट्ट काळोख दिसायचा. माझे हात दोन्ही बाजूंना पसरलेले होते. ते खांद्यातून केव्हा निखळून पडतील याचा भरवसा वाटत नव्हता. माझे पाय मागे वळवलेले होते. माझ्या पाठीची कमान झाली होती. मी परत तोंड उघडले. आणखी हवा माझ्या छातीत गेली. मी घट्ट तोंड बंद केले; कारण वाऱ्याच्या जोरामुळे माझे ओठ सारखे उघडत होते. पण आता माझ्या वळलेल्या पायांमुळे, दोन्ही हात बाजूला पसरल्यामुळे, तोंड मिटलेले असल्यामुळे मी पक्ष्यासारखी हवेत तरंगायला लागले होते. ही स्थिती मिळवण्यासाठी मी फार प्रयत्न केले असे नाही; परंतु उडी मारल्यानंतर प्रतिक्षिप्त क्रिया होऊन आपले शरीर त्या वातावरणात आपोआप मिळतेजुळते घेते, ते समजले. मी वेगाने खाली जात होते. प्रथमच मला गुरुत्वाकर्षणाचा जोर जाणवला. पृथ्वी मला इकडेतिकडे भरकटू देत नव्हती. ती

मला स्वतःकडे खेचून घेत होती. त्यात माझे मरण ओढवले असते तरी पृथ्वीच्या वागण्यात फरक पडला नसता. आपण सगळे गुरुत्वाकर्षणाच्या सिद्धान्तात बांधले गेलेले आहोत. हे माझेच आहे, माझ्या एकट्याचे आहे, असा मालकी हक्क आपण काही बाबतींत दाखवत असतो आणि काही बाबतींत आपण झपाटल्यासारखे वागतो. दोन्ही गोष्टी गुरुत्वाकर्षणाच्या नियमातच बसतात. आपल्याला एखाद्या गोष्टीबद्दल, व्यक्तीबद्दल ओढ असते, तसेच गुरुत्वाकर्षण हादेखील विश्वातला नियम आहे. अलिप्तता हा विश्वाचा नियम नाही. त्या दिशेने केलेला प्रयत्न हा तात्पुरता विजय असतो.

दोन तारे- उमा आणि कार्लोस- हे मला खाली चमकताना दिसत होते. काही वेळाने ते अचानक दिसेनासे झाले. काही क्षण किंवा मिनिटे गेली असतील, ते दिसेनासे व्हायला. तुम्ही आकाशातून खाली पडत असता तेव्हा वेळेचे गणित तुम्हाला माहीत नसते. काळ शाश्वत, अक्षय आहे हेच खरे. (काळ अनंत आहे) एवढेच माहीत असते.

आता मी सावरले होते. सुरुवातीची भीती जरा कमी झाली होती. उडी मारल्यामुळे मला मळमळत होते. माझ्या शरीराला पडलेला ताण असह्य होता. मी कसातरी श्वास घेत होते. मी जागरूक राहण्याचा आणि परिस्थितीवर नियंत्रण ठेवण्याचा आटोकाट प्रयत्न करत होते. मी उजवा हात खाली करून माझ्या घड्याळात बघितले. त्यात सात हजार फूट उंचीवर मी आहे असं दिसत होतं. घड्याळाचा काटा जोरात पुढे सरकत होता. जेव्हा तो काटा पाच हजार पाचशे फुटांच्या पलीकडे सरकला, तेव्हा मी हात मागे पाठीकडे वळवण्याचा प्रयत्न केला. प्रत्येक क्षणाला मी खाली खाली जात होते. आता माझी घाबरगुंडी उडाली होती. मी वाहणाऱ्या वाऱ्याशी झगडत होते. शेवटी माझा हात गोळ्यापर्यंत पोहोचला. मी तो गोळा हाताने पकडला आणि उजवीकडे खेचला. क्षणातच मला एक हिसका बसला आणि कानाच्या फडफडण्याचा आवाज आला. आणखी एक पायाच्या मधे हिसका बसला. पाठीच्या जवळ पण हिसका जाणवला आणि माझा जोरात खाली जायचा वेग मंदावला. पॅरॅशूट उघडले होते. माझ्यापासून काही फुटांवरच खालच्या बाजूला आणखी दोन चमकणाऱ्या हिरव्या रंगाच्या छत्र्या चमकताना मला दिसल्या. मी वर बघितले. माझेही पॅरॅशूट हिरव्या रंगाचे होते.

आकाशातून सरळ खाली पडण्याइतके पॅराशूट उघडल्यावर खाली उतरणे अजिबात भीतीदायक नव्हते; पण ते जास्त क्लेशदायक होते. माझे सबंध शरीर पॅराशूटच्या पट्ट्यांना लोंबकळत होते. गुरुत्वाकर्षणाचा काहीही परिणाम होत नव्हता. वातावरणात

खूप थंडी होती. वारा माझ्या नाकातून, फुप्फुसात जात होता. माझे नाक हुळहुळायला लागले होते. त्यात एकच चांगली, सुखकारक गोष्ट होती; ती म्हणजे रात्रीच्या त्या अंधाऱ्या आकाशात जमिनीपासून किंवा समुद्रसपाटीपासून चार हजार फूट उंचीवर मी तरंगत होते आणि या क्षणाला कशानेही काय फरक पडणार होता? मला मात्र पक्षी असल्यासारखे वाटत होते. मी विश्वाशी जोडले गेले आहे, असे वाटत होते. जणू काही मी आकाशाचा वेध घेण्यासाठी तरंगत आहे, असे वाटत होते. विमानाच्या खिडकीतून बाहेर बघण्यापेक्षा पॅराशूटमधून भरारी घेणे, हे शतपटींनी चांगलेच आकर्षक आहे. तुम्ही आकाशात आहारविहार करता आहात, नुसतेच खिडकीतून आकाश बघत नाही आहात. चंद्र माझ्या डाव्या बाजूला दिसत होता. मी आत्ताइतका स्पष्ट चंद्र कधीच बघितला नव्हता. खालच्या बाजूला आकाशात हंसांचा थवा उडत आहे, असे मी पाहिले. मी मनातल्या मनात ओरडले, "माझ्या वाटेत येऊ नका."

मी जोरात खाली येत होते. मला वाटले की पॅरशूट हे बोटीच्या शिडाप्रमाणे काम करत असेल, पण ते वेगाने खाली येत होते. ज्या वेगाने मी खाली येत होते, त्यामुळे जमिनीवर उतरताना माझी हाडे मोडतील असेच मला वाटत होते. मग मी खाली कशी उतरणार? जमीन जवळ आली की हवेतच मी पळायला सुरुवात करायला हवी. तसे केल्यामुळे जमिनीवर उतरल्यावर बसणारा जोराचा धक्का मी टाळू शकेन. मी सिनेमात असे दृश्य बघितलेले होते. छत्रीधारी सैनिक जेव्हा जमिनीवर उतरतात, तेव्हा ते पळत असतात; पण जमीन जवळ दिसायला लागल्यावर माझी भीती वाढली. तिथे जमीन दिसत नव्हती. दाट जंगल दिसत होते. मी एक पॅरशूट मिटून जमिनीवर उतरत असलेले आणि मग ते दिसेनासे झालेले पाहिले. नंतर दुसरेही त्याच्या पाठोपाठ दिसेनासे झाले. आता माझी पाळी होती. मी सरळ झाडाच्या दिशेने चालले होते.

"देवा, नको! वाचवा!" मी किंचाळले. मी ओरडू शकले. माझा आवाज चक्क परत आला होता. आता मी खूप आकांडतांडव करून या मलेशियाच्या जंगलाला ओरडून सांगणार आहे की, मी इथे पोहोचले. माझ्या किंकाळ्यांनी त्यांना समजेलच ते.

मी झाडांच्या शिखराच्या फांद्या तोडत तोडत खाली आले. माझ्या हातापायांच्या धक्क्याने त्या झाडांच्या फांद्या तुटल्या. माझे ओरडणे थांबले. खाली पडत होते ते थांबवण्यासाठी मी प्रचंड प्रयत्न करत होते. या प्रयत्नात मी एका फांदीचा आधार घेतला. मी ती फांदी पकडल्यावर त्या फांदीचा आवाज झाला आणि ती तुटली. तिच्याबरोबर मी खाली खाली येऊ लागले; पण खाली येण्याचा वेग कमी होता. पॅरशूट झाडाच्या शेंड्यावरच अडकले होते. आता मी जमिनीपासून दहा फूट

उंचीवर लोंबकळत होते. माझ्या पाठीवर पॅरॅशूटची बॅग असल्यामुळे पाठीला मार बसला नाही. पण खाली येताना शरीराची कमान असल्यामुळे पाठ दुखत होती. मला खरचटले होते. काही ठिकाणी कापल्यासारखे झाले होते. काही ठिकाणी शरीराला मुका मार बसला होता.

"कार्लोस–" असे मी आपसूकच ओरडले, "उमा!" अशीही हाक मारली. माझे सगळे अंग ठणकत होते; पण माझा उद्देश वेदनांपेक्षा जास्त महत्त्वाचा होता. म्हणूनच माझ्या जखमांचा बाऊ करत बसण्याऐवजी मी त्या दोघांना जोरात हाका मारल्या.

माझ्या हाकांना काहीच प्रतिसाद मिळाला नाही. जवळच पडलेली दोन पॅराशूट मला दिसत होती. म्हणजे याचा अर्थ, ते खूप दूर नसणार. माझ्या पाठीवर पॅराशूटची बॅग बांधलेली असल्यामुळे पाठ दुखत होती. मी पॅराशूटच्या दोऱ्यांना हिसका दिला; पण पॅराशूट फांद्यांत अडकल्यामुळे दोऱ्या सुटू शकल्या नाहीत; त्यामुळे माझी सुटका झाली नाही. मला कुठलातरी आवाज आला म्हणून मी 'उमा-कार्लोस' अशा जोरजोरात हाका मारायला सुरुवात केली. मी उमाचा आवाज प्रथम ऐकला. तीदेखील मला हाका मारीत होती.

मी पॅराशूटला जोरजोरात हिसका द्यायला सुरुवात केली; परंतु माझ्या डोक्यावर असलेली मोठी फांदी तुटली आणि मी खाली जमिनीवर कोसळले. माझ्या अंगावर पालापाचोळा आणि तुटलेल्या फांद्यांचा वर्षाव झाला. नशीब माझे, की माझी हाडे शाबूत होती. तुटलेल्या फांद्या पॅराशूटवर एकामागोमाग पडत होत्या. नंतर मात्र सगळे शांत झाले. जमीन ओलसर होती. मी त्या पॅराशूटच्या आत अडकून बसले होते. मी भीतीने थरथरत होते. आता मला उमाचा आवाज जवळून ऐकू आला. परत मी 'उमा' म्हणून हाक मारली. जोपर्यंत तिची अगदी जवळ आल्याची चाहूल लागत नव्हती, तोपर्यंत मी हाका मारत सुटले होते.

तिचा आवाज ऐकून हायसे वाटले. तिचा स्पर्श अनुभवला तेव्हा मला धीर आला. आम्ही दोघींनी त्या पॅरॅशूटमधून मला सोडवायचा प्रयत्न केला. अखेर शेवटी एकदाची मी मोकळी झाले. बॅगेपासून दोर अलग केले. त्यातले अन्न इतस्ततः पडले; पण मला त्याचे काही वाटले नाही.

उमा अगदी केविलवाणी दिसत होती. बहुधा मी पण तशीच दिसत असेन. तोंडावर धूळ, चिखल माखले होते. तोंडावर खरचटले होते. हाताला खरचटले होते. पायाला लागले होते. त्यातून रक्त येत होते. आमच्याजवळ वैद्यकीय मदत नव्हतीच आणि वेळही नव्हता दवापाणी करायला.

उमाने मला विचारले की, "कार्लोस कुठे आहे?"

"तो जवळच असला पाहिजे."

मी आणि उमाने अर्ध्या मैलाच्या परिसरात चक्कर मारली. कार्लोसच्या नावाचा एकसारखा पुकारा करत होतो; पण प्रतिसाद मिळाला नाही. माझ्या जखमांची आग होत होती; पण कार्लोसला शोधणे फार गरजेचे होते. त्याला शोधण्याची तातडी होती. आम्ही दोघी तक्रार न करता ते काम करत होतो. निशाचर प्राण्यांचे चमकणारे अनेक डोळे आम्हाला दिसले. ते चौकसपणे आमच्याकडे बघत होते. अंधारात वेगाने ते नाहीसे झाले. पक्ष्यांच्या पंखांची फडफड ऐकू आली. प्राण्यांच्या ओरडण्याचे आवाज आम्ही ऐकले. रात्री होणारे नेहमीचे सगळे आवाज ऐकू येत होते. निशाचर प्राण्यांनी ते जंगल भरलेले होते. मी व उमा दोघी एकमेकींना घट्ट पकडून चालत होतो. कार्लोसचा शोध मोठ्या शौर्याने त्या अंधारात घेत होतो.

शेवटी एकदाचा तो आम्हाला सापडला. काही फुटांवरच तो होता. आम्ही त्याचे पॅराशूट झाडात अडकलेले पाहिले. कार्लोस बेशुद्धावस्थेत झाडाच्या एका बुंध्याजवळ पडलेला होता. आम्ही त्याच्याजवळ जात असताना एक मुंगूस तिथून पळाले.

आम्ही दोघी कार्लोसकडे धावतच गेलो. मी त्याचे डोके उचलले आणि तो शुद्धीवर यावा म्हणून त्याच्या गालावर थपडा मारल्या. उमा त्याच्या अंगावरची पॅरॅशूट बॅग सोडवायला लागली. कार्लोसने आपले डोळे किलकिले केले. जरा बघितल्यासारखे केले आणि परत मिटून घेतले. त्याला काहीतरी झाले होते. तो बोलत नव्हता. कदाचित त्याच्या पाठीला गंभीर दुखापत झाली असेल किंवा त्याला हार्ट अॅटॅक आला असेल. "कार्लोस, काय झालं तुला?" मी त्याला हलवले आणि विचारले. त्याच्या गालांवर चापट्या मारल्या.

कार्लोसने डोळे उघडले आणि बोलायचा प्रयत्न केला. तो काय बोलत होता, ते मला समजले नाही. तो काहीतरी बरळत होता. त्याला मदत करणे अगदी गरजेचे होते.

"आपण आणखी कोणाचीतरी मदत घ्यायला हवी." मी उमाला पटकन म्हणाले. कार्लोसचे डोके उचलून मी माझ्या मांडीवर घेतले, त्याला बरे वाटावे म्हणून! काय करावे, हेच मला उमगत नव्हते. पॅरॅशूटमधून पडताना कोणालातरी जबरदस्त लागेल, अशी भीती मला सतत भेडसावत होतीच. मी उडी मारल्यावर मेले असते, तर तिथेच सगळे संपले असते. पण तुमच्या गटापैकी किंवा कुटुंबापैकी एखादा जरी जखमी झाला, तर पुढचा प्रवास तुम्ही कसा करणार? एक जण पडला

तर सगळेच मनाने कोसळतात. आम्ही एका मोहिमेवर निघालो होतो; पण समोर काहीतरी दुसरेच वाढून ठेवलेले होते. कार्लोसचा जीव वाचवणे हे जास्त महत्त्वाचे होते. जेव्हा जेव्हा आयुष्यात मी योग्य मार्गाने जात आहे अशी मला माझी खात्री असायची, त्या त्या वेळी माझ्यासमोर अचानक अशी समस्या उभी राहायची, की मला माझा मार्ग बदलणे भाग पडायचे. पण आता तो विचार करत बसून निराश होण्याची वेळ नव्हती. असहाय अवस्थेत कार्लोस माझ्या मांडीवर पडलेला आहे. त्याच्याकरता काहीतरी मदत तातडीने मिळवणे जरूर आहे.

उमा उठून उभी राहिली आणि म्हणाली, ''मी जाऊन कोणाची तरी मदत मिळते का ते बघते.'' तिने पाऊल पुढे टाकले तेवढ्यात तिचा पाय मी पकडला. ती जवळजवळ पडतच होती.

''अगं, काय करते आहेस?'' स्वतःचा तोल सांभाळत ती ओरडून म्हणाली.

''तू कुठेही जाणार नाहीयेस. आपण सगळे एकत्र थांबणार आहोत. आपण दोघी मिळून कार्लोसला काही मदत मिळते का ते बघू.'' कूर्टच्या सूचनांची तिला आठवण देत मी म्हणाले.

''अगं, मग त्याचं करायचं काय? तो जवळजवळ बेशुद्धीतच आहे. तू त्याच्याजवळ थांब. मी काही मदत मिळते का बघते.'' उमा निक्षून म्हणाली.

खरे तर उमा जे बोलत होती ते तर्कशुद्ध होते; पण आम्ही तिघांनी एकत्र असलेच पाहिजे, अशी सक्त ताकीद कूर्टने दिलेली होती आणि उमाचे म्हणणे होते की, आपण या नियमाची आत्ता पर्वा करू नये. असे अपघात होणारच हे कूर्टला अपेक्षित असणारच आणि तरीसुद्धा त्याने हे सांगितले, याला काहीतरी नक्कीच कारण असणार. मला वाटत होते की, उमा जर या जंगलात कुठेतरी हरवली किंवा पकडली गेली, तर आमचे काही खरे नाही. एकमेकांशी संपर्क साधणे शक्य नव्हते, म्हणून तिघांनी एकत्र राहणे आवश्यक होते.

उमा म्हणाली, ''ठीक आहे.'' तेव्हा मग मी तिचा पकडलेला पाय सोडून दिला.

''त्याला आपण उचलून घेऊन जाऊ या.'' असे उमाला मी सुचवले. ''आता लवकरच दिवस उजाडेल आणि आपल्याला काहीतरी मदत मिळेल. तोपर्यंत त्यालाही जरा बरे वाटेल. मार लागण्यापेक्षा त्याला पडल्यामुळे मानसिक धक्का जास्त बसला असेल.'' कार्लोस जरी वरवर दाखवत असला की, आपण शूर आहोत, तरी मनातून तोही आम्हा दोघींसारखाच घाबरलेला होता, हे मी ओळखले होते.

आम्ही त्याला मदत करून बसते केले. त्याने त्याचे डोके उमाच्या खांद्यावर टेकले. त्याच्या त्या नाजूक अवस्थेत आम्ही त्याला सांगितले की, आम्ही त्याला उभे करणार आहोत. जर त्या वेळी त्याला वेदना झाल्या, तर त्याने सांगावे. त्याला त्याच्या पायांवर उभे करणे, हे अत्यंत जिकिरीचे काम होते. एखाद्या प्रचंड झाडासारखा तो वजनदार होता. त्याने चालण्याचा प्रयत्न केला. लंगडण्यापेक्षा त्याला ते बरे वाटत असेल; पण आम्हाला मात्र त्याला जवळजवळ ओढतच न्यावे लागले.

दाट जंगल होते. चांदणे होते म्हणून, नाही तर आम्ही भरकटलोच असतो. कोणत्या दिशेला जावे हे आम्हाला कळतच नव्हते. जेव्हा तुम्ही हरवलेले असता, तेव्हा कोणतीतरी एक दिशा पकडून चालत राहण, हे श्रेयस्कर असते. आम्ही उतारावरून चालत जायचे ठरवले, कारण तेच सोपे होते.

काही अंतर चालून गेल्यावर आम्ही दमलो. झाडांतून आम्हाला दूरवर एक प्रकाशाचा किरण दिसला. "उमा, तू बघितलास का तो प्रकाश?" मी तिला हळू आवाजात सांगितले. दमल्यामुळे आम्ही अचानक थांबलो.

"काय? काय बघितलेस का?" उमा म्हणाली.

मी माझी मान त्या प्रकाशाच्या दिशेने वळवली आणि उमाला म्हटले, "तो बघ ना, दिसला का तुला? प्रकाश तिकडून येतो आहे." त्या दिशेकडे मी बोट दाखवले.

उडी मारत आनंदित होऊन उमा म्हणाली, "हो गं, हो." असं म्हणत कार्लोसचा पकडलेला हात तिने सोडला. कार्लोस माझ्या अंगावर जवळजवळ कोसळलाच. कार्लोसच्या कण्हण्याचा आवाज येत होता.

"अगं, पकड त्याला नीट." उमा कार्लोसचा भार माझ्यावर सोडत म्हणाली, "मी तिकडे जाऊन काही मदत मिळते का बघते." उमा म्हणाली.

"उमा!" माझी कुत्री चुकीचे वागतात तेव्हा माझ्याकडे त्यांचे लक्ष वेधून घेण्याकरता मी जशी ओरडते, तशाच सुरात मी ओरडले.

"आपण एकत्र असायला हवे. कार्लोसला नीट पकड. आपण तिघेही तिथे जाऊ. जवळच आहे ते ठिकाण." मी म्हणाले.

उमा जरा रुसली, पण तिने माझे ऐकले. मी सांगितले तसे ती वागली.

आम्ही नवख्या ठिकाणी होतो. आमच्याकडे ओळखपत्र नव्हते. पैसेही नव्हते.

चुकीच्या लोकांच्या हाती आम्ही सापडलो, तर ती मदत ठरण्याऐवजी आपत्तीच ठरली असती. कार्लोस जखमी झाल्यामुळे आम्ही प्रचंड संकटात सापडलो होतो. उमाला या परिस्थितीचे गांभीर्य समजले नव्हते. प्रचंड, अवाढव्य असलेली एक व्यक्ती मला सांभाळावी लागत होती. त्याचे आयुष्य माझ्यावर अवलंबून होते. एक उतावळी मुलगी माझ्याबरोबर होती. तिच्या निष्काळजीपणामुळे आमच्या तिघांचेही जीव धोक्यात सापडले असते. हा आमचा गट सुरुवातीपासूनच एकमेकांना पूरक नव्हता. एका गटातील सगळे जण एकमेकांना आधार वाटायला हवेत; पण आमच्या बाबतीत मात्र प्रत्येक जण जबाबदारीच वाटत होती आणि माझा इथे येण्याचा हेतू सध्या तरी बाजूलाच ठेवावा लागत होता.

हा असा बिकट प्रवास चालू असताना काही वेळातच आम्ही एका मोकळ्या जागेवर अखेर पोहोचलो. जंगलाच्या मध्यभागी एक झोपडी बांधलेली आहे हे बघून आम्हाला आश्चर्यच वाटले. मी सावध होते आणि उमालाही शांत राहायला सांगितले.

"तू कार्लोसबरोबर इथेच बसून राहा. माझ्याकडेपण लक्ष दे. मी त्या झोपडीपर्यंत जाऊन काही मदत मिळते का ते बघते. पण आपण संकटात सापडणार नाही याची मला आधी खात्री करून घ्यायची आहे. माझ्यावर नीट लक्ष ठेव. काही वावगं घडलंच, तरी तू मला सोडून पळून जाऊ नकोस." मी उमाला निक्षून सांगितले. तिच्या डोळ्यांना डोळे भिडवून तिच्या डोक्यात प्रकाश पडला की नाही, ते बघितलं.

उमाने माझ्याकडे असे बघितले की, जणू तिला म्हणायचे होते की, आता तू कसा तो नियम मोडून एकटी जात आहेस? पण शेवटी तिने होकारार्थी मान डोलावली. आता कार्लोस शुद्धीवर आला होता; पण त्याचे शरीर ठणकत होते. "त्याला थोडी बिअर दे, म्हणजे त्याला बरं वाटेल." मी डोळे मिचकावत उमाला सांगितले.

मी झोपडीकडे सावधपणे चालत गेले. या जंगलात ही झोपडी असण्याचा मतलब काय असावा? आत दिवा लावलेला होता. समोरच्या बाजूला दोन खिडक्या होत्या. त्याला पडदे लावलेले नव्हते. दरवाजा लोखंडी होता. मी त्या झोपडीच्या मागच्या बाजूने गेले. ती झोपडी दगडी होती. झोपडीच्या चिमणीतून धूर येत असलेला मला दिसला. कोणीतरी आत जागे होते. खेडूत साधारणपणे पहाटेच उठतात. पण मला कोणताही धोका पत्करायचा नव्हता. बाहेरून कोणताही सुगावा लागत नसल्यामुळे मी झोपडीच्या पुढच्या भागात आले. तिथून उमा आणि कार्लोस मला दिसत होते. उमाने हाताची घडी घातलेली दिसत होती. तिचा चेहरा अर्धवट झाकलेला होता. खरेतर उमा मला जरा घाबरवत होती; पण मी स्वतःच तशी भेदरलेली होते. कूर्टचा जो मूर्खपणा होता, त्या मूर्खपणाची मी एक सावजच झाले

होते. माझे पंचवीस हजार डॉलर्स गेले म्हणून काही मी अशी वागत नव्हते किंवा पुढाकार घेत नव्हते. आत्ता माझ्यापुढे कार्लोसचा जीव वाचवणे, एवढे एकच ध्येय होते. त्या वेड्या कूर्टच्या वेडपट सूचनांप्रमाणे वागण्याचे कोणतेही ध्येय माझ्यापुढे नव्हते.

मी चवड्यावर उभे राहून झोपडीत नजर फिरवली. एक तरुण, स्थानिक मुलगी चुलीजवळ बसलेली दिसली. चुलीवर किटली दिसत होती. ती बारा-पंधरा वर्षांचीच असावी असे वाटले- सडसडीत आणि आकर्षक. तिथेच जवळ एक पलंग होता; पण त्याच्यावर कोणी झोपलेले नव्हते. मी त्या झोपडीत बाहेरूनच काळजीपूर्वक बघितले. त्या एका खोलीतच सगळा मांड मांडलेला दिसत होता. त्या तरुण मुलीशिवाय तिथे कोणीही नव्हते. कोपऱ्यात एक छोटे दार होते. मला वाटले की तिथे नहाणीघर असावे.

माझे चवडे आता असे उभे राहून दुखायला लागले. मी परत नेहमीप्रमाणे उभे राहण्याच्या प्रयत्नांत असतानाच मला उमाच्या रडण्याचा आवाज आला. तेवढ्यात माझा खांदा कोणीतरी पकडला आहे, असे मला जाणवले. हे जाणवल्यावर मी अक्षरशः हजार मरणे अनुभवली. माझ्या हृदयाचे ठोके थांबले. मी वळून बघितले तर माझ्यासमोर एक बुटकी, जाडी बाई उभी होती. तिचे केस ओले होते. तिच्या खांद्यावर एक टॉवेल होता. ती अनोळखी भाषेत काहीतरी बोलली. ती माझ्यावर हल्ला करायला आली नव्हती तर! हे समजल्यावर मी सुटकेचा निःश्वास टाकला. काय बोलावे ते मला समजेना. मी काहीच्या काही बडबडायला लागले.

"माझ्या मित्राला दुखापत झाली आहे." मी, उमा आणि कार्लोस होतो त्या जागेकडे बोट दाखवून म्हणाले, "आम्हाला त्यासाठी मदत हवी आहे. कृपा करून तुम्ही मदत करू शकाल का?" मी झाडाच्या पानांसारखी थरथरत होते.

त्या स्त्रीच्या चेहऱ्यावर गोंधळलेला भाव दिसला. ती काहीतरी बोलत राहिली. मला समजेना की ती मला शिव्या देते आहे, का मी घुसखोरी केल्याचा आरोप माझ्यावर करते आहे, का तिला आम्हाला मदत करावयाची आहे... काहीच समजत नव्हते. पण तिने माझ्यावर हल्ला केला नाही म्हणून मला वाटले की, तिच्याकडे मदत मागावी. मला काहीतरी हालचाल करणे भाग होते. मला नको असलेली कृती तिने करण्याच्या आधी मला जे गरजेचे आहे ते तिने करावे, याकडे तिचे लक्ष वेधून घेणे मला फार आवश्यक वाटले.

मी उमाकडे बोट दाखवले आणि त्या दिशेने चालू लागले. त्या बाईला मी माझ्याबरोबर येण्याची खूण केली. ती क्षणभर विचारात पडली; पण मग मात्र माझ्या

मागे येऊ लागली. उमाजवळ मी जरा भरभर चालत गेले. उमा कार्लोसला पकडून बसलेली होती. त्या स्त्रीने कार्लोसकडे बघितले आणि जोरात किंचाळली. ती त्याच्याजवळ बसली आणि त्याचा हात तिने हातात घेतला. तिने उमाला खूण केली की त्याला उचल आणि मग आम्ही तिघींनी मिळून कसेतरी त्या झोपडीपर्यंत नेले. कार्लोस अजून शुद्धीत होता.

ती झोपडीतील मुलगी आता झोपडीच्या दरवाजात येऊन उभी राहिली होती. ती आम्हाला पाहून गोंधळलेली होती. तिने आजपर्यंत कधीही परदेशी माणसांना बघितले नव्हते असे दिसत होते. ती अविश्वासाने आमच्याकडे एकटक बघत होती. तिने काळजीने जंगलाच्या दिशेने बघितले. आणखी कोणी आमच्याबरोबर आहेत काय, याचा ती मागोवा घेत होती.

ती स्त्री मात्र पटकन कामाला लागली. तिने कार्लोसला तपासले. त्याला आता चुलीच्या उबेजवळ झोपवलेले होते. तिने त्याच्या छातीच्या बरगड्यांकडे आणि खुब्याच्या सांध्याकडे बोट दाखवले. कदाचित तिथली हाडे मोडली असतील असे तिला वाटले असावे; पण ती काय बोलते आहे; ते मात्र मला समजत नव्हते. ती बाई कार्लोसची देखभाल करत असताना उमा माझ्या कानात पुटपुटली, ''आपल्याला त्या बोमोला शोधलं पाहिजे, ज्याला आपला पुढचा कार्यक्रम सांगितलेला आहे. त्याच्याकडून आता यापुढच्या सूचना मिळवायच्या आहेत.'' कार्लोसला इथेच सोडून आपण पुढे निघून जावे असे उमा सांगत होती, यावर माझा विश्वासच बसत नव्हता.

मी उमाकडे वैतागाने बघितले. माझ्या हृदयात कोणत्या भावनांचा उद्रेक झाला ते मला समजत नव्हते. ती स्वार्थी, कोत्या मनोवृत्तीची आत्मकेंद्रित आहे, असे माझ्या मनात आले. आणखीदेखील तिच्या बाबतीत अशीच विशेषणे माझ्या मनात येऊन गेली. तिच्या या सूचनेकडे मी पूर्ण दुर्लक्ष करायच्या आत आणि तिला तुच्छ लेखायच्या आत मला आठवले की, मला ऑफिसमध्ये महत्त्वाचे काम असल्यामुळे किंवा एखाद्या चर्चासत्रात भाग घ्यायला विमानाने तातडीने जायचे असल्यामुळे माझ्या आईला किंवा वडिलांना किंवा भावाला ते आजारी असताना, त्यांना त्या अवस्थेत सोडून मी अनेक वेळा गेलेली होते. माझ्या प्रिय माणसांना जेव्हा खरी गरज होती, त्या वेळेला त्यांची देखभाल करण्यासाठी मी माझे काम सोडून कधीच घरी थांबले नव्हते. माझी माझ्या कामाशी असलेली निष्ठा, बांधिलकी माझ्या प्रियजनांपेक्षा मला जास्त प्रिय वाटायची, महत्त्वाची वाटायची. माझी आई नेहमी विनोदाने म्हणायची की, जेव्हा ती मरू घातली असेल, तेव्हादेखील तिच्या जवळ बसण्याऐवजी मी माझ्या कामाकरता विमानाने निघून जाईन. तिचे माझ्याबद्दलचे हे मत खोडून काढण्याचा मी कधीही प्रयत्न केला नाही, हे

सर्वांत अधिक दुःखमय होते. आज मात्र उमाला दोष देण्याऐवजी मी माझ्या स्वतःच्या नजरेतून उतरले. माझे खुजेपण माझ्या डोळ्यांसमोर उभे राहिले. आपण जेव्हा दुसऱ्याच्या उणिवा शोधतो, त्या वेळी त्यात आपलेच प्रतिबिंब दिसते.

कार्लोस जोरजोरात श्वासोच्छ्वास करत होता. तो माझ्याकडे बघत होता. मी काय करावे अशी त्याची अपेक्षा होती? त्याला काहीतरी माझ्याशी बोलायचे होते का? मी खाली वाकून त्याचा हात हातात घेतला. "तू बरा होशील रे!" मी माझ्या भावना आवरून त्याला म्हटले. कार्लोसची देखभाल करताना आत्तापर्यंत मी माझ्या कुटुंबीयांना किती दुर्लक्षित केले होते, त्याचीच जणू भरपाई करत होते.

त्या स्त्रीने डझनभर अंडी आणली. ती कार्लोसच्या जवळ जाऊन बसली आणि मला जवळजवळ बाजूला ढकलले. तिने काही अंडी कार्लोसच्या छातीवर ठेवली आणि त्या अंड्यांवर पट्टी बांधायला सुरुवात केली. खरं तर असा गावठी उपाय करण्याची ती वेळ नाही, असे माझ्या मनात आले. खरे तर कार्लोसला आत्ता वैद्यकीय मदतीची गरज आहे आणि ही बया त्याच्या छातीवर अंडी काय बांधते आहे? ती स्त्री ते काम करताना तोंडाने काहीतरी पुटपुटत होती. कार्लोसला पिशाच्चाने झपाटले आहे आणि त्याला मी बाहेर घालवले पाहिजे, असे काहीसे ती पुटपुटत आहे, असे मला वाटले.

कार्लोस श्वासोच्छ्वास करण्याचा प्रयत्न करत होता. माझी मात्र घाबरगुंडी उडाली होती. त्याचे डोळे स्थिर वाटत होते आणि त्याचा श्वासोच्छ्वास मंद होत आहे, असे वाटत होते.

'कृपा कर, माझ्या मांडीवर तुझं डोकं असताना तू प्राण सोडू नकोस.' मी मनात म्हणाले, 'कृपया मरू नकोस. निदान आत्ता तरी नाही आणि अशा प्रकारे तर नाहीच नाही. कार्लोस, तू शर्थीचे प्रयत्न कर. तुला काही होणार नाही. काही झालेले नाही. तू मरणार नाहीयेस. नाही, तू कृपा करून मरू नकोस.' मी ही प्रार्थना करत होते. कारण कार्लोसने माझ्याकडे एकटक निर्विकार नजर लावली होती.

आणि नंतर ते अघटित घडले... कार्लोसचा श्वास जणू काही थांबला आहे असे वाटले. त्याच्या छातीवर गुद्दे मारून त्याचा श्वास परत सुरू व्हावा, असे खरे तर मला करायचे हाते; पण त्या मूर्ख जाडीने माझा हात घट्ट पकडून ठेवला होता. तिने आपल्या ओठांवर बोट ठेवून आजूबाजूला खोलीत नजर फिरवली. जणू तिला त्याचा आत्मा दिसत होता. ही बाई खरेच महामूर्ख होती. मला त्याच्या छातीवर बुक्के मारून तिथे ठेवलेली अंडी फोडायची होती. त्याला तोंडाने कृत्रिम श्वासोच्छ्वास करायला मदत करावयाची होती; पण तिने त्याचा ताबा घेतलेला होता. मला

वाटले, जर मी तिच्याशी भांडून तिला इथून घालवून दिले, तर ती आमच्या सगळ्यांवर उलटेल आणि आम्हा सगळ्यांना अडचणीत आणेल. जर कार्लोस मेला तर आम्ही सगळे फार मोठ्या संकटात सापडू.

"कार्लोस–" मी जोरात हाक मारली. उमाचा हात माझ्या खांद्यावर होता, त्या हाताची पकड घट्ट झाल्याचे मला जाणवले. तिची नखे माझ्या खांद्यात घुसत होती. कार्लोस काहीच प्रतिसाद देत नव्हता, तो डोळेही मिचकावत नव्हता. कार्लोस जणू मेला होता.

आम्ही दोघी तिथे बसलो होतो. त्या स्त्रीने किटली उतरवायला असलेले फडके त्याच्या तोंडावर टाकले. त्या बाईचे काही स्क्रू नक्की ढिले असावेत. पण आम्ही तरी काय करू शकत होतो?

"आपल्याला आता अटक होणार की काय? हे लोक पोलिसांना बोलावतील की काय?" उमाने घाबरून मला विचारले. पोलीस हा शब्द ऐकताच ती स्त्री टुणकन उडाली. ती रागारागाने काहीतरी बोलली. तिच्या बोलण्यात पोलिस हा शब्द तीनदा आला. आम्ही कार्लोसचे शव घेऊन पळून जाऊ नये म्हणून आमच्यावर लक्ष ठेवत तिने झोपडीच्या बाहेर पाऊल टाकून कोणालातरी हाका मारल्या. ती तरुण मुलगी झोपडीच्या बाहेर पळत सुटली. मी उठले आणि त्या पोरीला शांत करायचा प्रयत्न केला. मी तिला म्हटले की, पोलिसांना बोलावू नकोस. आम्ही प्रवासी आहोत. आम्ही इथे ट्रेकिंग करत होतो; पण आमच्याबरोबर असलेल्या या मित्राला दुखापत झाली आणि आम्हाला फक्त मदत हवी आहे.

उमा मागून माझा हात खेचत होती. "चल, आपण पळून जाऊ या, आपल्याला बोमोला शोधून त्याला विचारायला लागेल की आता पुढे काय? आणि आपल्याला विमानतळ गाठायला हवा." उमा थोडी जागरूक होत म्हणाली.

बोमो शब्दामुळे जणू आणखी एक धोक्याची घंटा त्या म्हातारीच्या डोक्यात वाजली असावी. तिने शिव्या द्यायला आणि आरोप करायला सुरुवात केली. आता त्या बोलण्यात बोमो हा शब्द पाच-सहा वेळा आला. मी काय करणार? मला वाटले, कार्लोसऐवजी मी मेले असते तर बरे झाले असते. काय पण आमचा गट! एक मेला आणि दुसरी मला मारायला निघाली आहे.

त्या स्त्रीने आत येऊन कार्लोसच्या तोंडावरचे फडके दूर केले. कार्लोसचे डोळे आधीच मिटलेले होते, का त्या म्हातारीने हाताने बंद केले होते, ते मला कळेना. मला काही कळायच्या आत उमा पळत सुटली.

उमा झोपडीतून पळायला लागल्यावर मी ओरडले, "उमा!" पण उमा जोरजोरात पळतच सुटली. मला समजेना की तिच्या मागे पळत जावे की काय? पण ती स्त्री मेलेल्या सहकाऱ्याला मागे तिच्या ताब्यात सोडून आम्ही पळून जात आहोत हे पाहून आमच्यावर हल्ला करेल. "उमाऽ" मी जोरात हाक मारली, पण तोपर्यंत उमा जंगलात दिसेनाशी झाली. मी त्या झोपडीच्या दारात टिपे गाळत उभी राहिले.

हे माझ्या आयुष्यातले सर्वांत भयानक दु:स्वप्न होते. मी खरं तर इथे काही हेतूने आले होते. माझ्या गटातला एक सहकारी वारला आणि दुसरा मला सोडून पळून गेला होता. मी या परिस्थितीत काय करावे? मी त्या झोपडीत एका वेड्या बाईच्या सहवासात होते. तिने कार्लोसच्या छातीवर चक्क अंडी बांधली होती आणि शिवाय ती पोलिसांना बोलावण्याची धमकी देत होती. माझी पार वाट लागली होती. मला रडायला येईल असे वाटू लागले. मी हुंदके देऊन मोठमोठ्याने रडायला लागले. मी खूप दमले होते आणि माझे सर्वांग ठणकायला लागले होते. इतका वेळ माझे माझ्याकडे लक्षच नव्हते. आता मात्र मला जाणवत होते की, आपले सगळे अंग दुखत आहे. माझ्या जखमा सुजल्या होत्या. मला घरी जावेसे वाटत होते.

त्या स्त्रीने त्या झोपडीत एक चटई अंथरली आणि मला त्यावर बसायला सांगितले. ती गरम पाण्यात फडके बुडवून माझ्या जखमा पुसायला लागली. आता मात्र ती माझ्याशी मवाळ शब्दांत काहीतरी बोलली. जरी त्या गरम फडक्याने माझ्या जखमा जास्त ठणकत होत्या, तरी ती काय करते आहे ते मी तिला करू दिले. एखाद्या वेळेस ती माझ्या जखमांवरदेखील अंड्यांचा लेप देईल. एखाद्या वेळेस मी मरूनपण जाईन, कोणी सांगावे ! मी तिथे बसलेली असताना माझे चवडे तिने एका गवतासारख्या दोरीने एकमेकांना घट्ट बांधले. ते बांधल्याबरोबर माझ्या दुखणाऱ्या जखमा जादू झाल्याप्रमाणे एकदम दुखायच्या कमी झाल्या.

काही मिनिटांतच ती उठली. तिने आपले केस मागे बांधले आणि एक कापडाची पिशवी हातात घेतली. ती त्या मुलीला काहीतरी म्हणाली. मग त्या दोघी झोपडीच्या बाहेर गेल्या. मी उठू शकले नाही; कारण तिने माझे पाय घट्ट बांधून ठेवलेले होते.

कार्लोस स्तब्ध पडलेला होता. माझ्या डोळ्यांना जरा धुरकट दिसू लागले होते. नंतर मला एकदम एक कल्पना सुचली की, आपण एक फोन करावा. मी कूर्टशी फोनवरून बोलावे. त्याला फोन करून इथल्या संकटाची कल्पना द्यावी. माझ्याजवळच फोन होता. मी त्याबद्दल विसरूनच गेले होते. मी माझे जॅकेट उघडले आणि

थरथरत्या हाताने फोन बाहेर काढला. कूर्टचा नंबर माझ्या लक्षात होता. कारण तो नंबर लक्षात ठेवायला तसा सोपा होता. तो आठवून मी तो क्रमांक फिरवला. नेहमीप्रमाणेच फोनची रिंग एकदा वाजल्याबरोबर त्याने फोन उचलला. तो 'हॅलो' म्हणाच्या आत मी 'कूर्ट का?' असं विचारलं. "हो, कूर्ट रिंक बोलतो आहे." तो जरा तुटक शब्दांतच बोलला. आम्ही कसे आहोत, पॅरॅशूटमधून सुरक्षित उडी मारली की नाही याबद्दल त्याने काहीही विचारायची तसदी घेतली नाही.

"कूर्ट, आम्ही आता जेंटिंग हायलँडच्या जंगलात आहोत. कार्लोस मरण पावला आहे. पॅरॅशूटमधून उडी मारताना तो वाचला नाही. उमा इथून पळून गेली आहे. आता काय करावे मला समजत नाही. मला इथे तू काही मदत पाठव. कार्लोस मेला आहे. मी जंगलातल्या एका झोपडीत आहे. जो कोणी येणार असेल त्याला इथे पडलेली, चमकणारी पॅरॅशूट दिसतील. त्यांच्या आसपास तो आम्हाला शोधू शकेल." मी एका श्वासात इतके सगळे भराभरा बोलले. माझ्या आवाजातला कंप काबूत ठेवत बोलले. माझ्या डोळ्यांतले अश्रूदेखील थोपवायचा मी प्रयत्न केला. भावनावश होण्याची ही वेळ नव्हती. परिस्थिती नियंत्रणात घेण्याची हीच वेळ होती. मला जाणवले की जेव्हा मी चर्चासत्र आयोजित करून प्रशिक्षण देते, त्या वेळी रंगमंचाचा ताबा घेणे हे सोपे असते. प्रेक्षक आणि आपल्या स्वतःच्या वक्तव्यावर ताबा ठेवणे हे मला हातचा मळ वाटत असते; पण माझ्या धैर्याच्या कसोटीची ही खरी वेळ होती.

"मला कार्लोस जिवंत हवा आहे." कूर्ट दुसऱ्या बाजूने जोरात ओरडला, "उमाला शोध. तुम्हाला नेमून दिलेले काम यशस्वी करून विमानतळावर सगळे जण पोहोचा. कळलं ना तुला सगळं नीट?"

नाही, मला नाही कळले. मला कूर्टला सांगायचे होते की, ही मूर्खपणाची सूचना मला उमगत नाही आणि या सूचना अगदीच हास्यास्पद आहेत. कार्लोस मेला आहे आणि उमा जंगलात नाहीशी झाली आहे. मला तर माझी कामगिरी पूर्ण करावयाची आहे. मला सल्ला हवा आहे. मदत हवी आहे. त्याऐवजी हा मात्र मला जे ऐकायचे नाही, ते भलतेच सांगतो आहे. मला कूर्टला सांगायचे होते की, मला काही कळत नाही तू काय बोलतो आहेस ते. पण मी पुढे काही बोलायच्या आत त्याने फोन बंद केला.

मला आता कूर्टचा तिरस्कार वाटायला लागला. आता मला त्याचा खरेच प्रचंड तिरस्कार वाटायला लागला होता. सरळ फोन खाली ठेवतो म्हणजे काय? त्या जाड्या मूर्ख सैतानाला माहीत होते की, मी फक्त हा एकच फोन करू शकत होते. जर मी राष्ट्रपतींना हा फोन केला असता तर त्यांनी निश्चितच मला मदत केली असती. माझ्या बाबांना मी फोन केला असता तर ते माझ्या मदतीला धावले असते.

पण कूर्टने मात्र सरळ फोन बंद केला. खरे तर राष्ट्रपती किंवा माझे बाबा मला या परिस्थितीत काहीच मदत करू शकले नसते; पण कूर्ट मात्र नक्कीच मदतीचा हात देऊ शकला असता. पण त्याने काहीच केले नाही. नालायक माणूस!

मी मेलेल्याला कसे जिवंत करणार? कार्लोसचे प्रेत इथे पडलेले आहे. त्याच्या मृत्यूचा शोक तरी कसा करायचा, हे मला समजत नव्हते. मी त्याला धड ओळखतही नव्हते. मला जाणवत आहे की, त्याचा आत्मा या झोपडीत घुटमळतो आहे. मला आता भीती वाटायला लागली. मी अशा कलेवराच्या जवळ आत्तापर्यंत आयुष्यात एकटी कधीच थांबले नव्हते. खरे तर यापूर्वी मी कधीच मृत शरीर पाहिलेही नव्हते. माझ्या आयुष्यातील हा सर्वांत भीतिदायक प्रसंग होता.

मला कार्लोसचे शव होते त्या दिशेलाही नजर वळवणे नको वाटत होते. मला पक्के माहीत होते की तो मेलेला आहे; पण माझं मन ते सत्य स्वीकारायला तयार नव्हते. तो मेला म्हणून कोणाचे नुकसान होणार आहे, हेही मला माहीत नव्हते. तो म्हणाला होता की, मी जगात एकटाच आहे; पण माझी खात्री होती की त्याचे काही नातेवाईक असणार. कूर्टच्या नावलौकिकाला, कीर्तीला या घटनेमुळे नक्कीच काळिमा लागणार होता. पण या घटनेमुळे माझे काय होणार याची मला चिंता होती.

माझ्या शरीरात अजिबात त्राण उरले नव्हते. माझ्या अंगावर ज्या जखमा झाल्या होत्या, त्यांच्या वेदना मला आता जाणवत नव्हत्या. कार्लोसच्या शवाच्या भयावह वाटेल इतक्या जवळ मी स्वतःला झोकून दिले. ती म्हातारी परत येईपर्यंत वाट बघण्याखेरीज दुसरे काही मी करू शकत नव्हते. आम्ही दोघे तिच्या कब्जात सापडलो होतो. एका क्षणातच मी झोपेच्या अधीन गेले.

◆

बोमो : 'भविष्याचा रखवाला'

बहुधा मी बरेच तास गाढ झोपलेली असणार, कारण मी जागी झाले तेव्हा बाहेर सूर्यप्रकाशाचा किरणही दिसत नव्हता. कार्लोसच्या मृत शरीराजवळ मी झोपलेली असतानाच सूर्य मावळला असणार, हे माझ्या लक्षात आले.

ती स्त्री आणि ती लहान मुलगी झोपडीत परत आलेल्या होत्या. त्या एका भयानक चेहेऱ्याच्या माणसाबरोबर भराभरा काहीतरी बोलत होत्या. तो नक्कीच मलेशियन होता. तो गुंडासारखा दिसत होता. कदाचित तो आम्हाला पळवून नेण्यासाठी आला असावा किंवा कार्लोसचं दफन करण्यासाठी आला असेल. मी जागी आहे असे पाहून त्या स्त्रीने माझ्या पायाला बांधलेल्या दोऱ्या सोडल्या. आश्चर्यकारकरीत्या माझ्या सर्व वेदना गायब झाल्या होत्या. त्या जंगली वनस्पतींच्या दोरखंडाने माझ्या पायाला बांधून ठेवल्यामुळे माझ्या जखमा कशा बऱ्या झाल्या, हे माझे मलाच समजेना. पण मला खूपच बरे वाटत होते. त्या क्षणीतरी तेच महत्त्वाचे होते.

तो माणूस माझ्या दिशेने चालत आला. तो बुटका आणि जाडजूड होता. त्याचे डोळे प्रचंड लहान होते. आत्तापर्यंत इतके मिचमिचे डोळे मी कधी पाहिले नव्हते. त्याच्या दातांना मोठमोठ्या फटी पडलेल्या होत्या. त्याने मळका, सैल सदरा घातलेला होता. त्याने घातलेली पँटही पांढरी असली तरी मळकट होती. तो जंगलात भटकत असणार असे मला वाटले. तो माझ्याजवळ आला आणि वाकून त्याने मला बाजूला सरकायला सांगितले. मी बाजूला सरकले. मग तो त्या चटईवर धपकन बसला. माझी भीती आता कमी झाली होती. घाबरावे असे माझ्या हातून काहीच घडलेले नव्हते. ती बाई मला काही दुखापत करणार नव्हती. एखाद्या जखमी माणसाला बरे करून मग त्याला मारून टाकायचे, असे कोणी करत नसते.

त्या माणसाने आता कार्लोसची देखभाल करायला सुरुवात केली होती. त्याला बांधलेले बँडेज तो माणूस काढत होता. ते बघायला मी उठून बसले. तो

माणूस बऱ्यापैकी इंग्लिशमध्ये म्हणाला, "कार्लोसची मृत्यूची वेळ अजून आलेली नाही."

त्याला या बोलण्यातून काय सुचवायचे होते? आठ तासांपूर्वीच कार्लोस मेलेला आहे याची त्या माणसाला माहिती नसावी का? पण ही वस्तुस्थिती होती; पण तो माणूस मात्र अनभिज्ञ होता. तो आपले काम करत होता. त्याने कार्लोसभोवती त्या बाईने नीट बांधलेल्या पट्ट्या सोडवल्या होत्या. त्याच्या छातीवर बांधलेली ती अंडी घरंगळून खाली पडायला लागली, पण आश्चर्य म्हणजे त्यातील एकही फुटले नव्हते. त्या माणसाने सोडवलेल्या पट्ट्या त्या स्त्रीच्या हातात दिल्या. त्या माणसाने एक अंडे उचलले आणि फोडले. ते अंडे अक्षरशः उकडले गेले होते. त्याने एका मोठ्या चाकूने ते अंडे कापले, जो त्या वृद्धेने त्याला दिला होता. त्या अंड्यातल्या बलकाचे दोन भाग झाले. त्यामधून दोन मोठ्या गंजलेल्या सुया निघाल्या.

अंड्याच्या आत या सुया आल्या कुठून? अंडे उकडले कसे गेले?

त्या स्त्रीलाही या सगळ्याचे माझ्याइतकेच आश्चर्य वाटले दिसले. अचंबा वाटल्यावर त्या स्त्रीने ज्या हालचाली केल्या त्याचा अर्थ, मी पुढीलप्रमाणे लावला- 'अंडी घेऊन मी हेच करत होते. बघितलेस? त्याच्या शरीराला झालेली भूतबाधा मी काढून टाकत होते' असे तिला म्हणायचे होते. तो माणूस एकापाठोपाठ अंडी फोडत राहिला. सगळी अंडी पूर्ण उकडली गेली होती. प्रत्येक अंड्यात गंजलेल्या सुया होत्या. मी एक उचलून घेतले आणि नीट निरखून बघितले. त्या अंड्याला कुठेही तडा गेलेला नव्हता आणि सुई जाण्यासारखे भोकही नव्हते. त्याचे कवच जसेच्या तसे होते. मी ते अंडे जमिनीवर थोडे आपटून फोडले. त्याचे दोन भाग करण्याचा हाताने प्रयत्न केला. माझ्या हाताला सुई टोचली आणि मी एकदम ओरडले. माझ्या बोटातून रक्ताचा थेंब पडला. त्या वेळी ती स्त्री, तो मनुष्य आणि ती मुलगी हे तिघे जण एकाच वेळी रडायला, ओरडायला लागले. त्या माणसाने खसकन माझा हात ओढला आणि कार्लोसच्या शरीरावर दाबून धरला आणि तोंडाने एकीकडे जणू शिव्यांची लाखोली वाहिल्यासारखे बडबडत होता.

त्याने माझा हात कार्लोसच्या पायांवर जोरात दाबला. तो पाय मला ऊबदार वाटला. तो जर मेलेला होता तर पाय गरम कसे लागले?

कार्लोसने आपला चवडा हलवला हे बघितल्यावर मला एकदम भीती वाटली. हा माणूस या मृत माणसाला जिवंत करतो आहे. मला चक्कर आल्यासारखे वाटले.

त्या गुंड माणसाला एकदम आनंद झाला असे दिसत होते. "त्याची मरायची

वेळ अजून आलेली नाही.'' तो परत तेच म्हणाला. माझ्याकडे अभिमानाने बघत तो पुढे म्हणाला, ''त्याला सतत वाटत होतं की तो मरणार आहे म्हणून त्याला अकाली मृत्यू आला. आपण मरणार ही भीती सतत त्याला वाटत होती. तो जेव्हा जेव्हा एकटा असतो तेव्हा आपण आता मरावं असं त्याला वाटत राहतं. त्यामुळे थोडीशी जखम झाली, तरी त्याला मरणाचीच भीती वाटत राहते.'' त्या माणसाने आधी मला आणि नंतर त्या वृद्धेकडे बघून खुलासा केला.

''या अंड्यातल्या सुया म्हणजे त्या माणसाच्या शरीरातील वाईट शक्ती आहेत. या सुया त्याच्या मेंदूला वाईट विचार करायला लावतात. आता या सुया अंड्यात आलेल्या आहेत. त्याच्या शरीरातील दुष्ट शक्ती आता बाहेर पडून या अंड्यात गेलेल्या आहेत. तो आता जिवंत होईल.'' तो पुढे म्हणाला.

कार्लोसने आणखी हालचाल केली. त्याच्या कण्हण्याचा आवाज आला आणि तो खोकलादेखील. इथे काय काय घडले याचा खुलासा द्यायचा असेल, तर त्याचे माझ्याकडे काहीही उत्तर नव्हते. फक्त हे घडले ही वस्तुस्थिती होती आणि मी माझ्या डोळ्यांनी ती बघितली आहे, एवढेच मी सांगू शकेन. त्याच्या शरीरातील नकारात्मक असलेल्या शक्ती आणि मृत्यूची भीती कार्लोसच्या शरीराबाहेर काढून त्या अंड्यात आणि गंजलेल्या सुयांमध्ये एकत्रित झाल्या होत्या.

त्या सुया अंड्यात खुपसून ती अंडी आधीच उकडलेली होती, का वाईट शक्तींमुळे ती अंडी उकडली गेली, हेही मला सांगता येणार नाही. अकाली मृत्यू टाळण्याचे गमक म्हणून तर त्या सुया अंड्यामध्ये आलेल्या नसाव्यात? कोणतेही तत्त्व या घटनेमागे सांगता येत नाही. पण जेंटिंग हायलँड हे अशा जादूटोण्याच्या विद्येबद्दल, चेटूक करण्यासंबंधी प्रसिद्ध आहे, असे मी ऐकले होते. हे सगळे पाहून मला धक्काच बसला होता. मी थोडी साशंक होते. हा कार्लोसच आहे ना? का दुसऱ्या कोणाचा तरी आत्मा कार्लोसच्या शरीरात शिरलेला आहे? शेवटी सगळा शहाणपणा विसरून या लोकांच्या वेडपट उपचारांचा मी एक भाग बनून गेले होते; पण हे सगळे काहीही असो, वास्तव असो किंवा काल्पनिक असो. माझ्या शरीराच्या वेदना मात्र खरेच थांबल्या होत्या, जखमादेखील बऱ्या झाल्या होत्या आणि कार्लोस जिवंत होता.

त्या माणसाने जणू कार्लोसचा ताबा घेतला होता. तो त्याच्या जवळ बसला होता आणि काहीतरी बंबो, जंबो असे विचित्र उच्चार आपल्यामागून कार्लोसलाही करायला सांगत होता. नुकत्याच परत जिवंत झालेल्या माणसासाठी हे सगळे खरेतर एखाद्या छळाप्रमाणेच होते. मी कार्लोसशी बोलायचा प्रयत्न केला, पण तो त्या माणसाच्या तावडीत होता. तो खूप अशक्त झाला होता. धड बोलण्याच्याही

अवस्थेत तो नव्हता. तो मधूनमधून पुटपुटत होता, की "मला घरी जायचं आहे." तो माणूस मात्र त्याला सांगत होता की, 'श्रीमान, हे तुझंच घर आहे.'

अशा रीतीने कार्लोसचे या जगात फार उत्साहाने टाळ्या पिटून, देवाची गाणी गाऊन स्वागत झाले. त्यानंतर कार्लोसला आदराने शेवटचा नमस्कार करून तो माणूस झोपडीतून निघून गेला. ती स्त्री चुलीवर काहीतरी शिजवत होती. त्याचा भयानक उग्र वास येत होता. ते शिजवलेले अन्न तिने कार्लोसला दिले. मलाही ते अन्न देईल याची मी वाट पाहत होते. ते भयानक होते, पण ते नाकारणे अगदीच चुकीचे ठरले असते कारण तिने कार्लोसला जीवदान देऊन आमचेही जीव वाचवले होते. मी 'कार्लोस' अशी हाक मारून त्याचे लक्ष वेधून घ्यायचा प्रयत्न केला. तो अजूनही ग्लानीत होता. मी म्हणाले, "तू बरा झाला आहेस, हे पाहून मला खूप आनंद झाला." मी त्याचा हात माझ्या हातात घेतला; पण तो जरा गोंधळला. आपल्याला काय झाले होते, हेच त्याला आठवेना. मी मग तो विषय टाळला. "आपल्याला बोमोला शोधायला हवं. त्याच्याकडून आपल्याला यापुढचा कार्यक्रम जाणून घ्यायचा आहे. त्याच्याकडून संदेश घेऊन उद्या आपल्याला विमानतळावर पोहोचायचं आहे. आपण त्याप्रमाणे करणार आहोत." त्याला आमच्या ठरलेल्या कार्यक्रमाची मी जाणीव करून दिली.

"मला घरी जायचं आहे." हेच तो परत परत सांगत होता.

मी काय करू शकत होते? कार्लोस जिवंत झाला होता; पण तो घरी जायला उत्सुक होता. उमाचा काहीच पत्ता नव्हता. कार्लोस आता ही मोहीम सोडून परत जाईल, असे मला सारखे वाटत होते. कूर्टने मला बजावले होते की, उमाला शोधून तिघे पुढच्या कामगिरीवर निघा. त्यामुळे भेदरटपणे पळून गेलेल्या उमाला शोधण्याचे घाणेरडे काम माझ्यावर येऊन पडले होते. मी ते सकाळी उठल्यावर करायचे ठरवले. आजची रात्र ती जाडी बाई आम्हाला तिच्या झोपडीत झोपायची परवानगी देईल असे मला वाटत होते. आमच्या जाण्याबद्दल किंवा झोपडी सोडण्याबद्दल तिने काहीच विचारणा केलेली नव्हती. म्हणून मीही तो विषय बोलायचे टाळले.

"मला त्या बोमोला भेटायचे आहे. त्याच्याच हातात आमची भविष्याची वाटचाल आहे." मी त्या स्त्रीला म्हणाले. "तुला माहीत आहे का की तो आम्हाला कुठे भेटेल?" हे बोलले खरी; पण लगेचच माझ्या विचारण्यातला मूर्खपणा मला जाणवला. तो जो गुंड, आडदांड आला होता, तो इंग्लिश बोलणारा होता. खरे तर त्यालाच मी विचारायला हवे होते; पण कार्लोसला जिवंत करण्याचा जो सोपस्कार चालला होता, त्याने मी पार आश्चर्यचकित झाले होते. त्या वेळी बोमोबद्दल त्याला

विचारावे, हे मला का सुचले नाही? आता तर तो निघून गेला होता. कसेही करून मला बोमोपर्यंत पोचायला हवे होते; पण त्या बाईला याबद्दल नीट समजावून सांगणे जरुरीचे होते.

"बोऽऽमो" मी अगदी सावकाश उच्चार केला, "मला बोमोला भेटायचे आहे."

"बोमो." त्या स्त्रीने उत्साहात मान हलवली. तिला समजले, मी कोणाबद्दल बोलते आहे. ती बाहेर गेली आणि तिने त्या तरुण मुलीला बोलावले. ती त्या मुलीशी काहीतरी बोलू लागली. त्यात बोमो हा शब्द वाक्याच्या सुरुवातीला आला होता. आता त्या मुलीने कार्लोसकडे अंगुलीनिर्देश करून सुचवले की, ज्या माणसाने येऊन कार्लोसला जिवंत केले, तोच बोमो आहे.

मी इतका मूर्खपणा बऱ्याच दिवसांत केलेला नव्हता. आता काही मिनिटांपूर्वी बोमो या झोपडीत होता. त्याला भेटण्याची कामगिरी तर माझ्यावर सोपवलेली होती; पण मी मात्र गफलत केली. आपल्याला जे हवे आहे ते बऱ्याचदा आपल्या आवाक्यात असते, पण ते ओळखण्याची आपल्यामध्ये ताकद नसते. हा किती दैवदुर्विलास आहे. आपली इच्छा पूर्ण करू शकणारी परी आपल्या अगदी जवळ असते; पण तिथून ती निघून जाईपर्यंत ते आपल्याला उमगत नाही. आपल्याला जे काही हवे असते, ते मिळण्याची प्रक्रिया खरेतर लगेचच सुरू होत असते; पण समोर आलेली संधी ओळखण्याची पात्रता तुमच्यात असते का, हा खरा प्रश्न आहे. का अज्ञानामुळे समोर आलेली संधी तुम्ही हातची जाऊ द्याल, हा खरा प्रश्न आहे. आत्ता मात्र समोर आलेली संधी मी दवडली होती.

तुम्ही मागे वळून पाहिल्यावर तुमच्या लक्षात येईल की तुमच्या यशाची सुरुवात तुम्ही मनात ती इच्छा आणल्याबरोबरच झालेली असते. तुमच्या आयुष्यात जे जे कोणी तुम्हाला भेटतात, ते सर्व तुमच्या जीवनाचा भाग बनून जातात. तुमच्या यशात त्या व्यक्तीचा फार मोठा सहभाग असतो. जर कार्लोस आजारी पडला नसता, तर आम्ही या झोपडीत आलो नसतो. त्या म्हातारीने बोमोला बोलावले नसते. कार्लोस वाचला नसता आणि मला बोमो कधीच भेटला नसता. जे जे घडले त्याचा कार्यकारणभाव आता कळल्यावर त्या त्या घटनांची यथार्थता समजते. आपण प्रयत्न केला तर घडलेल्या घटनांचा योग्य अर्थ आपण घेऊ शकतो. नाहीतर जीवन म्हणजे अनेक घटना घडण्याची एक मालिका ठरली असती. पण आपण त्या घटनांचा सुसंगत अर्थ लावला, तरच त्या घटनांचे प्रयोजन आपल्याला समजते. जसे उमाच्या बाबतीत घडले. उमाने त्या घटनांकडे, प्रसंगांकडे गंभीरपणे बघितले

नाही. जेव्हा आपण काळजीपूर्वक प्रसंगांची रांगोळी रेखीवपणे जोडतो, तेव्हाच आपण आपल्या कार्यात यशस्वी होतो.

''मला बोमोला भेटायचं आहे.'' मी त्या पोरीला सांगितले. ती मुलगी त्या जाड्या बाईपेक्षा जास्त तरतरीत आणि हुशार दिसत होती. तिला मला काय हवे ते पटकन समजले. तिने जंगलाकडे बोट दाखवले आणि म्हणाली, ''बोमो.''

मला खूप आनंद झाला. कारण त्या मुलीला बोमो कुठे आहे हे माहीत होते. तिने मला वाट दाखवावी अशी माझी इच्छा होती. मी तिचा हात हातात घेऊन म्हणाले, ''मला बोमोकडे ने.'' त्या मुलीने ज्या दिशेकडे बोट दाखवले त्या दिशेकडे बोट दाखवत मी म्हणाले.

त्या मुलीने आईकडे बघितले. तिने आपली मान डोलावली आणि मुलीला परवानगी देऊन ती आत गेली. मी त्या मुलीकडे पाहत राहिले की आता 'चल' असे कधी म्हणेल. तेवढ्यात ती म्हातारी झोपडीतून दोन दिवे घेऊन आली. चंद्र ढगाआड होता, त्यामुळे अंधार होता. दिवे बरोबर असणे जरुरीचे होते. ती मुलगी पुढे निघाली. मी तिच्या पाठोपाठ निघाले. साधारण शंभर मीटर जंगलातून चालत होतो. वाट वळणावळणाची होती. मग एकाएकी ती थांबली, हसून एका झाडाकडे तिने आपले बोट दाखवले आणि म्हणाली, ''बोमो.''

मी गोंधळून गेले. बोमो हे काही झाडाचे नाव होते की काय. मी त्या झाडाकडे बोट दाखवून तिला विचारले, ''हे बोमो?'' तिने उत्साहाने सांगितले की, ''हो, याचंच नाव 'बोमो' आहे.'' मला काडीचेही काही समजले नाही. मला वाटले, बोमो ही एक व्यक्ती आहे. मला वाटले, जो कार्लोसकरता झोपडीत आला होता तोच बोमो होता, हेच त्या मुलीला आणि त्या म्हातारीला म्हणायचे होते. आता ही मुलगी मला बनवते आहे आणि म्हणते आहे की बोमो म्हणजे हे झाड. माझी चिडचिड झाली.

मनाचा गोंधळ होणे ही अवस्था धोक्याची आहे. त्याच्याकडे नीट लक्ष दिले नाही तर आपल्याला चीड येऊ शकते. संताप येतो. काही वेळा आपल्या हातून एखादा खून होण्याची शक्यता असते. एखाद्या दहशतवाद्याला विचारा म्हणजे असे समजेल की तो बालवयात असताना त्याच्या मनात चांगल्या-वाईटाबद्दल जो गोंधळ निर्माण होत होता, त्यामुळे तो या मार्गाला लागला. मी माझ्या मनातल्या गोंधळाचे निराकरण करण्याचे ठरवले.

मी दिवा हातात घेऊन त्या झाडाकडे चालत गेले. काळजीपूर्वक बघायला लागले. कदाचित हे बोलणारे झाड असेल. त्या झाडाच्या सालीत आमची पुढील

वाटचाल लपवलेली असेल. ती मुलगी हसायला लागली. तिच्याकडे मी मागे वळून बघितले तर तिने त्या झाडाच्या अलीकडच्या जागेकडे बोट दाखवून पुन्हा म्हणाली, "बोमो."

तिने बोटाने दर्शवले त्या जागेकडे मी मोजून पावले टाकली आणि त्या जागेवर मी बरोबर पोहोचले. मी तिथे पोहोचले; पण तिथे काहीच नव्हते. परत मी तिला विचारले, "बोमो?" तिने परत "हो" अशा अर्थी मान हलवली. तिला आनंद झाला की मला आता बरोबर बोमो सापडला आहे.

म्हणजे 'बोमो' याचा अर्थ 'विरळ हवा' आहे की काय? तो विचार माझ्या मनात पूर्ण रुजायच्या आधी कोणीतरी माझ्या जोरात थोबाडीत मारली. मी एकदम दचकले. माझ्या हातातून दिवा खाली पडला. दिव्याची ज्योत भडकून विझली. आता मला कळले की बोमो हे एक भूत होते; पण माझ्या गालावर बसलेली थप्पड मला चांगलीच जाणवली होती. ती खरी थप्पड होती. 'बोमो' अदृश्य स्वरूपात असावा किंवा मला त्या जागेपासून दूर पळायला हवे होते. मी झोपडीकडे पळत जायच्या आधी एक आकृती तिथे प्रकटली.

ती आकृती म्हणजे तीच व्यक्ती होती, जी झोपडीत कार्लोसला जिवंत करायला आली होती. "तुला थोबाडीत मारल्याबद्दल मी दिलगीर आहे." तो दिलगिरीच्या सुरात म्हणाला, "मी हे विसरलो की, मी तुझ्या भविष्यकाळात आहे. तू मला बघू शकत नाहीयेस. क्षमा कर." तो माझ्या गालाला हात लावत म्हणाला. मला त्याला सांगायचे होते की, आता ती अंडीबिंडी माझ्या गालाला बांधून पट्टी बांधू नकोस. पण त्याने हळुवारपणे आपल्या बोटांनीच माझ्या गालाला स्पर्श केला. माझ्या गालाला थप्पड मारल्यामुळे गाल हुळहुळा झाला होता. तो पूर्ववत झाला. तो माणूस अदृश्य स्वरूपात होता. मी त्या अदृश्य माणसाला नुकतेच बघितले होते. "तू माझं भविष्य आहेस." आत्ता तो समोर आहे हे विसरून मी त्याला विचारले, "हो, मी लोकांचं भविष्य सांभाळतो." तो खुशीत येऊन म्हणाला; कारण त्याला समजले की मला हे माहीत आहे. उत्सुकतेने मी त्याला विचारले, "तू कोणाकोणाच्या भविष्याचा रखवाला आहेस?" "सगळ्यांच्या भविष्याचा मी रखवाला आहे." त्याने आपला हात गोलाकार फिरवून जणू सांगितले की सगळ्या विश्वाच्याच भविष्याचा तो रखवाला आहे.

मी हसले तेव्हा बोमो एकदम रागावला. त्याचा उपमर्द करण्याचा माझा हेतू मुळीच नव्हता. सबंध जगाच्या भविष्याचा तो रखवाला आहे ही कल्पनाच फार गोड होती. तो माणूस दिसायला ओबडधोबड आणि भीतिदायक होता; पण त्याचे बोलणे मजेशीर होते. तो इंग्लिश भाषेत बोलत होता; पण त्याचे उच्चार मात्र

मजेशीर होते. तो परत एकदा अदृश्य झाला. मी सबंध जगाचा रखवाला आहे हे माझ्या मनावर बिंबवायचा त्याने प्रयत्न केला. बाह्यरूपावरून आपण दुसऱ्या माणसाबद्दल आपले मत बनवतो, हे किती चुकीचे आहे. एखादी व्यक्ती दिसायला चांगली आहे म्हणजे ती मनानेही चांगलीच व्यक्ती असणार किंवा एखादी हसतमुख व्यक्ती नक्कीच आनंदी, सुखी असणार, असे आपण समजतो. मनाचा चांगुलपणा हा बाह्यरूपावर अवलंबून नसतो, त्याचप्रमाणे तुमच्याकडे ऐहिक वस्तूंची भरभराट आहे म्हणून तुम्ही मनानेही दिलदार, श्रीमंत आहात, हा आपला गैरसमज असू शकतो. तसे असेलच असे नाही. लौकिकदृष्ट्यादेखील तो श्रीमंत असेल असे नाही. त्याच्या डोक्यावर कर्जाचा डोंगर असू शकेल. हसणे आणि आनंदी असणे, या दोन वेगळ्या गोष्टी आहेत. तरीसुद्धा या मूर्खपणाच्या कल्पना आपल्या डोक्यात रुजलेल्या असतात. सत्य समजून घेण्याचा आपण कधीच प्रयत्न करत नाही.

बोमो हा अधीर, उतावळा होता. तो माझा हात हातात घेत म्हणाला, "चल, मी तुला दाखवतो. कोणाचं भविष्य तुला पाहायचं आहे?" एखादे लहान मूल आपली नवी सायकल ज्या उत्साहाने दाखवेल त्या सुरात त्याने प्रश्न विचारला.

"माझं भविष्य मला दाखव." मी हसून म्हटले आणि त्यानेही हसून प्रतिसाद दिला. जणू काही ही फार कठीण गोष्ट आहे असे तो भासवत होता. त्या माणसाकडे चांगल्यापैकी विनोदबुद्धी होती. त्याने त्या तरुण मुलीला काहीतरी सांगितले. तिने मान डोलावली आणि ती तडक आपल्या झोपडीकडे निघाली. जाताना ती आपला दिवा घेऊन गेली. हे पाहून मला आश्चर्यच वाटले.

"तुला खरंच तुझं भविष्य जाणून घ्यायची इच्छा आहे का?" माझा हात धरून त्याने मला आपल्याकडे ओढले आणि तो म्हणाला, "काय..." मी माझं वाक्य पूर्ण करायच्या आत एका जेलीसारख्या पदार्थाच्या भिंतीतून मी आरपार चालत गेले होते जिथे टळटळीत उजेड होता. मी बोमोला माझ्याजवळ उभे राहिलेले पाहिले. हे काय घडले? मी भविष्यात गेले आहे का? बापरे, खरेचंच बोमोने मला भविष्यात नेले होते तर!

आम्ही उत्तर हिंदुस्थानातील एखाद्या खेड्यात आहोत असे वाटत होते. मी एक छोटे घर पाहिले. घराच्या बाहेरच्या बाजूला एक टेंपो-ट्रक उभा होता. परसदारी कुत्री भुंकत होती. बागेत एका बाकावर एक माणूस तोंडावर वर्तमानपत्र टाकून झोपला होता. सूर्याचा प्रकाश तोंडावर येऊ नये म्हणून त्याने वर्तमानपत्राने ते झाकले होते. चाळिशीतील एक गुबगुबीत स्त्री तिथे आली. ती पुष्कळशी माझ्यासारखी दिसत होती. तिच्या वयापेक्षा जास्त मोठी दिसत होती. मी तिला पाहून नाराज झाले. माझ्या

कपाळावर आठ्या पडल्या. तिने गबाळ्यासारखे जुने कपडे घातले होते. ती उपयुक्त ठरणारे काही काम करत असेल असे वाटत नव्हते. तिच्या चेहेऱ्यावरच्या कंटाळवाण्या, अलिप्त भावारूनच ती विशेष काही करत आहे, असे वाटत नव्हते. "हे माझं भविष्य का?" मी पुटपुटले.

"तुला हे नाही आवडलं का?" बोमोने माझ्या चेहेऱ्यावरची नाराजी पाहून विचारले.

"छे! मी अशी असूच शकत नाही." मी उद्गारले, "बोमो! तुला काही समजते की नाही? मी अशी वाया गेलेली, जाडजूड, मरगळलेली आणि कुरूप दिसणारी होणार आहे का?" मला असे वाटले की मीच त्या घरातून बाहेर येत आहे.

बोमोने माझ्याकडे दिलगिरी दर्शवण्याच्या नजरेने बघितले. ती लठ्ठ बाई तिच्यापेक्षा वयस्कर आणि वाया गेलेल्या नवऱ्यावर ओरडायला लागली होती. ती तिच्या नवऱ्यावर आरोप करत होती की तो अगदीच निकम्मा आहे. पण स्वतःच ती तशी आहे, हे मात्र ती विसरली होती.

"हे बघ, तिकडे नजर टाक." रस्त्याच्या पलीकडे माझं लक्ष वेधत तो म्हणाला. मी पलीकडे बघितले. मी एक उंच, मोठी, अनेक मजली इमारत बघितली. ते समोरचे जुनाट घर आता दिसेनासे झाले होते. "हे असं काय झालं?" मी परत पुटपुटले.

ड्रायव्हर चालवत असलेल्या गाडीतून एक स्त्री उतरली. ती सडसडीत बांध्याची, करारी दिसत होती. ती मी होते. ती म्हणजे मीच. त्या इमारतीकडे चालत निघाले होते. मी कोणीतरी महत्त्वाची व्यक्ती होते. ड्रायव्हर चालवत असलेल्या गाडीतून उतरून सिमेंटच्या जंगलातील माझ्या ऑफिसकडे ताठरपणे चालत असलेली मी बघून माझ्या अंगाचा थरकाप उडाला.

"नाही, नाही." मी मोठ्याने ओरडले. मी अशा या वातावरणात जखडून राहणारी होणार नाही. माझा अमूल्य वेळ आणि माझे कष्ट अशा आयुष्याकरता मी मुळीच देणार नाही. मी करारी आणि कोत्या मनोवृत्तीची दिसत होते. व्यवसाय-जगतातील एखाद्या हिंस्र शार्क माश्यासारखी मी मला वाटत होते. मला असे मुळीच व्हायचे नव्हते. मी मौजमजा करणारी उत्साही मुलगी आहे. माझे व्यक्तिस्वातंत्र्य गमावून व्यावसायिक जगताची गुलाम व्हायची माझी तयारी नव्हती. अशा अनेक संधी खरे तर मी दवडल्या होत्या. जे मला अजिबात व्हायचे नाहीये, तशी मी या भविष्यात दाखवली गेले होते. "नाही." मी परत म्हटले. भविष्याचा विचार मनातून बाहेर काढून टाकत मी परत म्हणाले.

"तुला हे आवडलं नाही तर!" बोमो निराश स्वरात मला म्हणाला.

त्याने मला वळवले. आणखी एक वेगळे दृश्य मला दिसले. ते माझे घर होते. ते माझे सध्याचे घर होते– जुने झालेले! तिथे खूप कुत्री होती. एक जुनी वापरलेली बीएमडब्ल्यू गाडी होती आणि थकलीभागलेली मी त्या दृश्यात होते. माझी आई मात्र जवळपास कुठेच दिसत नव्हती. मी एकटीच होते.

"नाही–" मी जोरात किंचाळले. हेदेखील माझे भविष्य नाही. मला असे नको आहे. ते एक दुःस्वप्न होते. आज मी आहे त्यापेक्षा वाईट परिस्थितीत मी का असेन? मला मोठे घर हवे होते. मी तशी अपेक्षा ठेवली होती. खूप गाड्या असाव्यात, खूप मित्रमैत्रिणी असाव्यात याकरता मी धडपडत होते. बोमो मात्र मला सध्यापेक्षा दयनीय अवस्थेत असलेल्या मला भविष्यात दाखवत होता. मी जो भविष्यकाळ बोमोबरोबर आत्ता पाहत होते, त्यात माझी काहीच प्रगती झालेली नाही असे दिसत होते. विकासाशिवाय माझे जीवन असेल, अशी कल्पना मी स्वप्नातसुद्धा केलेली नव्हती. पण सध्याची माझी जी मनःस्थिती आहे, त्यावरून असेच होण्याची थोडी शक्यता मला जाणवते आहे. मी मला स्वतःला त्या दिशेनेच नेत आहे.

माझी निराशा बघून बोमोनेदेखील सुस्कारा टाकला.

त्याने माझा हात धरून मला पुढे ओढले. आता आम्ही एका हॉस्पिटलमध्ये होतो. मी आयसीयूमध्ये (अतिदक्षता विभागात) एका कॉटवर पडलेली होते. मला जिवंत राहण्याकरता यंत्रे जोडलेली होती. त्या यंत्रांच्या साहाय्याने मला जिवंत ठेवण्यात आलेले होते. दिलेल्या औषधांचा सांगितलेल्या प्रमाणापेक्षा जास्त डोस मी घेतलेला होता.

बोमो काय करतो आहे? तो मला माझ्या भविष्याची अशी भयानक चित्रे का दाखवतो आहे? मला हॉस्पिटलचा तिटकारा होता. इस्पितळात आपला शेवट होईल याची मला प्रचंड भीती होती. दात काढायलादेखील मी दंतवैद्याकडे माझा धीर एकवटून जात असे आणि इथे तर मला बोमो चक्क अतिदक्षता विभागात, यंत्रांवर मी जगते आहे असे चित्र दाखवत होता. मी प्रचंड मानसिक ताण आणि उदासीनता यांनी ग्रासलेली आहे, असे या दृश्यात मला दाखवले गेले. मी दिवसरात्र काम करत होते; पण त्या कष्टांचे हवे ते फळ मिळालेले नव्हते. मानसिक ताण कमी व्हावा आणि उदासीनता कमी व्हावी म्हणून मी जी औषधे घेत होते, त्यांचा अतिरेक होऊन मी अतिदक्षता विभागात पोहोचले होते. माझ्या आयुष्यात असलेला हा सावळा गोंधळ दूर करण्यासाठी मी औषधांचा मारा स्वतःवर करत होते. त्या औषधांमुळे बरे होण्याऐवजी मी मरणासन्न झाले होते. त्या औषधांचे काम तेच होते.

''नाही बोमो.'' मी जोरात निषेधाच्या स्वरात बोलले. औषधांवर अवलंबून जगावे लागेल इतक्या थराला मी निश्चित जाणार नाही.

बोमोने दिलगिरी व्यक्त करत मला आणखी एक पाऊल पुढे नेले. आम्ही आता एका उपनगरातल्या घरातील एका गुबगुबीत महागड्या सोफ्यावर बसलो होतो. आम्हाला मोठ्या किंकाळ्या ऐकू येत होत्या. हे दृश्य आता समोर आले. मी कुठे आहे हे नीट कळायच्या आत एक ग्लास खोलीत फुटला. त्यातून एक रागावलेली, उग्र दिसणारी स्त्री अवतरली. ती जोरजोरात हुंदके देत होती. ती स्त्री चाळिशीतील व्यवस्थित राहणारी मी होते. तिथे असलेला पुरुष तिचा नवरा होता. त्याला ती 'मी तुझा तिरस्कार करते' असे म्हणत होती.

''नाही बोमो.'' मी घाबरून दाराकडे गेले आणि तिथून बाहेर पळाले. ही स्त्री भावनिकदृष्ट्या पार खचलेली होती. अशी स्त्री मी अगदी जवळून पाहिलेली होती. ज्यांचे नवरे बायकांशी एकनिष्ठ नसतात, त्या श्रीमंत स्त्रिया अशा असतात. ते त्यांचे प्रतीक होते. त्यांचे वैयक्तिक आयुष्य अजिबात सुखाचे नसते. त्यांच्या हातून कोणतेही विधायक काम होत नसते आणि नवऱ्याने घरी आणलेल्या पैशाने त्या दयनीय आयुष्य जगत असतात. मी तशी कधीच असणार नाही.

''नाही ना? हे आयुष्य तुला आवडले नसेलच.'' बोमोने तिला निष्पापपणे विचारले. त्या घराचा दरवाजा उघडून त्याने मला बाहेर जाऊ दिले. आम्ही तिथून बाहेर पडल्याबरोबर माझ्या डोळ्यांतून घळघळा अश्रू वाहायला लागले. हे माझे भवितव्य आहे का? बोमो मला काय सांगायचा प्रयत्न करतो आहे?

''हे बघ,'' बोमो हळूच म्हणाला. आता आम्ही एका टेकडीच्या टोकावर आलेले आहोत. तिथे मला माझ्या स्वप्नातले सुंदर घर दिसले. घोडे विस्तीर्ण हिरवळीवर चरत होते. दोन कुत्री एकमेकांचा पाठलाग करत होती. हेलिकॉप्टर त्या घराजवळच उतरले. मी त्यातून एका रुबाबदार पुरुषाबरोबर खाली उतरले. आमच्याबरोबर आमची छोटी कन्या होती. मी तिचा हात धरला होता.

''व्वा! हे माझं भवितव्य आहे. असंच मला हवं आहे.'' मी आनंदाने टाळ्या वाजवल्या. मला नेहमीच डोंगरावर असलेल्या घराचे आकर्षण होते. त्या घराभोवती विस्तीर्ण शेती असावी, अनेक पाळीव प्राणी तिथे असावेत. खूप मोकळी जागा आजूबाजूला असावी असे माझा स्वप्न होते. मला नेहमीच लहान शहराचे आकर्षण होते. डोक्यावर विस्तीर्ण मोकळे आकाश असावे जिथून मला विश्वदर्शन व्हावे, त्याची झलक दिसावी. दूरवर मला समुद्र दिसावा. डोक्यावर आकाश आणि पायांखाली जमीन. जिथे गरुडांचा आवाज ऐकू येतो आणि ढग माझ्या पायांना स्पर्श

करतात असे माझे घर असावे. आठवड्यातून फक्त तीन दिवस हेलिकॉप्टरने माझ्या कामाच्या ठिकाणी शहरात जावे आणि उरलेले चार दिवस निवांतपणे कुटुंबासमवेत मी घालवावे. मी बोमोकडे पाहून हसले. आनंदाने उड्या मारायचीच तेवढी राहिले होते.

माझ्या स्वप्नांचा चक्काचूर करत बोमो म्हणाला, "नाही." आम्ही परत त्या दाट जंगलात आहोत असे दृश्य समोर आले.

मला वाटले, हा किती निर्दयी आहे. मला हवे असलेले भवितव्य, त्याची झलक माझ्यासमोर अखेर आली, ती मला आवडायला लागली, तेवढ्यात बोमोने मला धाडकन वास्तवात आणून सोडले. मला त्याचे डोके धरून आपटावेसे वाटले; पण त्या काळोखात त्याचे डोके दिसत नव्हते; फक्त त्याचे पांढरे दात आणि डोळ्याचा पांढरा भाग दिसत होता.

"तू जे तुझं भवितव्य बघितलंस ते निश्चित असेलच असं नाही. ती एक शक्यता असू शकेल. तू आत्तापर्यंत तुझ्या भविष्याची जी निरनिराळी दृश्यं बघितलीस त्यांतील कोणतंही भवितव्य प्रत्यक्षात तुझं असू शकेल. त्यातील कोणतंही शक्य आहे." बोमो बोलला. ज्याला तुमचं भवितव्य माहीत आहे, तोच मनुष्य इतक्या ठामपणे बोलू शकतो.

"तुमच्या आजच्या, वर्तमानकाळातील वागण्यावर तुमचं भविष्य घडू शकतं." तो हे अगदी सावकाश बोलला. कारण त्याचा हेतू असा होता की मला ते नीट समजावं.

"आज तुम्ही जे कराल, ज्याची तुम्ही निवड कराल, तोच तुमचा उद्या असणार आहे. म्हणजेच तुम्ही तुमचं भवितव्य निवडू शकता." तो कपाळाला आठ्या घालत म्हणाला.

"तुम्हाला तुमचं आयुष्य फुकट घालवायचं असेल तर आजचा दिवस तुम्ही वाया घालवा. काहीही सबबी पुढे करा. संधी दवडा. मग तुम्ही म्हणजे एक जाडजूड स्त्री आणि तिचा निकम्मा नवरा, असं तुमचं भवितव्य होईल." मी त्याच्याबरोबर जे पहिले दृश्य पाहिले त्याची त्याने मला आठवण करून दिली.

"फक्त पैसे मिळवणे हेच तुमचं ध्येय ठेवा. ऐहिक सुखाच्या मागे धावा, मग एका लोखंडी पिंजऱ्यात सापडलेली स्त्री व्हाल." त्याने खुलासा केला. "चिंता काळजी दूर करण्यासाठी, मनावरचा ताण घालवण्यासाठी मद्याच्या आहारी तुम्ही गेलात आणि जीवनाचा एकाकीपणा घालवण्यासाठी अनेक औषधी गोळ्या घेत राहिलात तर तुम्ही एका दृश्यात दाखवल्याप्रमाणे हॉस्पिटलमध्ये जाऊन पडाल.

नवऱ्याच्या गैरहजेरीत त्याला फसवून दुसऱ्या पुरुषाबरोबर व्यभिचार केलात तर तुम्ही एक कुरूप स्त्री बघितलीत तसे व्हाल. किंवा...'' असं म्हणून बोमो जरा बोलायचे थांबला. ''स्वत:चा विकास करा. आत्मिक उन्नती करा. इतरांची सेवा करताना मनाचा कौल आजमावा. मग तुम्हाला जीवनात जे हवं आहे त्याला तुम्ही लायक व्हाल. तुमची इच्छा प्रत्यक्षात उतरेल आणि इतरांनाही तुमच्या बरोबरीनं त्याचं चांगलं फळ मिळेल. जे जे तुमच्या सहवासात असतील त्यांनाही याचा फायदा होईल. तुला यातलं कोणतं भवितव्य हवं आहे? तुम्ही जे चिंतत आहात तेच फळ तुम्हाला मिळेल. तुमच्या रोजच्या वागण्यावर तुमचं भवितव्य अवलंबून आहे.''

मी विचारांत पडले. मी भविष्यवेत्त्याला भेटले होते आणि त्याने माझ्या भविष्याची चावी माझ्याच हाती दिली होती. मला पर्याय होते. मी पर्याय शोधून पुनर्विचार करून त्यातून मार्ग काढायचा होता. छान टेकडीवरचे घर, दिमतीला हेलिकॉप्टर हे भवितव्य मला हवे असेल, तर त्याकरता मला खूप कष्ट करायला हवेत. मी इतरांची सेवा करायला हवी आणि समाजाकरता मी अधिक काम करायला हवे. मी माझे कार्यक्षेत्र वाढवायला हवे. मला योग्य तो जोडीदार मिळावा म्हणून मी इतरांबद्दल आदर दाखवायला हवा. माझी सहनशीलता वाढवायला हवी. माझे पाय जमिनीवर असायला हवेत. मी नम्र व्हायला हवे. माझ्या विचारांचा मी समतोलपणा राखायला हवा. इतरांवर कामे सोपवून त्यांना त्याकरता योग्य ते स्वातंत्र्य द्यायला हवे. त्यांना पाठिंबा द्यायला हवा. माझे भवितव्य मला दिव्य-भव्य हवे आहे, मग त्याकरता मी तसे गुण आत्मसात केले पाहिजेत. आजपासून तसं व्हायची संधी माझ्यासमोर उभी आहे. आजपासून मी जाणीवपूर्वक जे जे निर्णय घेईन आणि ज्याची निवड करेन ते या कसोटीला उतरायला हवेत. मला भावी आयुष्यात जे घडायला हवं आहे, त्याकरता मी जसं वागायला हवं तसं वागते आहे ना?

''तुमच्याकडे आज काय काय आहे, हे तुमचं भवितव्य नाही. ज्या काही गोष्टी तुम्हाला हव्या आहेत, त्याकरता तुम्ही आज कसे वागता यावर तुमचं भवितव्य अवलंबून आहे.'' असं बोमो म्हणाला. त्याने माझी विचारशृंखला खंडित केली.

''जरा थांब, मला तुला आणखी काहीतरी दाखवायचं आहे.'' बोमो म्हणाला आणि त्याने परत मला आपल्याकडे ओढले. मी वर त्या जेलीसदृश भिंतीतून आरपार जाऊन परत भविष्यात आले. आम्ही परत भविष्याची दृश्ये बघत होतो. माझे जे शेवटचे भवितव्य समोर आले होते, त्या डोंगरावरच्या सुंदर घराचे– ते मला समोर दिसले. बोमोने त्या अद्वितीय, आलिशान बंगल्याचे फाटक उघडून मला आत नेले. माझा हात घट्ट पकडून बोमोने पळत पळत मला आत नेले. जाताना मुख्य

प्रवेशद्वारातून तो धडक मारून आत शिरला. आम्ही सरळ जिन्याने वरच्या मजल्यावर गेलो. आम्ही खालचा मजला हिंडलोच नाही. बोमोला आता घाई झाली होती. आम्ही पहिल्या मजल्यावर गेलो. माझ्या भविष्यातल्या मुख्य शयनगृहात मी होते. मी माझ्या नवऱ्याबरोबर शयनगृहात पहुडलेले होते. आमच्या अंगावर पांढऱ्या रेशमी चादरी होत्या. त्याच्या खांद्यावर माझं डोकं विसावलेलं होतं. तो माझ्या कपाळाचं चुंबन घेत होता. आम्ही एकमेकांच्या प्रेमात आकंठ बुडालो होतो. आम्ही अगदी शांतपणे पहुडलो होतो. आम्ही जणू एकमेकांकरता जन्मलेलो होतो. आम्ही अनंतकाळपर्यंत जोडीदार आहोत, असे ते दृश्य पाहून वाटत होते. परमेश्वराने आमची तशी निर्मिती केली आहे, असे दिसत होते. भवितव्यातल्या माझ्या छबीकडे मी बघत होते. मी माझ्या प्रियकराच्या, नवऱ्याच्या डोळ्यांना डोळे भिडवून बघत होते. त्याच्या डोळ्यांत मला माझ्याविषयीच्या अथांग प्रेमाच्या भावना तरळताना मला दिसत होत्या. खरेतर या अशा प्रेमासाठी माझा जीव आसुसलेला आहे. हेच खरे वास्तव आहे. हेच ते! असेच भवितव्य मला हवे आहे. माझ्या प्रियकराने माझ्या बोटात अंगठी घातली आणि त्या वेळी माझी छाती धडधडत होती. त्याने मला हळुवारपणे विचारले की, "तू माझी जन्माची साथीदार होशील का?" त्याने मला अशा शब्दांत मागणी घातली. मी आणि बोमो कॉटजवळ उभे होतो. भविष्यातल्या असलेल्या 'मी'चे उत्तर होते 'हो! मी अनंतकाळाच्या पलीकडे तुझी साथ करीन.' त्या वेळी भविष्यातल्या 'मी'च्या डोळ्यांतून आनंदाश्रू येत होते. मी आणि बोमो हे दृश्य बघत होतो. मी अंगठी घातली आणि माझ्या जोडीदाराच्या बाहुपाशात शिरले आणि त्याच्याशी जणू एकरूप झाले. त्याच्यावर माझे अतोनात प्रेम होते. बोमोने पुढे जाऊन भविष्यात असलेल्या त्या दृश्यात असलेल्या माझ्या हातातली अंगठी काढून घेतली. मी अजूनही जोडीदाराच्या मिठीत होते. बोमोने माझ्या हातातील अंगठी काढली. हातात धरली आणि मला खेचत म्हणाला, "चल, आपण जाऊ या."

आम्ही त्या खोलीतून बाहेर पडलो आणि जिना उतरून खाली आलो. बोमोने मुख्य दरवाजा उघडला. मी परत त्या जेलीच्या पडद्यावर आपटले. या माणसाने मला निदान आपण आता वास्तवात परत येत आहोत याची सूचना द्यायला नको होती का? मला वाटले, बोमो फारच बेदरकार, दुसऱ्याची पर्वा न करणारा आहे.

बोमो माझ्या बोटात ती अंगठी सरकवत म्हणाला, "तुझ्या भविष्यात काय वाढून ठेवले आहे त्याची ही छोटीशी आठवण."

मी ती अंगठी माझ्या हातात घट्ट पकडून ठेवली. ती खरी अंगठी होती. अंधारात त्यातला हिरा चमकत होता. जंगलात त्याचे किरण पसरत होते. तो खरा

हिरा होता. अतिशय मौल्यवान अशी ती हिऱ्याची अंगठी होती. माझे भवितव्य निश्चित उज्ज्वल होते. मी आनंदाने अक्षरशः बेहोश व्हायची वेळ आली होती. माझा विश्वासच बसत नव्हता. मी माझे भवितव्य डोळ्यांनी बघितले होते. त्याचा पुरावा आत्ता माझ्या हातात होता.

बोमो क्षणभर दिसेनासा झाला. परत जेव्हा तो अवतरला तेव्हा त्याच्या हातात एक दिवा होता. तो म्हणाला, "हा दिवा त्या जख्खड म्हाताऱ्या बाईकडून मिळाला. हा परतीच्या वाटेवर तुला उपयोगी पडेल."

मी बोमोच्या हातातून तो दिवा घेतला. माझ्या हातात भविष्यामधला आणखी एक पुरावा होता. त्यामुळे माझा हात आनंदाने अक्षरशः थरथर कापत होता. मी मागे वळून झोपडीतून येणाऱ्या प्रकाशाच्या झरोक्याकडे नजर टाकली. त्या दिशेनेच माझा परतीचा प्रवास होणार होता.

"बोमो, धन्यवाद." मी म्हणाले. पण बोमो त्याच वेळी आपले डोके हलवत होता.

"वर्तमानकाळात तुम्ही कोणता मार्ग निवडता त्यावर तुमचे भविष्य घडत असते. येणारा प्रत्येक दिवस काळजीपूर्वक जगा. मी तुमच्या हालचालींकडे पूर्ण लक्ष ठेवून आहे. तुम्ही आज कसे वागता त्यावर तुमच्या भविष्यामधल्या शक्यता मी ठरवत असतो. आत्तापर्यंतच्या तुझ्या वागण्यावरून तुझे भविष्य विनाशाच्या दिशेने चाललेलं आहे. पण तू त्यात बदल करू शकशील. तुला हवं तसं भवितव्य तू घडवू शकतेस. त्याकरता कुठून सुरुवात करशील?

आत्ता, अगदी या क्षणापासूनच. केव्हा सुरुवात करतेस? आत्तापासून सुरुवात करायला हवी. तुमच्या भवितव्याबद्दलच्या शक्यता काय काय आहेत? तुमच्यामध्येच त्या दडलेल्या आहेत. प्रत्येक पाऊल उचलताना काळजी घ्या; कारण तुमचं प्रत्येक पाऊल तुमचं भविष्य घडवत असतं. कदाचित अपघातानं तुम्ही नको त्या मार्गाला पोहोचाल आणि म्हणाल, 'मी इथं कसा आलो? माझं असं कसं झालं? किंवा निश्चयानं ठरवून पाहिजे त्या ठिकाणी पोहोचण्यासाठी योग्य ती पावलं आजच उचला. दोन्ही गोष्टींचा पुरावा आत्ता तुझ्यासमोर आहे." माझ्या हातातला दिवा आणि बोटातली अंगठी याकडे बोट दाखवीत तो म्हणाला. बोमो जाताना हसला आणि मी पुढे काही बोलायच्या आत तो भविष्यात अदृश्य झाला.

मी दिवा घेतला आणि जंगलातून वाट काढत झोपडीपर्यंत पोहोचले. मला ती झोपडी विनासायास सापडली. दूरवर का होईना, प्रकाशाचा एखादा किरण किंवा

बिंदूसुद्धा गडद अंधाऱ्या वाटेवरून तुम्हाला मार्ग दाखवायला पुरेसा आहे.

झोपडीत अंधार होता. सगळे झोपलेले होते. आता आपल्याला बाहेर झोपावं लागणार या विचाराने माझ्या अंगावर भीतीने शहारे आले. जिवाचा थरकाप झाला. मी अंधारातच दरवाजाच्या दिशेने निघाले. हातातल्या दिव्यामुळे मागे भीतिदायक सावल्या दिसत होत्या. मी जवळ गेल्यावर माझ्या लक्षात आलं की, दरवाजा थोडासा उघडा आहे. त्यांनी माझ्याकरता तो थोडा उघडा ठेवलेला होता. मी सुटकेचा निःश्वास टाकला.

आतमध्ये जणू पायजमा पार्टी असल्यासारखे दृश्य दिसत होते. ती जाड बाई आणि तिची मुलगी दोघी मोठ्या पलंगावर चिकटून झोपल्या होत्या. कार्लोस मात्र खाली चटईवर पडलेला होता. ज्या ठिकाणी तो मृत अवस्थेत होता, त्याच ठिकाणी तो अजूनही होता. त्याच्यापासून थोड्या अंतरावर दुसरी एक चटई होती. ती माझ्याकरता आहे असे मी समजले. माझ्याकडे बदलायला दुसरे कपडे नव्हते म्हणून मी आहे त्या कपड्यानिशी पडून झोपायचा प्रयत्न करायचा असे ठरवले. माझे डोळे मात्र सताड उघडे होते. तुम्ही तुमचा भविष्यकाळ डोळ्यांसमोर बघितल्यावर शांत झोप लागणे शक्य आहे का? तुम्हाला नकोसे असलेले भवितव्य आणि जे हवेहवेसे वाटते आहे तेही!

मी छताकडे बघितले. नंतर मात्र उठून बसले. झोपण्यापूर्वी मला माझी रोजनिशी लिहायची होती आणि खरे सांगायचे तर मीही ती लिहायला उत्सुक होते. त्या दिवशीचे आयुष्य मी कसे जगले, त्याचा नव्या दृष्टिकोनातून मी अनुभव घेतला.

मी माझी रोजनिशी घेतली आणि दरवाजाच्या बाहेर जाऊन पायरीवर बसले. शेजारी तो दिवा होता.

मी लिहायला सुरुवात केली.

बरेच दिवस माझ्या मनात खोल एक मोठी भीती होती. ती म्हणजे मी अपयशी ठरेन, जीवनात माझी हार होईल. आता मी ज्या मुक्कामावर पोहोचलेली आहे, त्या वेळी माझ्या हातात काहीही नाही. फक्त कोणत्या दिशेने जीवनात पाऊल उचलावे एवढेच समजले आहे. माझ्या खिशात छदामही नसताना आणि मी या क्षणाला कुठे आहे याचाही थांगपत्ता नसताना मला अद्‌भुत दैवी माणसे भेटली, ज्यांची मी स्वप्नातदेखील कल्पना केली नव्हती. आता गमावण्यासारखेमाझ्याजवळ काहीही नसल्यामुळे माझ्या मनात सतत असणारी भीती नाही. याआधी ज्या गोष्टी मी कधीही बघितल्या

नव्हत्या त्या मला पाहायला मिळाल्या. ज्या पद्धतीने मी यापूर्वी कधीही विचार केला नसता, तसा विचार मी आता करते आहे. काहीतरी गमावण्याची भीती संपुष्टात आल्यामुळे मी आता वास्तवात जगायला शिकू शकले आहे.

मेलेला मनुष्य जिवंत झालेला मी प्रत्यक्ष पाहिला. मी चुकीच्या वाटेने जात होते हे मला उमगले. कार्लोसला बोमोने कसे जिवंत केले, हे मला कधीही कळणार नाही. आत्तापर्यंत मी जशी जगत होते त्या पद्धतीने मी कशी काय जिवंत राहू शकले, हे मला कधीच समजणार नाही.

उमाचा द्वेष करताना मला हेही कळले की माझ्या परिवारातील लोकांच्या गरजांकडे मी किती सहजपणे दुर्लक्ष करत होते. काही काही वेळा लोकांच्याकरता जगणे आणि त्यांना आधार देणे, हा मनुष्यप्राण्याचा सर्वांत महान धर्म असतो.

बोमोचे अस्तित्व मला समजत नव्हते, तरी तो तिथे होताच. उमा आणि कार्लोस हे दोघे मला माझ्या खऱ्या ध्येयाकडे नेणारी वाट दाखवू शकले नसते. मी इथे आल्यामुळे मला जे हवे होते ते साध्य झालेले आहे. बोमो माझ्या आसपासच होता; पण तो कुठे आहे याचा शोध घेण्याकरता या परक्या देशात सर्वत्र शोध घेण्याची माझी तयारी होती. माझ्या प्रश्नांची उत्तरे माझ्या आसपासच होती. मला ती ओळखण्याची नितांत गरज होती. माझ्या ध्येयाच्या आड येऊन मला चुकीच्या रस्त्याने नेण्याबद्दल मी उगीचच इतरांना दोष देत होते. खरे तर माझे साध्य माझ्याच हातात होते; पण इतरांना मार्गदर्शन करता करता मीच माझ्या ध्येयापासून दूर जात होते.

मला बोमो सापडला कारण मी माझ्या ध्येयाला चिकटून राहिले. उमासारखे नियमबाह्य वर्तन तुम्ही केले तर तुम्हाला बोमो सापडणार नाही, उलट तुम्ही भरकटत जाल. उमा कुठे आहे, कोण जाणे! ती सुरक्षित आहे अशी मी आशा करते. ती कोणत्याही संकटात सापडली नसेल आणि जिवंत असेल अशी माझी इच्छा आहे. उद्या मी तिला शोधेन. जसे आज मला बोमो सापडला तशी ती पण उद्या मला सापडेल.

आज मी काय करते आहे, त्यावरच माझं भवितव्य साकारणार आहे. उद्या मी काय करणार आहे, यावर माझं भवितव्य ठरणार नाही. आजचा दिवस मला उद्याच्या दिवसाकडे नेणार आहे. ज्याप्रमाणे उद्यापासून मी सिगारेट ओढणार नाही असे कोणी ठरवले तर त्या माणसाचे ते व्यसन कधीच सुटणार नाही. त्याचप्रमाणे आपण आपले भवितव्य उद्या किंवा नंतर कधीतरी, असे ठरवू शकत नाही. माझे भवितव्य मी

आजपासूनच घडवत आहे. मी आजच प्रगल्भ झाले. आजपासून मी योग्य मार्गाने जायचे ठरवले आहे.

हे सगळे मला कळले कसे? आता माझ्या मनात कोणताच विकल्प कसा नाही? ते सगळे प्रश्न, तो डोक्यातला गुंता गेला कुठे? सगळ्या प्रश्नांची उत्तरे मला कशी मिळत आहेत? लोकांच्या मनाचा ठाव मी कसा घेऊ शकते आहे? त्याचप्रमाणे परिस्थितीचे योग्य आकलन मला कसे होत आहे?

आता मात्र मी खरी सुखी आहे इथे आल्याबद्दल. कार्लोस जिवंत झाला म्हणूनही मी आनंदी आहे. उमा तिला पाहिजे होते, त्या वाटेने गेली आहे. तिला जिथे पोहोचायचे होते तिथे ती गेलेली आहे, याचाही मला आनंद आहे. तिला माझ्याप्रमाणे इथेच असावे असे वाटत असते, तर तीदेखील आत्ता इथे माझ्याबरोबर असती.

मी थकले आहे. मी पॅराशूटमधून उडी मारली. मजा आली. परत कधीतरी अशी मजा घ्यायला मला आवडेल. पण माझी आई मला तसे करू देणार नाही. मला उंच ठिकाणांची नेहमीच भीती वाटत असे. पण त्या उंचीवरूनच मला जगाचे दर्शन झाले आहे. तिथे पोहोचल्यावरच मी मला स्वतःला आणि इतरांना ओळखू शकले. आत्ता मी जमिनीवर आहे. इथल्या सगळ्या वातावरणात, परिस्थितीत मी गुंतलेली आहे. पण जेव्हा मी उंचीवर असते, तेव्हा तिथून मला अनेक पैलूंचे दर्शन होते. त्या परिस्थितीचे अनेक कंगोरे मला नीट समजतात.

वरून उडी मारली तेव्हा मी मेले नाही. मला इतक्यात मृत्यू गाठणार नव्हता. मला अजून जगाकडून खूप काही शिकायचे आहे. मला इतरांनाही पुष्कळ काही शिकवायचे आहे. इतक्यात माझे इथले कार्य संपलेले नाही. बोमोला जर काही माझ्याबद्दल म्हणायचे असेल, तर तो हेच म्हणेल की, अजून माझी मरणाची वेळ आलेली नाही; पण मी आता दमले आहे. झोपायची वेळ झाली आहे. मी आता झोपणार आहे.

मी सुखात आहे. खूप सुखात आहे.

◆

उमाचा शोध

सकाळी मी दचकून उठले. सकाळचा वेळ असा तणावपूर्ण असणे मला अजिबात आवडत नाही. माझे आयुष्य अशा काही गतिमान पद्धतीने सध्या चालू आहे की, काही वेळेला मी कुठे आहे आणि काय करते आहे हेच माझे मला समजत नव्हते. काही वेळेला मला मनात असे वाटायचे की, सकाळी उठताना मी माझ्या घरात, माझ्या अंथरुणात असायला हवी आणि कूर्टबरोबर माझी सध्या जी मोहीम चालू आहे, हे एक दुःस्वप्न ठरावे (दुःस्वप्न पडले होते असे व्हावे), पण आत्तापर्यंत सर्व दुःस्वप्नांपेक्षा कूर्टबरोबरची ही मोहीम सर्वांत खडतर आणि वास्तव आहे.

मला उमाचा शोध घ्यायला हवा. उठल्याबरोबर माझ्या डोक्यात हा पहिला विचार आला. मी उठून बसले आणि झोपडीत आजूबाजूला नजर टाकली. कार्लोस तिथे नाहीये असे मला दिसले. मी कावरीबावरी होऊन झोपडीच्या बाहेर धावले. कार्लोस बाहेरच्या बाजूला गवतावर बसून बिअर घेत बसलेला होता. त्याला कोणतेच भान नसावे, असे मला वाटले.

"आत्ता सकाळ आहे." मी कार्लोसच्या अंगावर खेकसले.

"नाही, आत्ता दुपार झालेली आहे." त्याने हसत माझी चूक दाखवून दिली.

मी खूप वेळ झोपलेली होते तर!

"मी आता माझ्या घरी चाललो." कार्लोस आपल्या हातातली बाटली उंचावत म्हणाला. कार्लोसचे हे रूप मला नवीनच होते. कदाचित मृत्यूच्या अगदी जवळ जाऊन परतल्यामुळे त्याच्यात हा बदल झालेला असावा. मी कोण त्याचे मूल्यमापन करणार?

''कार्लोस, आपल्याला उमाला शोधायला हवं.'' मी त्याला पटवून देण्याच्या स्वरात म्हटले. तिचा शोध लवकर घेणे किती आवश्यक आहे, हे पटवण्याचा प्रयत्न केला; पण कार्लोस निर्विकारपणे बिअरचे घुटके चवीचवीने घेतच राहिला. मी स्वतःच उमाला शोधायचे ठरवले.

''आपल्याला विमानतळ गाठायला हवा.'' मी त्याला आठवण करून दिली. त्याला घरी जायची घाई होती, त्यासाठी तरी विमानतळावर जाणे आवश्यक होते. हा माणूस तसा अवघडच होता. जरी त्याने ही मोहीम सोडून जायचे ठरवले असले तरी निदानपक्षी एखाद्या सभ्य माणसासारखे वागून त्याने मदतीचा हात द्यायला हवा होता. ''म्हणूनच आत्तापर्यंत तो सडा, एकटा का आहे याचं कोडं उलगडलं.'' माझी आई जशी तोंडातल्या तोंडात काहीतरी पुटपुटायची तशी मी बोलले.

कार्लोसने आत्तापर्यंत दोन बिअरचे डबे रिचवले होते. मी झोपडीत गेले आणि बांधाबांध केली. मी झोपडीच्या बाहेर पडत असतानाच ती तरुणी धावत तिथे आली. ''पोलीस, पोलीस'' असं ती बोलत होती. ''काय झालं काय?'' मी बाहेर येऊन बघितलं तर पोलीस उमाला घेऊन येत होते. उमा धावत आली आणि तिने मला मिठी मारली. ते पाहून पोलिसांनी विचारले, ''तुम्ही हिला ओळखता का?''

उमाला घट्ट पकडत मी पोलिसाला त्याच्यासारख्याच मोडक्या तोडक्या इंग्रजीत म्हणाले, ''हो, हो, माझी मैत्रीण आहे.''

''तुझ्याकडे तिचा पासपोर्ट (पारपत्र) आहे का? तुझाही पासपोर्ट मला दाखव.'' त्याने संशयाने मला प्रश्न केला.

''माझा पासपोर्ट विमानतळावर एका स्नेह्याजवळ आहे. आम्ही वाट चुकलो आहोत. आमचे विमान रात्री अकराला सुटणार आहे.'' मी त्याला समजेल अशा स्वरात सावकाश सांगितले. मी खरे तेच सांगत होते. मी खोटे बोलत नव्हते.

''तुझा तो स्नेही कुठं असेल?'' पोलिसाने विचारले. अजूनही त्याचा विश्वास बसत नव्हता. ''तो विमानतळावर आहे.'' मी त्याला संयम ठेवत उत्तर दिले. उमाचा हात अजूनही माझ्या हातात धरलेला होता.

''माझ्याबरोबर चला.'' त्याने आज्ञा केली.

''चल कार्लोस, आपण निघू या.'' मी कार्लोसलाही बरोबर चलण्याची खूण केली.

कार्लोसने आपली बॅग उचलली. मी मागे वळून बघितले तर ती जाड बाई आणि ती मुलगी भेदरलेल्या नजरेने आमच्याकडे बघत होते. त्यांना वाटले की, आम्हाला अटक करून तुरुंगात टाकतील.

"सगळं ठीक आहे." मी त्यांना उद्देशून म्हटलं. मग दोघींना मिठी मारली. "तुम्ही आमच्याकरता जे केलंत, त्याबद्दल मी तुमचे आभार मानते. तुम्हाला कल्पना नसेल, पण तुम्ही आम्हाला भयानक आणि अवघड शिवाय खर्चिक असलेल्या मोहिमेत मदत केली आहेत. मी जन्मभर तुमची ऋणी राहीन. मी इथपर्यंत पोहोचायला किती खर्च केले ते विसरा; पण बोमोची भेट अमूल्य ठरली. परत एकदा त्याबद्दल धन्यवाद." मी काय बोलले त्यातला एक शब्दही त्यांना कळला नसणार याची मला जाणीव होती, पण तरीसुद्धा मला माझी कृतज्ञता व्यक्त केल्याशिवाय राहवेना. त्यांनी आमच्याकरता जे काही केले, त्याकरता त्यांचे आभार मानणे हा त्यांचा हक्कच होता. कृतज्ञता ही कृती असत; कोरडे शब्द नसतात."

ती स्त्री आमच्याकडे बघून काहीतरी बोलली. मी म्हणाले, "देव तुमचंही भलं करो."

आम्ही एका कपारीत झाडाझुडपांतून जात होतो. जवळजवळ एक किलोमीटर चढ चढून गेल्यावर आम्हाला एक रस्ता दिसला. तो चिखलाने भरलेला व अरुंद होता. तिथे बाजूला पोलिसांची गाडी उभी होती.

"तुमचा मित्र विमानतळावर आहे ना?" पोलिसाने अविश्वासाने आम्हाला विचारले. त्याच्याकडे पाहिल्यावर समजत होते की तीन घुसखोरांना आपण पकडून अटक करणार आहोत, याचा खुनशी आनंद त्याच्या चेहेऱ्यावर दिसत होता.

"मी तुम्हाला विमानतळावर नेतो. तुमचा मित्र तिथे भेटला नाही, तर मात्र मी तुम्हाला तुरुंगात टाकीन."

आम्ही तिघे शांतपणे त्याच्या गाडीत बसलो. कूर्ट त्याचा शब्द पाळील आणि आमचे पासपोर्ट विमानतळावर मिळतील, अशी आशा करत राहिलो. नाहीतर आम्ही संपलोच होतो. उमाने तिचे डोके माझ्या खांद्यावर ठेवले. "मला क्षमा कर." ती म्हणाली.

"जाऊ दे गं." मी तिला म्हटले, "तुझ्यामुळे आपल्याला विमानतळावर फुकट जायला मिळते आहे." यानंतर आम्ही तिघे थोडे हसलो.

"तू बोमोला भेटलीस का गं? ज्याला आपलं भवितव्य माहीत आहे अशा बोमोची अन् तुझी गाठ पडली का?" उमाने विचारले.

“हो, भेटले.” मी म्हणाले. “कशी भेटले सांगू?” मी म्हणाले.

“माझी भेट हुकली.” उमा म्हणाली. आपल्या गुडघ्यावर दोन्ही हात आपटत ती म्हणाली.

“जर कोणाला भूक लागली असेल, तर माझ्याकडे कुस्करलेली केळी आणि क्रॉयसापण आहे.” मी म्हणाले. परत आम्ही तिघे हसलो. पोलिसाने आरशातून आमच्याकडे बघितले. विमानतळावर पोहोचेपर्यंत आम्ही तिघांनी झोप काढली. अपेक्षेपेक्षा हा प्रवास खूप सहज, सोपा झाला. शेवट किती सुखात झाला हे मला उमगले. जसा व्हायला हवा होता तसाच झाला. फक्त मधल्या काळात उमा जरा भरकटली होती. ती रात्रभर कुठे होती, कोण जाणे! ती बोमोला भेटली नाही हे खरेच तिचे दुर्दैव म्हणायला हवे. कार्लोस घरी परत चालला आहे, हे खरेच तसे वाईटच होते. उमादेखील या मोहिमेत आता नसेल. तिला बाहेर पडावे लागेल. पुढचे चार दिवस मी एकटीच या मोहिमेत असणार आहे, या कल्पनेनेच माझा थरकाप उडाला.

आम्ही विमानतळावर पोहोचलो. ठरल्याप्रमाणे वेनी तिथे हजर होती. तिच्याकडे शिक्का मारलेले आमचे पासपोर्ट आणि आमची तिकिटे होती. आमच्या व्हिसाकरता लागणारे सगळे कागदपत्र आणि कायदेशीर बाबी कूर्ट वेळेवर कसा पूर्ण करत होता, याचे मला आश्चर्यच वाटले. पोलिसाने आमची सगळी कागदपत्रे तपासली आणि ‘हे प्रवासी खरंच विक्षिप्त दिसत आहेत’ असे काहीसे तो पुटपुटला.

आम्ही सगळे एकत्र वेळेवर पोहोचलो याचा वेनीला आनंद झाला. मी माझा पासपोर्ट तपासत होते, त्याच वेळी मोहिमेतून बाहेर पडायची इच्छा कार्लोसने व्यक्त केली. वेनीने काही फोन केले आणि कार्लोसची पुढच्या विमानाने भारतात परत जायची व्यवस्था केली.

कार्लोस खूश दिसत होता, हे मी ओळखले. आत्तापर्यंतच्या प्रवासात नव्हता इतका तो आत्ता आनंदी वाटत होता. त्याला जे हवे होते, ते त्याला गवसले असावे असे वाटत होते. त्याला या मोहिमेतून जे काही हवे होते, ते मिळाले असावे. कार्लोस त्याच्या निर्णयावर समाधानी होता, त्यामुळे मलाही त्याच्या निर्णयाबद्दल बरे वाटले. त्याने खर्च केलेल्या पंचवीस हजार डॉलर्सच्या बदल्यात आत्तापर्यंत मिळालेला अनुभव पुरेसा आहे, असे त्याला वाटले असावे.

“मग काय मुलींनो, तुम्ही बोमोला भेटलात ना?” वेनी हसत म्हणाली.

मी हसऱ्या चेहऱ्याने म्हणाले, “हो, हो.” आणि माझ्या मागच्या बाजूने आणखी एक होकार आला. ती उमा होती. ती पण हसत होती.

"नाही, ती बोमोला भेटली नाही. आत्ताच तिनं माझ्यापाशी कबूल केलं की, तिची व त्याची भेट झाली नाही. मी बोमोच्या सहवासात होते. ती खोटं बोलते आहे. ती गायब झाली होती. मी कूर्टला हे सांगितलं होतं. ती रात्रभर बाहेर अज्ञात ठिकाणी होती. त्या वेळी मी मात्र बोमोच्या बरोबर होते." बापरे! उमा चक्क खोटं बोलत होती. मला खूप संताप आला.

वेनीने आमच्या हातात आमची तिकिटे दिली आणि आमचा निरोप घेऊन ती निघून गेली.

मी उमाकडे रागानेच बघितले. पण उमावरच्या रागापेक्षा मला पुढे कुठे जायचे आहे, हे बघण्याची जास्त उत्सुकता होती. मी पाकीट उघडले. त्यात झ्युरिचचे तिकीट होते. त्या तिकिटाबरोबर पुढीलप्रमाणे सूचना होत्या–

'अभिनंदन, तुम्ही इथवर पोहोचलात. पुढच्या मुक्कामी तुमच्यापैकी एकालाच पुढच्या सूचना मिळतील.

लुइहीला भेटा. ती तुमच्या भूतकाळाची रक्षक आहे. तिच्याकडून पुढील सूचना घ्या. तुम्हाला पुढे कुठे जायचे आहे आणि काय करायचे आहे ते तिच्याकडून समजेल. सूचनांबरहुकूम वागा. तुम्हाला शुभेच्छा.

तुमच्याकरता प्रार्थना करतो.

– कूर्ट रिंक.'

आम्ही साध्या वर्गाने झ्युरिचला प्रवास करणार होतो. त्याकरता लागणारे सर्व व्हिसा पासपोर्टमध्ये होते. मला कूर्टचे वागणे गूढ वाटत होते. खरे सांगायचे, तर आत्ता मला कोणाचेच वागणे उमगत नव्हते. मला उमाचे वागणे समजत नव्हते. आम्ही दोघीच पुढच्या मोहिमेवर कशा जाणार, हेही कळत नव्हते. त्यांतील एक सच्चाईने खरे बोलणारी, वागणारी आणि दुसरी मात्र खोटारडी. माझ्या डोक्यात विचारांचे काहूर माजले. इतरांनी काय करावे, कसे वागावे याबद्दल मी उगीचच विचार करत होते. अशा तऱ्हेचे दुसऱ्याच्या वागण्याबद्दलचे वैचारिक वादळ नेहमीच माझ्या डोक्यात थैमान घालत असे. त्यामुळे मी पार थकून, गळून जायची.

मी माझ्या आसनावर विमानात बसले. मी मरगळलेली होते. उमा खिडकीजवळच्या आसनावर व्यवस्थित बसली होती. ती बाहेर बघत होती. खरे तर बघण्यासारखे बाहेर काही नव्हते. आम्ही विमानात बसल्यापासून एकमेकांशी एक शब्दही बोललो नव्हतो. प्रामाणिकपणे सांगायचे, तर मला उमाशी विनाकारण

वाद उकरून काढायचा नव्हता. तिच्यावर थेट आळ घेण्याचे माझ्याकडे धाडस नव्हते; पण तरीही तिच्याबद्दल आरोप करण्याचे हे विचार मनात प्रवासभर रुंजी घालत होते.

आता विमानातील दिवे बंद झाले. विमान उड्डाण करणार होते. मी थोडी विश्रांती घ्यायची असे ठरवले. पण मला एकदम आठवले की मी माझी रोजनिशी लिहिली नव्हती. मी उठले. बॅगेतून माझी रोजनिशी काढली आणि त्या वहीनेच उमाच्या खांद्यावर ढोसले. तिला आठवण करून दिली की आपल्याला हे लिहायचे आहे. हे सांगताना मी चेहेऱ्यावर उसने हसू आणले होते. उमाने मान डोलावली. ती खिडकीबाहेर बघत बसली.

आधी लिहिलेली पाने मी उलटली आणि पुढे लिहायला सुरुवात केली.

मी उमाच्या वागण्यामुळे वैतागले आहे. तिने फसवले. ती खोटे बोलली. मला ते आवडले नाही. (मी अचानक हसायला लागले. माझ्या रोजनिशीत मी उमाबद्दलची तक्रार लिहिते आहे यावर माझा विश्वास बसत नव्हता. मी किती कोत्या मनोवृत्तीची आहे, असे मला जाणवले.)

हो, उमाने फसवले ; पण अजूनही ती या मोहिमेत आहे. मी योग्य ते वागले अन् मीही या मोहिमेत आहे. गोष्ट अशी आहे की, उमाने फसवले पण तिला वाटते आहे की, ती या मोहिमेत अजून आहे. तिला हे अजूनही माहीत नाही की, ती या मोहिमेच्या बाहेर केव्हाच फेकली गेली आहे. ती स्वतःला या मोहिमेतून स्वतःच बाहेर नेईल; कारण जर तुम्हाला मोहिमेचा अर्थच कळला नाही, तर तुम्हाला जे हवे आहे ते तुम्ही कसे मिळवणार? यश याचा अर्थ काहीतरी मिळवणे असा होत नाही. यश म्हणजे आपण काय प्राप्त करतो आहोत, त्याचे पूर्ण ज्ञान आत्मसात करणे. प्रश्न असा आहे की, या खेळात मी कुठपर्यंत पोहोचणार आहे? काहीतरी शिकायला मिळावे, ही माझी आंतरिक तळमळ आहे आणि त्याच्यावर माझे लक्ष केंद्रित आहे. नाहीतर उमाच्याही आधीच मी या खेळातून बाहेर फेकली जाईन.

पण उमाही महत्त्वाची आहे. तिच्यामुळेच आम्ही विमानतळापर्यंत विनासायास पोहोचलो. त्या म्हातारीला सोडून जायचे, ही कल्पनाच मला सहन झाली नसती किंवा कोणाचेही मार्गदर्शन न मिळता आणि हातात पैसा नसताना विमानतळावर पोहोचणे शक्य नव्हते. मी या मोहिमेत आहे याला उमाचाही हातभार लागलेला आहे. जगात कोणीही

निरुपयोगी नसते. जे लोक आपल्याशी वाईट वागतात, अशा माणसांच्या कृतीचादेखील आपल्या जीवनावर काहीतरी चांगला-वाईट परिणाम होत असतो.

कार्लोस घरी जाईल की नाही याबद्दल मी साशंक आहे. त्याला या मोहिमेत काय शिकायला मिळाले कोण जाणे! पण तो मात्र खुशीत दिसत होता. त्याच्या परिस्थितीत कोणता बदल झाला हे मी सांगू शकत नाही. जेव्हा तुमचा पुनर्जन्म होतो तेव्हा निश्चितच तुमचे जीवन पहिल्यापेक्षा बदललेले असते. काही वेळा आपल्याला जगायची दुसरी संधी मिळत नाही.

लुइही कोण आहे, कोण जाणे! तिला आमच्या भूतकाळाबद्दल काय माहीत आहे कोण जाणे. माझा भूतकाळ माझ्या डोक्यात आहे. मग तिला कसा काय तो माहीत असणार? मला वाटते, माझा भूतकाळ मी माझ्या हृदयात आणि डोक्यात सुरक्षित ठेवलेला आहे. मग लुइही यापेक्षा जास्त सुरक्षित कसा ठेवू शकेल. मला आश्चर्यच वाटते की तिला माझ्या भूतकाळाबद्दल काय माहीत असणार. माझ्याबद्दल तिला त्याही गोष्टी माहीत असतील का? ज्या गोष्टी मी माझ्या मनाच्या तळाशी गाडून टाकलेल्या आहेत, त्यासुद्धा तिला माहीत आहेत का?

उमाबरोबर मी कशी राहणार? आणि त्या लुइहीला कसे शोधणार याबद्दल मी साशंकच आहे. उमापासून मला धोका नसेल, असे मी समजते. मीच उगीच तिला असे समजते आहे. आपणच आपल्या भोवतालच्या माणसांबद्दल असे ग्रह करून घेतो. आपल्या त्यांच्याबद्दलच्या मतांतून आपण त्यांच्याविषयी तशी प्रतिमा मनात उभी करतो. आपण झुरळालासुद्धा घाबरतो. कारण ते आपल्याला भीतिदायक वाटते. झुरळ आपल्याला काही करू शकत नाही; पण आपणच ते आपल्यावर हल्ला करायला धावून येत आहे असे समजतो आणि त्या समजुतीच्या आधारे आपली प्रतिक्रिया व्यक्त करतो.

सकाळी मी याबद्दल असा विचार का करू शकले नाही? आता कसे मला हे समजते आहे? हे ज्ञान कुठूनतरी मिळत असावे. मी जेव्हा रोजनिशी लिहायला लागते तेव्हा ते मला मिळत असावे. हे मजेशीरच आहे. मी तीच आहे; पण मी जेव्हा लिहायला बसते, तेव्हा मला हा उलगडा होतो.

मी आता समाधानी, आनंदात आहे हे मला माहीत आहे. मी इ्युरिचला लुइहीला भेटायला जात आहे. तिथे गेल्यावर मला इतर काही व्यक्तींचा

भूतकाळ जाणून घेता येईल. माझ्या आधीच्या प्रियकराने माझ्या मैत्रिणींबरोबर संग केला होता का, हेही मला समजून घेता येईल. हे सगळे जाणून घ्यायचे हा मूर्खपणाच ठरेल. हा भूतकाळ मला विसरायला हवा. मग लुइहीला भेटायचेच कशाला? वेळ आल्यावर मला हे समजेलच.

◆

लुइही – भूतकाळाची रक्षक

"कृपया, तुमची खुर्ची सरळ करा." हवाई सुंदरीचा आवाज माझ्या कानात घुमला. तो ऐकून आदल्या दिवशीच्या नैराश्याची मला परत आठवण झाली.

मी माझे आसन व्यवस्थित केले. "आपण आता खाली उतरण्याच्या तयारीत आहोत." ती जरा नरमाईने म्हणाली.

आदल्या रात्रीची आठवण झाल्यावर माझ्या मनाचा तणाव वाढला. वेनीने पुढच्या कामगिरीची जबाबदारी उमावर सोपवली होती. पण त्याचे काही विशेष वाटले नाही; कारण वेनीने फोन माझ्या ताब्यात दिला होता. पुढच्या सूचना उमाला मिळणार आहेत या गोष्टीचा मला त्रास झाला. ती स्वतःच्या वर्तणुकीबद्दल खोटे बोलू शकते, तर पुढच्या कार्यक्रमांच्या सूचनांमध्ये फेरफार करायला तिला निश्चितपणे काहीच वाटणार नाही. कूर्टची आज्ञा होती की सूचनांबरहुकूम वागा. पण आता अशा मुलीच्या हातात या सूचना पडणार आहेत की, जिने स्वतः नियमबाह्य वर्तन केले आहे, सूचना धुडकावल्या आहेत आणि तरी ती सहीसलामत सुटलेली आहे.

झ्युरिचला चांगलीच थंडी होती आणि या वेळी मात्र आम्हाला अचानक कुठेतरी मधेच हवेत सोडले नव्हते. आम्ही त्या बाबतीत सुदैवी ठरलो. आमचे सामान कूर्ट आणि वेनी यांनीच भरले होते. त्यामुळे त्यात गरम कपडे आहेत की नाहीत याबद्दल मला खात्री नव्हती. आमच्याकडे आमचे पासपोर्ट होते. माझा पासपोर्ट जन्मभर मी जिवापलीकडे सांभाळत आले आहे. माझ्या टी-शर्टच्या आत मी तो ठेवला होता. कोणी जर तो माझ्याकडून काढून घेण्याचा प्रयत्न केला, तर मी सांगणार होते की मला तो सापडत नाहीये.

विमान थांबले तेव्हा उमाने पाकीट उघडले आणि आतील सूचना वाचायला सुरुवात केली–

"मुलींनो,

तुम्ही कॉन्टिनेन्टल हॉटेलात उतरणार आहात. विमानतळावर तुमच्याकरता टॅक्सी थांबलेली असेल. तुम्हाला कोणताही फोन करायची परवानगी नाही. (आम्हाला फोन करावासा वाटला तरी आमच्याकडे पैसे कुठे होते?)

जर तुम्ही फोन करताना पकडला गेलात, तर तुम्हाला या मोहिमेच्या बाहेर काढले जाईल. हॉटेलमध्ये राहण्याचा खर्च आधीच दिलेला आहे. पैसे लागले, तर ते तुम्हाला पाठवले जातील.

सगळ्या सूचनांचे पालन करा.

भूतकाळाची रक्षक लुइहीला भेटा आणि पुढच्या सूचना घ्या.

माझ्या शुभेच्छा आणि प्रार्थना,

कूर्ट रिंक

कूर्टची या वेळेची भाषा जरा सौम्य होती याचे मला आश्चर्य वाटले. वादळापूर्वीची ही शांतता आहे की काय, असे मला वाटले.

ठरल्याप्रमाणे बाहेर टॅक्सी उभी होती. आम्ही कॉन्टिनेन्टल हॉटेलात गेलो आणि सगळे सोपस्कार पूर्ण केले. "तुम्ही दोघी एका खोलीत राहणार आहात." स्वागतिका म्हणाली, "तुमचं सामान तुमच्या खोलीत पोहोचवलं जाईल."

उमा दरवाज्याजवळच्या कॉटवर बसली. मी पटकन जाऊन माझी पर्स खिडकीजवळच्या कॉटवर ठेवली. जणू काही ही आता माझी जागा आहे, हे मला तिला दाखवायचे होते. मला खिडकीजवळची कॉट हवी होती. खिडकीतून आकाश पाहायला मला आवडते. खोलीच्या भिंती बघण्यापेक्षा या मोहिमेतून बाहेर पडावे असा तिचा प्रयत्न चालू आहे, हे कळत होते. आमच्या दोघींत जे शीतयुद्ध चालू होते, त्याचा मला उबग आला होता. उमाला माहीत होते की, मी तिच्यावर खूप रागावलेली आहे. त्यामुळे प्रत्युत्तर द्यायच्या ती जय्यत तयारीत होती, हे मला माहीत होते. त्यामुळे मी आणखीनच आतल्या आत धुमसत होते.

"पुढच्या सूचना काय आहेत?" मी तिला विचारले. उमाने कागदी पिशवी उघडली आणि त्यातून आणखी एक कागद काढला.

"पुढची सूचना अशी आहे की तुला आत्ताच काही सांगायचे नाही." उमा एक भुवई उंच करत मिस्कील हसत म्हणाली.

बापरे! हे तर महाभयंकर आहे. मला तो कागद तिच्या हातातून हिसकावून घ्यावासा वाटल; कारण ती सरळ खोटे बोलते आहे, हे मला दिसत होते.

जी मुलगी काल माझ्या खांद्यावर डोके ठेवून विसावली होती, तीच आत्ता माझी दुष्मन झाली होती. काय झाले काय? मला काय झाले होते? आत्ता तिच्याविषयी वाटणारी करुणा एकदम गायब कशी झाली. तिच्याशी संवाद साधण्याची माझी कला गेली कुठे? मला काही समजतच नव्हते आणि माझी नकारात्मक भावना मलाच खाऊन टाकत होती. त्यामुळे माझे काहीच चांगले होत नव्हते.

"मग आता आपण करायचं काय?" मी तिच्याकडे पाहत तिचा अंदाज घेत विचारले. तिची प्रतिक्रिया काय होते आहे याचा अंदाज घेऊ लागले.

"संध्याकाळपर्यंत आपण काही करायचं नाही." उमा म्हणाली. तिने ते खाकी रंगाचे पाकीट बॅगेत ठेवून बॅगेला कुलूप लावले. मग ती थंडपणे अंघोळीला गेली.

आता माझा खरा कस लागणार होता. उमा माझ्याशी खेळी खेळत होती. मला माहीत होते की, ती बोमोला भेटलेली नाही. मला या मोहिमेतून दूर सारल्याशिवाय ती यशस्वी होऊ शकणारच नव्हती. आता मी काय करायला हवे? माझ्यासमोर आता कोणता मार्ग शिल्लक होता? कूर्टने सांगितले होते की, 'सूचनांची अंमलबजावणी करा' ; पण सगळ्या सूचना तर उमाच्या हातात होत्या.

उमावर बारीक लक्ष ठेवायचे मी ठरवले. मी खूप दमले होते. खूप दिवसांत मला रात्रीची शांत झोप मिळाली नव्हती. जवळ जवळ तीन रात्री मला झोपायला नीट अंथरुणदेखील नव्हते. मी कॉटवर पडून राहिले. उमा बाथरूममधून येण्याची वाट पाहण्याचे ठरवले. मला वाटले, मी माझ्या समोरच्या आव्हानाला पायरीपायरीनेच तोंड द्यायला हवे. मी माझ्या गादीवर पडले; पण मला काही समजायच्या आतच मला गाढ झोप लागली.

माणसाचे मन आणि त्याचे शरीर यांच्यात जर सुसंगती नसेल, तर भयानक परिस्थिती उद्‌भवू शकते. जर शरीराची ताकद मनाने लक्षात घेतली, तरच संतुलन राहू शकेल. गेले कित्येक दिवस माझ्या मनाने शरीराचे म्हणणे ऐकलेले नाही. मी आध्यात्मिक आणि भावनिकदृष्ट्या प्रगल्भ झाले; पण माझ्या शरीराकडे मी दुर्लक्ष केलं. मला चांगला सकस आहार मिळाला नाही. पुरेशी विश्रांती आणि झोप मिळाली नाही, त्याचा परिणाम आता दिसायला लागला होता. आत्ता मला खरे तर शरीर टवटवीत असायला हवे होते, त्या वेळेला ते मात्र पार मरगळून गेले आहे. खरे तर मी जागे आणि दक्ष असायला हवे. त्या वेळेस मी गाढ झोपून गेले.

मी अचानक जागी झाले. माझ्या उशाजवळचा फोन वाजत होता. दुसरीकडून आवाज आला की, ''तुम्हाला जागे करण्यासाठी हा फोन केलेला आहे.''

ते केव्हाही चांगले.

बाप रे! म्हणजे मी सबंध दुपार झोपलेली होते. आता दुपारचे साडेतीन वाजलेले होते. उमाची गादी रिकामी होती. चादरीवर एकही सुरकुती पडलेली नव्हती. ती गेली कुठे? मला जरा काळजी वाटायला लागली. गेली कुठे ती? मी ताडकन उठले. दरवाजाखालून एक पाकीट खोलीत सरकवलेले दिसले. मी त्या पाकिटातील कागद काढून वाचला. त्यावर लिहिलेले होते–

व्हिला क्रमांक आठमध्ये पोहोच. तो वेन रस्त्यावर आहे. बरोबर साडेआठला तिथे पोहोचायला हवे. तिथे सगळ्यांचा भूतकाळ जाणणाऱ्या लुइहीला भेट. तिच्याकडून पुढची सूचना समजावून घे.

– कूर्ट रिंक

वीस युरोंची एक नोट त्या चिठ्ठीबरोबर होती.

उमा कुठे गेली आहे? तिने हा निरोप वाचला की नाही? तो निरोप फक्त माझ्याकरता आहे की काय? तिच्याकरता पैसे ठेवले होते का, याबद्दल मी साशंक होते. तिने जास्त पैसे जवळ ठेवून माझ्याकरता फक्त वीस युरो ठेवले असावेत, अशीही शंका मला आली. या संशयाच्या भुतामुळे मी अक्षरशः वेडीपिशी झाले होते. जाऊ दे, काहीही असले तरी मला ताबडतोब वेन रस्त्यावर पोहोचायला हवे.

मी माझी बॅग उघडली. उमाची बॅग कुठेच दिसत नव्हती. तिने तिची बॅग कुठे दडवली आहे? का ती हॉटेल सोडून निघून गेली? बाप रे! देवा काय घडते आहे हे? मी पटकन अंघोळ केली आणि हातात नकाशा घेऊन जिन्याने खाली उतरले. खाली स्वागतकक्षात चौकशी केल्यावर समजले की, वेन रस्ता झ्युरिचच्या दुसऱ्या टोकाला, डोंगराच्या रांगेजवळ आहे.

ही अनिश्चितता मरणप्राय होती. विमानातून उडी मारून जेंटिंग हायलँडमधून वाट काढणे, हे मला आता सोपे वाटायला लागले होते. निदान त्या वेळी आम्ही तिघे एकत्रतरी होतो. आमचा एक संघ होता. आता एका गटातले सहकारी एकमेकांचे प्रतिस्पर्धी झाले आहेत. या अशा परिस्थितीत तुम्ही कसे काय जिंकणार? कोणावर विश्वास ठेवायचा? अशा परिस्थितीत जगायचे तरी कसे? मला या सगळ्याचा प्रचंड तिरस्कार वाटायला लागला. माझे संतुलन बिघडण्याच्या आत मला या सगळ्यावर तोडगा काढायलाच हवा.

वेन रस्त्यावर जाणाऱ्या बसचा प्रवास श्वास रोखून ठेवायला लावणारा होता. तिथे घरांवरही बर्फ पडलेले होते. माझ्या कल्पनेपेक्षाही सर्व दृश्य रमणीय होते. यापूर्वी मी हिमवर्षाव कधी बघितला नव्हता. मनातून वाटायला लागले की, आपल्याला हिमवृष्टी होत असलेली पाहायला मिळावी. खूप थंडी वाजत होती. थोडी हिमवृष्टी झाली तर फारसा फरक पडणार नव्हता. माझ्याकडे कॅमेरा नव्हता. मी मनानेच ते निसर्गसौंदर्य डोळ्यांच्या कॅमेऱ्याने टिपत होते. मनात साठवून ठेवत होते. संध्याकाळच्या सूर्यकिरणांत बर्फ चमकत होते. मला ते दृश्य फार आवडले. अतिशय नितळ आणि सुंदर असे ते दृश्य होते. आकाश डोंगराच्या शिखरापर्यंत भेटायला आले आहे आणि जणू एकमेकांशी हितगुज करत आहेत, असे वाटत होते. ढगदेखील बर्फासारखे पांढरेशुभ्र होते. बर्फ जरा चमकत होता, एवढाच काय तो फरक होता. ढगांना लगटून असलेली हिमशिखरे हे दृश्य फारच रमणीय होते. नीट काळजीपूर्वक हे दृश्य बघितले तर असे लक्षात यावे की, सामान्याकडून उत्तुंग व्यक्तिमत्त्वाकडे जाण्याचा प्रवास हा तसाच महान आहे.

आमची बस जसजशी पुढे जात होती, तसतशी रस्त्यावरची गर्दी कमीत कमी होत होती. या दैवी सौंदर्यातून मी प्रवास करत असतानासुद्धा माझ्या मनात सतत एक अनामिक भीती होती की, आपल्यासमोर काहीतरी वाईट वाढून ठेवलेले आहे. हे भय काही केल्या मनातून जात नव्हते. उमा एकटीच लुइहीला भेटायला गेली असेल आणि मला मात्र भलतीकडेच जायला सांगितले असेल, असे मला वाटले. या सबंध मोहिमेबद्दल मी साशंक होते; पण माझी स्वतःची जबाबदारी घ्यायला मी समर्थ होते. इतरांनी माझ्याबद्दल चांगले किंवा वाईट करण्याचा प्रयत्न केला, तरी त्या गोष्टींचा माझ्यावर किती परिणाम मी होऊ द्यायचा, हे शेवटी माझ्याच हातात होते. उमा खोटे बोलली नसती, तर फार बरे झाले असते, असे मला वाटले. मला माहीत असलेली ती गोड मुलगी उमा मला तशीच हवी होती.

सूर्य मावळायला लागला होता आणि हवेत गारठा वाढला होता. कूर्टने माझ्याकरता एक छानसे फरचे जाकीट पाठवले होते. ते मला खूप आवडले होते. त्याची फॅशन मला आवडणारी होती. रात्री या मोहिमेवर जायचे, हे मात्र मला अजिबात आवडले नाही. हे सगळे दिवसा करता येत नव्हते का? मी स्वतः एक वटवाघूळ आहे असे मला वाटू लागले, कारण दिवसा झोप काढायची अन् रात्री काम करायचे. शिवाय जेटलॅगचा त्रास वेगळाच.

ड्रायव्हरने बस थांबवत सांगितले की वेनस्ट्रीट आले आहे. मी जॅकेटची चेन बंद केली आणि बसच्या बाहेर उडी मारली. माझ्या खिशात चिठ्ठी होती. त्यात

लिहिल्याप्रमाणे व्हिला नंबर आठ कोणत्या दिशेने आहे हे दर्शविणारी एखादी पाटी आहे का, हे मी बघत होते.

जवळपास कोणीही दिसत नव्हते. परदेशात भारतीय माणसाला रस्त्यावर कोणीही न दिसण्याचा मोठा धक्काच बसतो. आपण अशा देशात आहोत की जिथे उभे राहायलादेखील पुरेशी जागा रस्त्यावर नसते. आपल्याला त्यासाठी झगडावे लागते, गर्दीतून वाट काढत चालावे लागते. इथे मैलोन् मैल रस्त्यावर चिटपाखरूही दिसत नाही. नंतर झटकन माझ्या दृष्टिक्षेपात एक छोटी पाटी आली. ती एका पायवाटेजवळ होती. व्हिला नंबर आठ असे त्या पाटीवर लिहिलेले होते. नदीच्या दिशेने जाणारी ती पायवाट आहे असे बाणाने दर्शवलेले होते. मी त्या बर्फ पडलेल्या, चिखलाने भरलेल्या रस्त्यावरून चालत निघाले, पण दुरूनच मला दिसले की, नदीच्या काठावर फार सुंदर अशी ती इमारत होती. झ्युरिचपेक्षा इथे निसर्गाची लयलूट होती. त्या थंडीत चालताना ते घर खूप दूर आहे असे वाटत होते. सूर्य थोड्या वेळापूर्वी मावळला होता. पण त्या रस्त्यावर मात्र भरपूर दिव्यांचा झगमगाट होता.

इतर इमारतींप्रमाणेच या आठ नंबरच्या व्हिलावर फक्त क्रमांक होता. कोणाचेही नाव नव्हते. बाहेरच्या बाजूला काही गाड्या उभ्या होत्या. त्यावरून मी ताडले की इथे काही पाहुणे आलेले असणार. मी फाटकावरची घंटा वाजवली. आतल्या बाजूला घंटेचा आवाज झाल्याचे मला ऐकू आले. मोठ्या खिडक्यांना जाड पडदे लावलेले होते. त्यामुळे मला आतले काही दिसत नव्हते. चिमणीतून धूर येत होता.

मात्र कोणीच दार उघडले नाही. मी दरवाज्यावरची घंटा परत वाजवली. आतमध्ये घंटा वाजते आहे हे मला ऐकू आले; पण कोणीही बाहेर आले नाही. साडेपाच वाजून गेले होते, त्यामुळे मी जरा बेचैन झाले होते. मी दरवाजाकडे काळजीपूर्वक पाहिले तेव्हा माझ्या लक्षात आले की, दाराला फक्त कडी लावलेली आहे. कुलूप लावलेले नाही. मी कडी काढली आणि आत चालायला लागले. परत एक अरुंद वाट होती. ती बर्फाने आच्छादलेली होती आणि त्या वाटेवर चिखलही होता. ती वाट घरापर्यंत जात होती. घरात भरपूर प्रकाश होता. इमारतीचा मुख्य दरवाजा जड आणि लाकडी होता. तो थोडा किलकिला उघडा होता. माझ्या लक्षात आले की, पुन्हा दाराची घंटा वाजवण्यात काहीच अर्थ नाही. मी दरवाजा उघडणार होते, इतक्यात एक मांजर 'म्यॉंव म्यॉंव' असा जोराचा आवाज करून उडी मारून बाहेर आले. मी त्या मांजराच्या आवाजापेक्षा जोरात किंचाळले आणि मागे पडता पडता स्वतःला सावरले. "मूर्ख मांजर!" आता ती जमिनीवर उभी होती आणि रागाने माझ्याकडे टवकारून बघत होती. मला पाहून ती खूश दिसली नाही. उलट

मला पाहून ती परत गुरगुरायला लागली. तिच्याकडे लक्ष देत मी दरवाजा ढकलला.

खोलीत शिरल्यावर तिथे प्रकाश मंद होता असे मला वाटले. तो दरवाजा उघडल्यावर लगेच दिवाणखाना नसून प्रतीक्षा करण्यासाठी थोडी जागा होती. प्रतीक्षाकक्षातून बाहेर पडण्यासाठी अनेक दरवाजे होते. तिथे एक लाकडी जिना वर जात होता आणि एक जिना तिथून खाली जात होता.

एका दरवाजाजवळ जवळ जवळ दहा-बारा पायताणाच्या जोड्या होत्या. कदाचित आत एखादा धार्मिक समारंभ चालला असावा, असे मला वाटले. माझ्या देशात प्रार्थना चाललेली असताना किंवा धार्मिक समारंभाला जमलेले असताना चपला-बूट बाहेर काढून ठेवण्याची पद्धत आहे. मी एका लहान खुर्चीवर बसून माझे बूट काढू लागले.

त्या लाकडी जिन्याचा कुरकुर असा आवाज झाला. जिन्यावरून कोणीतरी वर येत आहे असे मला कळले. ती उमा होती. "तू कुठे होतीस?" मी तिला विचारले. त्या विचारण्यात काळजी जास्त होती.

"तुला उशीर झाला आहे." ती कूर्टसारखी रुक्ष आवाजात म्हणाली.

अरे बापरे! ही माझ्यावरच उलटलेली दिसते आहे. मला माहीत असलेली उमा ही नव्हती. मला उमाशी भांडायची आता इच्छा नव्हती. मी जर तिच्यावर जास्त लक्ष केंद्रित केले, तर आमच्या दोघींची मोहीम फसेल. तिच्याकडे सगळ्या सूचना होत्या. मला युक्तीनेच तिच्याकडून त्या जाणून घ्यायला लागणार होत्या.

ज्यांच्या हातात तुमचे सुख, तुमचे निर्णय किंबहुना तुमचे आयुष्यच असते त्यांच्याशी वागणे फार कौशल्याचे असते. विशेषतः अशी माणसे जेव्हा तुमच्या प्रगतीत आडकाठी आणतात, त्या वेळी तर फारच मुश्कील असते. आत्ता या क्षणाला सत्ता चुकीच्या हातात होती. उमा अप्रामाणिक होती; पण सद्यःस्थितीत तिच्या हातात सर्व सूत्रे होती. माझे भवितव्य, माझे प्रशिक्षण आणि माझे या प्रशिक्षणातील यशापयश हे शब्दशः तिच्या हातात होते. या अशा परिस्थितीत आपण काय करू शकतो? ज्याचा तुमच्यावर रोष आहे अशा परीक्षकाच्या हातात तुमची उत्तरपत्रिका गेली तर तुम्ही काय करू शकता? तुम्हाला बढती मिळाली आहे असे पत्र जर तुमच्यावर खार खाणाऱ्या एखाद्या सहकाऱ्याकडे गेले, तर तुम्ही काय करू शकता? ऑफिसमध्ये तुमच्या कामाचे चीज होत नाही किंवा तुमचे तिथे स्वागतही होत नाही, अशा ठिकाणी दररोज तुम्हाला कामाला जावे लागले तर तुम्ही काय करू शकता? म्हणून जरा नरमाईने घ्यायचे, असे मी मनाशी ठरवले. आता

चारच दिवसांचा प्रश्न होता. इतर अनेक वेळा अशी परिस्थिती खूप दिवस सहन करावी लागते.

मला कळायच्या आत एक बुटकी आणि कमरेत काहीशी वाकलेली एक म्हातारी बाई उमाच्या पाठोपाठ आली. ती कमीत कमी शंभर वर्षांची असेल. तिने काळा झगा घातला होता. फ्रॉकला जोडून असलेली डोक्याची टोपी मागे मानेवर टाकलेली होती. तिच्या चेहेऱ्यावर सुरकुत्या होत्या; पण चेहरा मात्र तेजस्वी दिसत होता. इतके वय झाल्यावरदेखील एखादी व्यक्ती इतकी सुंदर दिसत असलेली पाहून मला आश्चर्यच वाटले. तिचे डोळे गडद हिरव्या रंगाचे होते. दात मात्र चक्क तोंडात लोंबकळलेले होते. तिने तोंड उघडल्यावर ते हलत होते. मी तिच्याकडे टक लावून बघत राहिले. मला वाटले की किती सुंदर दिसते आहे या वयातदेखील! तिच्याबद्दल असा विचार करणे वेडपटपणाचे होते. पण ती खरेच सुंदर होती.

"तू खूप उशिरा आली आहेस." ती स्त्री कुत्र्यासारखी माझ्या अंगावर वसकन ओरडली. तिचे हलणारे दात खाली पडतील की काय, अशी भीती मला वाटत होती. तिच्या तोंडातले दात इतके हलत होते की मला वाटले की तिच्या तोंडात बोट घालून मी सहज काही दात बाहेर खेचीन.

"ओ, मला माफ करा." मी रडवेल्या आलेल्या स्वरात म्हटले. मला तर वाटले, माझा आवाज गेला की काय! कारण मी कसेबसे ते वाक्य बोलले. मी मनाशी बोलले, "ही लुइही तर नाही!"

"माझं नाव लोहा." मी मला सावरत असतानाच ती म्हणाली, "मी लुइहीची बहीण आहे. तिला कोणी उशिरा आलेलं, तिला ताटकळत ठेवलेलं आवडत नाही." हे बोलताना तिने नापसंतीदर्शक एक भुवई वर उंचावली.

मी उशिरा का आले, याचे स्पष्टीकरण मला द्यायचे नव्हते. उगीचच वादही घालायचा नव्हता. मी म्हणाले, "चला, मग आपण परत जाऊ या."

उमाने माझा दंड पकडला आणि मला दरवाजाबाहेर खेचले.

"थांबा." लोहाचा खणखणीत आवाज आमच्या कानावर आदळला. मी परत वळून बघितले तेव्हा तिचे दात तोंडात अजूनही शाबूत होते. हे बघून मला आश्चर्य वाटले. तिने आपला झगा हाताने वर उचलला आणि घाईघाईने आमच्या दिशेने येत ती म्हणाली, "मी तुमच्याबरोबर येते." मी जर तिचा हात धरून तिला चालायला मदत केली तर ती दुखावेल का, याची मला भीती वाटली.

उमाने अजूनही माझा दंड पकडून ठेवलेला होता. तिचे ते तसे वागणे मला आवडले नाही. तिला काय माहीत आहे? ती मला खेचून कुठे नेते आहे? परंतु आजच्या मोहिमेत आत्तापर्यंत तरी ती माझ्या पुढे आहे, तिची सरशी आहे असे दिसत होते. उमाने मला मागच्या बाजूला नेले आणि बागेतले फाटक उघडले. तिथे मोकळी जागा होती. उमाने माझ्या हाताला हिसका दिला कारण लोहा अचानक ओरडली, "पळा, पळा, फाटक बंद व्हायच्या आत पळा." आणि आम्हाला काही कळायच्या आतच आम्ही तिघी जोरात पळायला लागलो. लोहा आमच्या दोघींच्या पुढे होती. ती कमरेत वाकलेली, शतायुषी म्हातारी आमच्यापेक्षा जोरात पळत असल्यामुळे आमच्या बरीच पुढे गेली होती. माझे पाय ज्या वेगाने मला नेऊ शकतील तितक्या जोरात मी पळत होते, तरीही लोहा माझ्यापुढे जवळजवळ वीस फूट होती.

समोर, दूरवर मला काहीच दिसत नव्हते. जणू आम्ही दिशाहीन पळत होतो. काही अंतरावर पोहोचल्यावर मला तिथे मोठाले खडक दिसायला लागले. राक्षसाएवढाल्या मोठ्या शिळा तिथे पसरलेल्या होत्या. आम्ही पळायला सुरुवात केली तेव्हा या मोठ्या मोठ्या शिळा तिथे नव्हत्या, हे मी शपथेवर सांगू शकते. त्या खरेच तिथे नव्हत्या. माझे डोळे मला फसवत तर नाहीत ना, असे मला वाटले. आम्ही काही खूप दूरपर्यंत पळत आलो नव्हतो. आमच्या नजरेच्या टप्प्याच्या खूप दूरवर आम्ही नक्कीच पळालो नव्हतो. ते नक्कीच तिथे नव्हते. म्हणजे ते मोठे दगड तिथे होते पण आमच्या नजरेतून सुटले होते, असे अजिबात नाही. त्या एकेक शिळा लहानशा टेकडीच्या आकाराएवढ्या होत्या. दोन शिळांच्या मधल्या फटीतून मला उजेडाचा कवडसा येतो आहे, असे दिसत होते.

"पळा." लोहा मागे वळून आम्हाला उद्देशून म्हणाली. आता आम्ही दोन शिळांच्या मधल्या वाटेपासून पन्नास फुटांवर होतो. मधली जागा म्हणजे एक पायवाट होती, ती जणू पृथ्वीच्या मध्यबिंदूच्या दिशेने नेत होती.

आम्ही त्या शिळांजवळून जात असताना मोठा गडगडाट झाला. माझ्या पायाखालची जमीन हलत होती. माझा तोल गेला आणि मी खाली पडले. उमाने अगदी त्याच वेळी माझा हात पकडला. आम्ही शिळांच्या अगदी जवळ पोहोचल्यावर त्या दोन्ही शिळा हलत आहेत, एकमेकांच्या जवळ येऊन मधला रस्ता बंद होत जातो आहे असे दिसत होते.

"पळा–" लोहा ओरडली. त्या बंद होत जाणाऱ्या फटींजवळ पोहोचत ती म्हणाली. बापरे! मला वाटले की ती बंद व्हायच्या आत त्या वाटेपर्यंत मी पोहोचू

शकणार नाही. उमाने दोन मोठ्या ढांगा टाकल्या आणि त्या फटीतून ती खाली घसरत गेली. त्या दोन शिळांमधले अंतर इतक्या वेगाने कमी होत होते की मला वाटले मी त्या दोन्हींच्यामध्ये चिरडून जाईन. मी त्या फटींच्या जवळ पोहोचल्यावर लोहाने अगदी जोरात मला आत ढकलले. माझ्यामागे जोराचा आवाज मला ऐकू आला.

आता तिथे मिट्ट काळोख होता.

"उमा–" माझ्या तोंडातून कसाबसा आवाज फुटला. "शूऽऽ" एवढाच उमाने आवाज केला. तिने एक काडी ओढली. त्या प्रकाशात मला तिचा चेहरा दिसला. आम्ही दोघींनी एकमेकींकडे बघितले. नजरेने धीर दिला. मग आजूबाजूला बघितले. मला भिंतीवर लावलेला एक दिवा दिसला; पण त्या भिंतीपाशी पोहोचेपर्यंत प्रकाश देणारी हातातली काडी विझली. उमाने आणखी एक काडी पेटवली आणि त्या दिव्याच्या ज्योतीजवळ नेली. दिव्याचा मोठा भडका झाला. त्यातून येणाऱ्या मोठ्या ज्वाळांत त्या गुहेतील आतला भाग उजळून निघाला.

"लोहा कुठे आहे?" मी आजूबाजूला बघत म्हणाले, "तुझ्यामुळे तिला आत येता आले नाही." उमा कठोर आवाजात म्हणाली.

"लुइही कुठे आहे?" विषय बदलत मी विचारले. एकमेकींना दोष द्यायची ही वेळ नव्हती. मला लुइहीपर्यंत लवकर पोहोचायचे होते. मला शरण जावे लागते आहे, ही कल्पना मला असह्य वाटत होती. माझे म्हणणे मी सोडून द्यावे हे मला नको वाटत होते. मला लुइहीला भेटूनच बाहेर पडायचे होते. उमा आम्हाला इथपर्यंत घेऊन आली होती, याचा अर्थ लुइही कुठे आहे हे तिला माहीत असावे असे मला वाटले.

"आता आपण इथून बाहेर कसं पडायचं?" तो दगड गडगडत माझ्यापाशी आला होता. त्याला मी मोठ्या कष्टांनी बाजूला करत उमाला मी विचारले.

"आत यायचा मार्ग जसा आपण शोधला, तसाच बाहेर जायचाही मार्ग आपण शोधून काढू. चल, निघू या आपण." उमा भिंतीवरचा दिवा काढत म्हणाली. त्या खडकांवरून आम्ही काळजीपूर्वक मार्ग काढीत चालत राहिलो.

खडक प्रचंड मोठे होते. एकमेकांवर रचलेले होते. मला फक्त त्या खडकांची भिंत आणि त्याच्या मधल्या फटीतून दिसणारा काळाकुट्ट अंधार दिसत होता. जणू ते एक चक्रव्यूहच होते. समोर दिसणाऱ्या या फटींपैकी कोणत्या फटीतून बाहेर जाणे शक्य होईल, हे कळतच नव्हते. लवकरच मला त्याचा उलगडा झाला. त्या फटींपैकी फक्त एकच फट जरा मोठी होती, ज्यातून माणूस आरपार जाऊ शकेल.

तोच बाहेर जाण्याचा मार्ग असणार. त्यातून जाणे म्हणजे जणू काही पृथ्वीच्या मध्याकडे आपण निघालो आहोत, असे वाटत होते.

आम्ही चालतच राहिलो. खडकावर पावले टाकीत चालणे चालू होते. काही वेळा दोन खडकांतील फट इतकी लहान होती की, त्यातून जाताना खाली बसूनच जावे लागायचे. उकिडवे व्हावे लागे. उमा नेहमीच स्वतः दूर उभे राहून त्या अंधाऱ्या वाटेने मला आधी जायला सांगायची. जणू काही ती माझ्यावर हुकूम गाजवणारी होती. मी बिचारी सगळे धैर्य गोळा करून त्या मिट्ट काळोखात जायला पाऊल उचलायची. त्या दिव्याचा फारसा उपयोग नव्हता; कारण त्या दिव्याच्या प्रकाशातल्या सावल्या भीतिदायक असायच्या. त्यांचीच मला अधिक भीती वाटायची. खरे तर उमाच्या विचित्र वृत्तीशी जुळवून घेता घेता मी माझ्याच घाबरट स्वभावावर मात करण्याचा हळूहळू प्रयत्न करत होते. तिच्या आज्ञेमुळे हे सगळे आपोआप घडत होते. अज्ञात गोष्टींबाबत पहिले पाऊल उचलण्याचे धाडस माझ्यात आपोआपच आले. त्याचप्रमाणे पुढाकार घेण्याची माझ्यात धमक नव्हती. या गोष्टीची मला कायम भीती होती. मला आठवते की, अनेक वेळा मी वक्त्याच्या रांगेत वाट पाहत उभी असायची. काही वेळा माझी पाळी आली की मी माझा नंबर चक्क सोडून द्यायची; कारण मी प्रथम बोलावे असे मला वाटत नसे. प्रथम बोलणे किंवा आपण चुकांची कबुली देणे किंवा एखाद्या अन्यायाविरुद्ध लढताना आपण पुढाकार घेणे याची मला सतत भीती असायची. आता उमा जी भूमिका घेत आहे, मला पुढे जायला सांगते आहे , तशी माझी वृत्ती होती. दुसऱ्या कोणीतरी धीराने पुढे जावे आणि मग आपण त्यांना अनुसरावे, असा माझा स्वभाव होता.

मी परत एकदा अंधारात पाऊल टाकले. दिव्याच्या प्रकाशात मला खूप मोठी वाट दिसली. तिथे चारही बाजूंना खडकांचीच गर्दी दिसत होती. तिथेच मला आत दोन मोठ्या वाटा दिसत होत्या. त्यांच्या मधोमध एक दिवा टांगलेला दिसत होता; पण तो पेटवलेला, प्रकाशमान नव्हता.

आम्ही दोघी एकमेकींकडे बघत राहिलो. या दोन वाटा आणि तो दिवा याचा काय अर्थ असावा, याचा विचार करू लागलो. आता मात्र दोन मार्ग दिसत आहेत आणि तिथे दुसरा दिवा आहे. मी उमाला काही विचारायच्या आत तिने माझ्या हातातला दिवा घेतला. ती पुढे गेली आणि तिने भिंतीवरचा तो दिवा पेटवला. आता आमच्याकडे दुप्पट प्रकाश होता. तिने तो टांगलेला दुसरा दिवा काढून माझ्या हातात दिला.

"मी या वाटेने जाते, तू त्या वाटेने जा." उमा म्हणाली. डाव्या बाजूच्या

वाटेकडे बोट दाखवत ती असे म्हणाली.

"काय? आपण असे करू शकत नाही." मी निषेध व्यक्त करत म्हटले. मला असे वाटले की उमा मला मृत्यूच्या खाईत ढकलते आहे.

"मला तशा सूचना आहेत," उमा शांतपणे म्हणाली. "आपण इथून वेगवेगळ्या मार्गांने जाणार आहोत," ती पुढे म्हणाली.

"पण आपण भेटायचं कुठे? तू कुठे जाते आहेस? लुइही कुठे आहे?" मी विचारत राहिले.

मरू दे, ही मुलगी विचित्रच आहे. आम्ही इथे अशा भयानक वातावरणात सापडलो आहोत. आता आम्ही जिथून आत आलो, तो मार्ग बंद झाला आहे. आता इथून आम्ही बाहेर कसे पडणार? पुन्हा कुठे अन् कशा भेटणार?

"मला तशा सूचना आहेत." उमा हुकमी स्वरात पुन्हा म्हणाली, "आपण इथून वेगवेगळ्या मार्गांने जाणार आहोत." उजव्या बाजूला असलेल्या वाटेने निघत उमा म्हणाली.

"आपण इथून बाहेर पडल्यावर भेटू." ती म्हणाली.

मी काही बोलायच्या आत उमा त्या मोठ्या वाटेने चालू लागली. थोडा वेळ मला तिच्या पावलांचा आवाज ऐकू येत होता. तिच्या हातातील दिव्याचा हलणारा उजेड दिसत होता. काही वेळाने आवाज ऐकू येईनासा झाला आणि उजेडही दिसेना.

भीतीने मी थरथर कापायला लागले आणि मग डाव्या बाजूच्या वाटेने भराभरा निघाले. इथे उभे राहण्यात काही अर्थ नव्हता. जेव्हा भीती वाटत असते, तेव्हा पुढे चालत राहणे, हाच चांगला मार्ग आहे. मागची खडकामधून आलेली वाट आता बंद झाली होती, हे मला माहीत होते. त्यामुळे मागे फिरण्यात काही अर्थ नव्हता. मला लुइहीला भेटायचेच होते. तिच्याकडे आमचा भूतकाळ होता. पुढे जाणे हा एकमेव मार्ग होता, ज्यायोगे माझी तिच्याशी भेट होण्याची शक्यता होती.

मी त्या घळीतून खाली खाली उतरायला लागले. तो रस्ता अधिकच अरुंद आणि छोटा होत आहे, हे माझ्या लक्षात आले. मी माझे डोके खाली वाकवतच चालत होते; नाहीतर माझे डोके खडकावर आपटायची भीती होती. काही वेळा खाली उतरायला पायऱ्या असल्यासारख्या होत्या. काही वेळा मात्र मला काही फूट खाली उडी मारायला लागायची. मी अशीच मोठी उडी मारली तेव्हा मला दूरवर आणखी एक फडफडणारा दिवा दिसला.

"उमा का?" मी पुटपुटले. बहुतेक आमचे रस्ते परत एक झालेले दिसताहेत. नंतर मला गालातल्या गालात कोणीतरी हसल्याचा आवाज आला. तो आवाज ऐकून माझे रक्त जणू गोठले. शरीर सुन्न झाले. मला कळेना की अज्ञाताकडे मागे पळावे, का पुढे त्या गोष्टीला सामोरे जावे. छाती धडधडत असताना मी चक्क त्या प्रकाशाच्या दिशेने चालू लागले. तिथे एक वाकलेली म्हातारी मला दिसली. ती लोहासारखीच दिसत होती. तिच्याकडे काळजीपूर्वक पाहण्यासाठी मी डोळे विस्फारले. ती वृद्धा परत गालातल्या गालात हसली. तिने लोहासारखाच काळा गाऊन घातला होता. पण ती दिसायला मात्र कुरूप होती. ती नक्कीच लोहा नव्हती.

"बहुतेक तू तीच मुलगी असावीस." ती बाई माझ्याकडे बघत म्हणाली. जणू तिचे भक्ष्यच तिच्यापर्यंत माझ्या रूपाने पोहोचले आहे, असे तिच्या नजरेत मला जाणवत होते.

मी काहीतरी बोलायचा प्रयत्न केला, पण माझे बोलणे हवेतच विरले आणि दात वाजायला लागले.

"तू तीच मुलगी का?" माझ्याकडे बोट दाखवत तिरक्या नजरेने बघत तिने विचारले. "वा!" तिचे डोळे चमकले. "कळलं मला, उमगलं. जिच्या जन्माच्या वेळेला तिच्या कुटुंबीयांना दुःख झालं होतं, तीच तू मुलगी आहेस." असे म्हणत ती खदखदा हसली.

'अरे बापरे! तिला हे कळले कसे?' हे खरेच होते की मुलीचा जन्म हा माझ्या कुटुंबीयांना नकोसा वाटणारा होता. मुलगी जन्मली म्हणजे अपशकुन झाला, असे माझा परिवार समजत होता. पण तिला हे कळले कसे?

"तुला मनात सतत वाटत होतं की, तू पुरुषाच्या जन्माला यायला हवी होतीस." थट्टेच्या सुरात ती मला म्हणाली. "तू स्त्री म्हणून जन्माला आलीस याचा आनंदानं तू कधी स्वीकार केला नाहीस, हे खरंच दयनीय आहे. प्रत्येक ठिकाणी, प्रत्येक वेळी आपलं स्त्रीत्व झिडकारून तू पुरुषीपणानं वागलीस. तुझ्या स्त्रीत्वाला सतत तू गौण लेखलंस. बघ, कशी आहेस तू! एक स्त्री असून सतत पुरुषीपणानं जगत राहण्याचा प्रयत्न केलास. पण तू पुरुष नव्हतीसच." ती दुष्ट म्हातारी एकदम खदखदा हसायला लागली. त्यामुळे माझ्या हातातला दिवा विझेल की काय, अशी मला भीती वाटायला लागली.

किती कोत्या मनोवृत्तीची आहे ही बाई! हे सांगायची काय गरज होती? तिचं बोलणं ऐकून माझे डोळे भरून आले. खरं आहे, मी स्त्री आहे म्हणून मला जो

सन्मान, आदर मिळायला हवा होता तो कधीच मिळाला नाही. मी पुरुष म्हणून जन्माला यायला हवे होते अशी माझी इच्छा होती, हे खरे आहे. मी स्त्री आहे ही भावना सतत मला अपराधीपणाची वाटायची. ती भावना घेऊनच मी जगत होते. ती म्हातारी परत हसली. माझ्या डोळ्यांतून घळघळा अश्रू वाहू लागले.

"तू लुइही आहेस का?" मी चाचरत तिला विचारले. ती घाईने म्हणाली, "लुइही तुझी वाट बघते आहे. उशीर व्हायच्या आत पटकन तिथे पोहोच." मी ज्या वाटेने आले होते त्या वाटेने ती गेली.

मी माझे डोळे पुसले आणि पुढे खाली जायला सुरुवात केली, पण ती म्हातारी बोलल्यामुळे माझी जी केविलवाणी अवस्था झाली होती, त्यातून मी अजून सावरले नव्हते.

मी आणखी एक पाऊल खाली टाकले. मला धाप लागली होती. तीच बाई; माझ्या समोर हातात दिवा घेऊन माझ्या समोर उभी होती. तिने माझ्याकडे दुर्लक्ष केले. ती पुढे चालत राहिली. ही तीच बाई होती का? बहुधा नसावी; कारण हिच्या भुवया जाड आहेत.

"ती तूच मुलगी का?" तिने आधी भेटलेल्या म्हातारीप्रमाणेच विचारले. "तू तीच मुलगी ना, जी स्वतःच्या आजोबांच्या मृत्यूनंतर घरून पळून गेली होती?" ती हसली. "ते मरण पावले आणि तुला एकटीला मरायला सोडून गेले. तू तीच मुलगी ना?" तिने माझ्याकडे बोट रोखले. तिचा सूर त्या बाईप्रमाणेच होता. प्रश्न न विचारता मी आणखी एका काळोख्या वाटेकडे जाण्यासाठी पाऊल उचलले.

"हं... हो..." मी म्हटले. माझ्या डोळ्यांतून गंगा-यमुना वाहू लागल्या होत्या. मी माझ्या आजोबांची सर्वांत लाडकी होते. ते म्हणजे माझा कणखर आधार होते. माझे सर्वस्व होते. ते मला झोपताना गोष्टी सांगत. माझ्या हास्यात सहभागी होत आणि माझे अश्रू हास्याने पुसून टाकत. त्यांच्यामुळे माझे विश्व सुरक्षित होते. एक दिवस अचानक ते मृत्यू पावले, ज्यामुळे मी विखुरली गेले. माझे विश्व उद्ध्वस्त झाले आणि माझे मन घरी रमेना. त्यांच्याशिवाय मी कोणीच नव्हते. मी घरून पळून गेले आणि नंतर खूप मनस्ताप, मानहानी आणि आरोप-प्रत्यारोपांत मला घरी परत आणण्यात आले. माझ्या आजोबांच्या मृत्यूने माझे आयुष्य दुःखदायक झाले. प्रत्येक पुरुषात मी त्यांनाच शोधत राहिले आणि अकारण प्रत्येक नात्यावर ओझे लादत राहिले.

"तू... तू लुइही आहेस का?" मी हुंदके देतच तिला विचारले. तिला निश्चितच माझा भूतकाळ ठाऊक होता... ती तीच असणार!

"लुइही तुझी वाट बघते आहे, गरीब बिचारी कुठली!" तिने फटीकडे बोट दर्शवून हास्य केले.

या म्हाताऱ्या बायका नेमक्या कुठून येत आहेत? कोण आहेत या? त्यांना माझ्या भूतकाळाबद्दल इतकी माहिती कशी?

मी माझ्या हातातला दिवा त्या बाईने दाखवलेल्या फटीकडे नेत उंचावला आणि अधिक काही न बोलता आणखी ठार अंधारात पाऊल टाकले.

मी हातातला दिवा इकडे तिकडे हलवल्यावर त्या उजेडात माझ्या असे लक्षात आले की ती जागा बरीच प्रशस्त होती. समोर तशीच वाकलेली, काळा झगा घातलेली म्हातारी काही अंतरावर चालत येत होती, हे मला दिसले.

"लुइही, थांब." माझा कंठ परत फुटला आणि मी तिच्याकडे पाहून ओरडले.

म्हातारी ते ऐकून वळली. ती आधी भेटलेल्या दोन म्हाताऱ्या स्त्रियांसारखीच होती. फक्त ती त्या दोघींपेक्षा जास्त कुरूप होती. मी तिला पाहिल्याबरोबर माझा श्वास रोखून धरला. तिचे डोळे बटबटीत होते. ते आत्ता पडतील की काय, असे वाटत होते. तिची हनुवटी खाली लोंबकळत होती. तिच्या थरथरत्या हातातला दिवा वेडावाकडा हलत होता.

"हं! तू का?" ती म्हणाली. ती थांबली आणि दिवा वर उचलून माझ्या चेहऱ्याकडे पाहत ती पुढे म्हणाली, "तू तीच मुलगी असणार." ती माझ्याकडे चालत येत होती. ती ढांगा टाकत चालत होती. मला वाटले, जणू ती माझ्यावर हल्ला करायला येत आहे.

"आपल्या प्रियकराच्या मित्राबरोबर जिने शय्यासोबत केली, तीच तू असणार!" माझ्याकडे बघत ती माझ्यावर आरोप केल्याप्रमाणे डोके हलवत बोलत होती. पुढे ती म्हणाली, "काय भयंकर गोष्ट केलीस तू!" माझ्या डोळ्यांतून येणारे अश्रू तिने बघितले आणि पुढे म्हणाली, "तुला काय वाटलं? तुझ्या प्रियकराला हे कधी समजणार नाही की काय?" ती मोठ्याने हसली आणि एकदम बोलायचे थांबली. "पण तू या बाबतीतील लाज, शरम गुंडाळून ठेवलीस आणि निष्पाप चेहऱ्यानं जणू काहीच घडलं नाही असं भासवत इतर पुरुषांना भुलवत राहिलीस." माझ्यावर हात उगारून ती म्हणाली.

बचावात्मक पवित्रा घेत माझा चेहरा मी हाताने झाकून घेतला आणि मटकन खाली बसले. मला एकदम गळून गेल्यासारखे वाटले.

रॉनबरोबर शय्यासोबत करणं ही फार मोठी घोडचूक होती. मी नशेच्या अमलाखाली होते. आम्ही सगळेच प्यायलो होतो. हे का आणि कसे घडले हे मला कळलेच नाही. त्याचे पौरुष मला सतत आकृष्ट करत असे. मनातून तो मला खरेच आवडलेला होता. त्या नाताळच्या पूर्वसंध्येला क्रिस माझ्यासोबत नव्हता. अर्धा डझन व्होडकाचे पेग घेतल्यानंतर आमचा स्वतःवरचा ताबा सुटला. त्याच्याबद्दलचे सुप्त आकर्षण उफाळून आले. मी इतकी प्यायलेली होते की, मी त्याला नाही म्हणू शकले नाही. त्या एका रात्रीच हे घडले. एकदाच घडले. पण त्या एका रात्री, फक्त एकदाच मी माझ्या प्रियकराच्या मित्राची शय्यासोबत केली. रॉनने क्रिसला हे कधीच सांगितले नसावे; पण त्या घटनेनंतर लगेचच आमचे संबंध दुरावले, संपले. हे खरे आहे की, ही घटना माझ्या मनात सतत सलत राहिली. पुढच्या प्रत्येक नातेसंबंधात ही आठवण मला खात असे. मी प्रियकराला फसवल्यामुळे मला भेटलेला प्रत्येक पुरुष मला फसवणारच, असा संशय मी घेऊ लागले. मी क्रिसचा विश्वासघात केल्यामुळेच माझ्या मनात प्रत्येक पुरुष मला फसवेलच, अशी भीती निर्माण झाली. मी क्रिसचा विश्वासघात केल्यामुळे मला जो जो पुरुष आवडला, त्याच्यावर मी विश्वास ठेवू शकत नव्हते. नंतर जीवनात आलेल्या प्रत्येक पुरुषावर मी आरोप करत असे की, तू मला सोडून दुसऱ्या स्त्रीबरोबर शृंगार करत असणारच.

"मला क्षमा कर लुइही," असे पुटपुटत मी दिलगिरी व्यक्त केली. तिला तोंड दाखवायची मला लाज वाटत होती. तिने माझ्या जीवनातील सगळ्यात वाईट असे गुपित बाहेर काढले होते. हे गुपित जन्मभर मला जाळत होते. प्रेम करणे आणि विश्वास ठेवणे, या दोन्ही क्षमता मी हरवून बसले होते.

"लुइही तुझी वाट पाहते आहे." ती स्त्री आणखी पुढे खोलवर जाणाऱ्या वाटेकडे बोट दाखवत म्हणाली. मी ज्या वाटेने आले होते तिकडे घाईने ती निघून गेली.

अशा किती म्हाताऱ्यांना मला तोंड द्यावे लागणार आहे? मला गळून गेल्यासारखे वाटायला लागले. मी वळले. माझी सावली मला दिसली. माझा भूतकाळ माझी पाठ कधीच सोडणार नव्हता. मी जिथे जिथे जाईन तिथे तिथे माझा भूतकाळ सावलीप्रमाणे माझा पाठलाग करणार आहे. माझ्या पायात चालण्याचेही त्राण नव्हते. माझ्या मनाच्या ठिकऱ्या ठिकऱ्या झाल्या. या म्हातारीला हे सगळे कसे माहीत आहे?

मी उठले आणि त्या कपारीतून चालायला लागले. आता मात्र माझ्या डोळ्यांतून अश्रुधारा वाहू लागल्या. मी चक्क जोरजोरात हुंदके द्यायला लागले. माझ्याबद्दल जर

इतके सगळे या बायकांना माहीत होते, तर याची जी मुख्य आहे तिला माझ्याबद्दल काय काय माहीत असणार!

मी एक रुंद वाटेजवळ आले. इथे मात्र हे दगड दूर दूर पसरलेले होते. पण ते वरच्या पातळीवर होते. त्यांना कोणताही आधार नव्हता. ते पाहून माझा थरकाप उडाला. जणू कोणीतरी जादू करून ते अधांतरी ठेवले आहेत, असे वाटत होते. जर एखादा जोरात शिंकला तरी ते वरच्या थरातले मोठे मोठे धोंडे खाली गडगडत येतील, अशी माझी खात्री पटली. मी त्या दगडांखाली गाडले जाईन, असेदेखील माझ्या मनात आले. मी एकदम हुंदके द्यायची थांबले. त्या वाटेवर थोड्या थोड्या अंतरावर पेटलेले दिवे पाहून मला आश्चर्य वाटले. फिकट केशरी रंगाने तो भाग न्हाऊन निघाला होता. तिथे मात्र कोणाचाच मागमूस नव्हता.

मी माझे डोळे पुसले आणि समोर नीट बघितले. लुइहीला भेटणे हे एक धर्मसंकटच होते. मला मनात खूप शरम वाटत होती. माझ्या भूतकाळातील आणखी लज्जास्पद घटना सांगून ती मला अक्षरशः मारून टाकेल, अशी माझी खात्री पटली.

"लुइही!" मी हळूच हाक मारली. तिला माझे शब्द ऐकू जाणार नाहीत असे मला वाटले. मला वाटले, मला उशीर झाला म्हणून ती थयथयाट करेल आणि मला परत पाठवेल.

"मला पापाने बरबटलेल्या रक्ताचा वास येऊ लागला आहे." असा आवाज त्या धोंड्यांच्या मधून मला ऐकू आला. मला कोणीतरी जोरात पाय आपटत येत आहे असा आवाज ऐकू आला. त्यामुळे माझ्या पायाखालची जमीन हादरते आहे असे मला जाणवले आणि साक्षात लुइहीच समोर ठाकली. मला ती लुइही आहे का, असे विचारावे लागले नाही. ती लुइहीच होती.

समोरच्या मोठ्या कपारीतून ती येत होती. ती खूपच म्हातारी होती. तिचा चेहरा नुसताच सुरकुतलेला होता असे नाही, तो कुजलेल्या अंड्यासारखा, भाजीसारखा दिसत होता. तिचा चेहराच तसा होता. तिच्याकडे एक दृष्टिक्षेप टाकल्याबरोबर मला किळस आली. ती अतिशय भयावह, दुष्ट दिसत होती.

"मला पापाने भरलेल्या रक्ताचा वास येतो आहे." लुइही परत म्हणाली.

ते रक्त माझेच असणार. माझ्या शरीरातील रक्ताचा प्रत्येक थेंब जणू पापाने भरलेला आहे, असे मला जाणवायला लागले. मी एकदम गलितगात्र झाले. मला माझीच शरम वाटत होती. लुइहीच्या आधी अनेक म्हाताऱ्यांना मी भेटले होते.

त्यांनी माझ्यातील उणिवांची, मी केलेल्या पापांची जाणीव करून दिली होती. त्यांनी माझ्या पूर्वायुष्यातील पापाचे क्षण अचूक सांगितले होते. त्यामुळे माझ्या अस्तित्वावरच घाला पडला होता. मी लहान असताना मुलगी आहे म्हणून माझ्यात जो न्यूनगंड होता, त्यातून बाहेर पडायला मला खूपच दिवस लागले. माझे आजोबा वारल्यानंतर त्या दुःखातून बाहेर यायला आणि स्वतःची जबाबदारी घ्यायला मला खूप अवधी लागला. प्रियकराच्या मित्राबरोबर शय्यासोबत केलेल्या पापातून बाहेर पडायला मला सर्वांत जास्त वेळ लागला. मी स्वतःच्या त्या वागणुकीबद्दल स्वतःला लवकर क्षमा करू शकले नाही. पण मला भेटलेल्या त्या आधीच्या तीन म्हाताऱ्यांनी मला परत त्या दुःखाच्या आठवणीत लोटले. त्यामुळे मी पूर्णपणे खचले. त्या खरेच फार कोत्या मनोवृत्तीच्या होत्या. आता लुइहीला माझ्याबद्दल आणखी वेगळे काय सांगायचे असणार?

लुइहीने मला पुढे येण्याची खूण केली. मी बिचकतच पुढे गेले. हुंदके द्यायचीदेखील मला भीती वाटत होती. मी माझे हुंदके आतल्या आत दाबून ठेवले. माझ्या गालांवरचे अश्रूंचे ओघळ सुकले होते आणि तोंड कोरडे पडले होते.

लुइही खोलीच्या मधोमध आली. तिने एक मशाल हातात घेऊन तिथली शेकोटी पेटवली. बापरे! आता ही मला त्या शेकोटीत ढकलून देणार की काय? हे माझे पापक्षालन तर नव्हते? मी खरेचच पापी होते. मग म्हणून ती मला जिवंत जाळणार होती की काय, असे विचार माझ्या डोक्यात आले. त्यामुळे डोके भणभणायला लागले.

लुइही त्या शेकोटीला वळसा घालून माझ्याकडे येत म्हणाली, ''तू किती बेशरम आहेस.'' ती माझ्याकडे डोळे वटारून परत म्हणाली. मग म्हणाली, ''बस खाली.''

मी लगेच खाली बसले. मला खाली बसावेसे वाटतच होते. मला खाली पडावे असेही वाटत होते. मला झोप हवी होती. मी आत्ता जे डोळ्यांनी पाहते आहे, अनुभवते आहे, ते सर्व दुःस्वप्न ठरावे, असे मला वाटत होते. जागे झाल्यावर मी माझ्या घरात माझ्या पलंगावर पडले आहे आणि बाजूला माझे लाडके दोन कुत्रे आहेत, असे प्रत्यक्षात असावे असे मला वाटत होते. जे अनुभवले ते वाईट स्वप्न होते असे घडावे, अशी माझी इच्छा होती. दुःस्वप्नांची एक चांगली बाजू अशी असते की, तुम्ही जागे झाल्यावर ते स्वप्न तिथेच विरते. पण आत्ता मी अनुभवते आहे ते मला जन्मभर जखडून ठेवणार आहे. त्यातून माझी सुटका नाही. मला घरी जायचे आहे.

“थांब इथे.” ती मला म्हणाली आणि माझ्या मागे कुठेतरी दिसेनाशी झाली. शेकोटीतल्या कमी झालेल्या धगीकडे मी निर्विकारपणे पाहत बसले. मी विचार केला की, सबंध जगाचा भूतकाळ ज्याप्रमाणे ती जाणते, त्याप्रमाणे माझाही सर्व भूतकाळ तिला नक्कीच माहीत असणार. आधीच्या म्हाताऱ्यांनादेखील सगळ्यांचाच भूतकाळ माहीत होता.

मला जो मानसिक धक्का बसला होता, जी शरम मला टोचत होती त्यामुळे एक गोष्ट मात्र माझ्या लक्षात आली नाही- ज्या म्हाताऱ्या आत्तापर्यंत वाटेत भेटल्या त्यांनी माझ्या आयुष्यातील दुःखद आणि लज्जास्पद घटनांचीच मला आठवण करून दिली होती. जे जे त्यांनी सांगितले त्यामुळे मला धक्का बसला, दुःख झाले, शरम वाटली आणि पश्चात्ताप झाला आणि त्याची टोचणी लागली होती; पण माझा भूतकाळ फक्त तेवढाच होता असे नाही. माझ्या आयुष्यात चांगल्या घटनादेखील घडलेल्या होत्या. सुखाचे तितकेच क्षण मी जगले होते. त्यात आनंद होता, त्या सुखाची ओढ होती. मुक्तपणे ते क्षण मी जगले होते. आपण काहीतरी मिळवले आहे, हा आनंद नक्कीच होता. सत्ता मिळाली, कीर्ती मिळाली, मानमरातब नक्कीच मिळाला होता. पण त्या म्हाताऱ्यांनी, मी मनाने कोसळून जाईन असाच भूतकाळ माझ्यासमोर मांडला. एकापरीने त्या बरोबरच होत्या. त्यांनी माझा इतका मनोभंग केला की माझे सगळे आयुष्य माझे जगणे मला बेशरमीचे वाटायला लागले. मला 'मी शून्यवत' वाटू लागले. माझ्यात काही अर्थ नाही, मी कोणाच्याच खिजगणतीत नसलेली व्यक्ती आहे, असे मला वाटायला लागले. फासावर निघालेल्या एखाद्या कैद्यासारखी माझी अवस्था झाली होती.

एखाद्या गोष्टीकडे सतत लक्ष देणे, ध्यान देणे, हे फार विचित्र आहे. त्या गोष्टीवर सारखे ध्यान दिले, तर खरेचच ते संकट आपल्यासमोर उभे राहते. तुम्ही सारखे तुमचा भूतकाळ आठवत राहिलात, तर तुम्ही तुमचा वर्तमानकाळदेखील बिघडवून टाकता. माझा भूतकाळ जणू जिवंत झाला आहे आणि त्याने माझा संपूर्ण ताबा घेतला आहे, असे मला वाटायला लागले. माझे शरीर जड व्हायला लागले. माझे मन त्याचाच विचार करू लागले. माझी ऊर्जा आणि सारासार विचार करण्याची शक्ती लुप्त होऊ लागली होती.

“आणि आता,” माझ्यामागून लुइहीचा आवाज आला, “आपण पाहू या, तू कोण आहेस ते. तू माझ्यापासून लपून राहणं शक्यच नाही. माझ्यापासून कुठेच पळून जाऊ शकत नाहीस. माझं अस्तित्व तू नाकारू शकत नाहीस.” ती कर्कश्श, कापऱ्या आवाजात बोलत होती. भडक ज्वालांचा प्रकाश तोंडावर पडल्यामुळे तिचा चेहरा लाल लाल झाला होता.

"मी तुझा भूतकाळ जपून ठेवत असते. तुझा पापाने भरलेला वाईट भूतकाळ!" ती मोठ्या ताठ्यात बोलली, "आणि त्या... त्या म्हाताऱ्या आहेत ना सगळ्या, त्या माझ्याकरता तुझी पापं गोळा करत असतात. म्हणूनच त्यांना तू आणि तुझा भूतकाळ माहीत आहे." असे म्हणत तिने आधीच्या कपारीकडे आपले बोट दाखवले.

"तू खूनदेखील करू शकशील, तुझ्यात नकारात्मक विचार ठासून भरलेले आहेत. त्याच्यामुळे जगदेखील बेचिराख होईल. तुलाच संपवलं पाहिजे." ती माझ्याकडे बघत बोलत होती.

अशा अनेक लुइही मला माझ्या जीवनात पदोपदी, माझ्या भूतकाळाची आठवण करून देणाऱ्यांत भेटत असतात. माझ्याजवळ येणारी प्रत्येक व्यक्ती कळत नकळत माझा भूतकाळ उकरून काढत असते. ती प्रत्येक व्यक्ती माझ्या दृष्टीने लुइहीच असतात. त्यांचा हेतू लुइहीसारखाच असतो. मला खाली खेचण्याचाच त्यांचा हेतू असतो. त्यांना त्या घटना उकरून काढून माझ्यावर मात करायची असते. मला वाटते की प्रत्येकाच्या आयुष्यात अशा काही मनाला सलणाऱ्या, निरुत्तर करणाऱ्या घटना घडून गेलेल्या असतात. पण प्रत्येक जण ते विसरून जगत असतो. आपले जीवन सुधारण्याच्या अनेक संधी जीवनात प्राप्त होत असतात. आपण सगळे तसा प्रयत्न करत असतो. भूतकाळात घडलेल्या चुका परत न करण्याचा आपला मनापासून प्रयत्न असतो. माझ्या हातून घडलेल्या चुका सुधारणा करण्याचा मी आटोकाट प्रयत्न केलेला आहे. त्या चुका सुधारल्या आहेत. जेव्हा दुःखद भूतकाळ, मग तो दोन दशकांपूर्वीचा का असेना; पुन्हा पुन्हा आठवत राहतो, तेव्हा आपली सारासार विचार करण्याची बुद्धी लोप पावलेली असते. आपल्याच चुका आणि उणिवा यांचे आपण बळी ठरतो.

"तुझा भूतकाळ खरं तर मुळीच आठवायचा नव्हता. तुला ते आठवतं आहे का?" असे म्हणत लुइहीने मला एकामागून एक माझ्या हातून घडलेल्या चुकांचा पाढा वाचला. ते ऐकताना मी माझे कान हातांनी बंद केले. माझे डोके भणभणायला लागले. लुइही माझ्या जवळ आली आणि माझे कानांवर ठेवलेले हात तिने रागाने बाजूला केले. लुइही आता तोंड उघडून काहीतरी बोलणार त्याच्या आतच मी तिला विनवले, "कृपा कर, आता हे सगळं थांबव. मला माझ्या चुका परत परत आठवून देऊ नकोस. एकही चूक नको. कृपा कर. मला काहीही सांगू नकोस. मला ते आठवायचं नाहीये." असे म्हणून मी रडायला लागले. लुइही माझ्या जीवनातील वाईट घटना एकामागून एक उकरून काढेल आणि त्यामुळे मी अक्षरशः कोसळून पडेन, असे मला वाटले.

लुइही माझ्याकडे एकटक बघत होती. मला असे वाटले की, मी जणू शिक्षेची वाट बघणारी अपराधी आहे. मी तिच्यासारखीच वाकलेली होते. माझे हात माझ्या गुडघ्यावर होते. मधूनमधून मी माझे तोंड दोन्ही गुडघ्यांमध्ये लपवून अश्रू ढाळत होते. लुइहीचे व्यक्तिमत्त्व जबरदस्त होते. तिच्यासमोर मी एखाद्या मुंगीएवढी वाटत होते. माझी अवस्था दयनीय झाली होती. मला अपराधीपणा कसा वाटणार नाही? लुइहीला माझा सर्व भूतकाळ माहीत होता. माझी काळीकुट्ट गुपिते तिला ज्ञात होती. तिला मी तिरस्करणीय आणि अपशकुनी वाटत होते. माझा सर्वनाश झाला पाहिजे, असेही तिने सुचवले होते.

तिला माझ्याबद्दल चांगले काहीच माहीत नव्हते. माझा स्वतःचा जीव धोक्यात घालून मी एका अनोळखी व्यक्तीचा जीव कसा वाचवला, निराधार मुलांच्या शाळेसाठी माझी सर्व शिल्लक मी दान केली होती, हे पण तिला माहीत होते, असे वाटत नव्हते. मी लोकांची सेवा करण्यासाठी केलेले परिश्रम, चांगुलपणा, उदारपणासुद्धा दुर्गुणांबरोबर माझ्यात वास करत आहे, याचीही तिला जाणीव नव्हती. लुइहीला माझा फक्त वाईट भूतकाळच कसा माहीत आहे? मग माझ्या चांगुलपणाच्या घटना कोण जपून ठेवते? माझ्या सर्व चांगल्या आठवणी, माझा रम्य भूतकाळ कोठे गेला?

लुइहीने माझ्या जीवनाचे दोन भाग केले होते हे मला त्या वेळी कळले नव्हते. चांगली बाजू आणि वाईट बाजू, चुका आणि योग्य वर्तन, अपकर्ष आणि उत्कर्ष, अपयश आणि यश, उणिवा आणि समृद्धी, दुष्टपणा आणि चांगुलपणा अशी माझ्या आयुष्याची तिने विभागणी केली होती. मोठ्या हुशारीने तिने फक्त वाईट भाग माझ्यासमोर जिवंत केला होता. जेव्हा आपल्या दुष्कृत्यांचा पगडा आपल्यावर असतो, तेव्हा आपले वर्तनही एखाद्या वेड्याप्रमाणे, निर्बुद्धाप्रमाणे व्हायला लागते. दुःखद भूतकाळ आठवून सतत त्यातच मग्न असणाऱ्या कोणाही व्यक्तीकडे पाहा- अशा अवस्थेचा आपल्या वर्तमानावर भयंकर परिणाम होतो. मला अगदी तुच्छ असल्यासारखे वाटायला लागले. लज्जास्पद भूतकाळात जगणे म्हणजे जीवन कुजवल्यासारखेच आहे. मला हे सर्व संपवायचे होते. मला आता मनःशांती हवी होती. मला स्वतःला संपवावे असे वाटत होते. जिवंत राहण्यात काही मतलब नाही, असे मला एकदम वाटायला लागले. मी माझा आणि माझ्या आयुष्याचा तिरस्कार करू लागले.

"कधी उद्दामपणा आणि कधी अजाणपणा अशा जगण्यामुळे आत्मनाश हीच तुझी वृत्ती. हे मुली, तुला काहीही भविष्यकाळ नाही. तुझे भविष्य तुझ्या भूतकाळामुळे शापित झाले आहे, तुझ्या वर्तमानाप्रमाणेच.'' लुइहीचे शब्द माझ्या हृदयाला डंख करून गेले.

मी माझे अश्रू पुसले. मी निरुत्तर झाले होते; पण आता लुइहीने आपले बोलणे थांबवावे, असे मला वाटत होते.

माझ्या अश्रूंनी भिजलेल्या गालाला स्पर्श करून लुइही म्हणाली, "तुला आता भवितव्य नाही. तुझा भूतकाळ तुझी पाठ कधीच सोडणार नाही. तू जेवढी जास्त दिवस जगशील, तितके जास्त लोक मरत राहतील. यातून तू स्वतःला वाचव आणि इतरांनाही वाचव." हे बोलताना लुइहीने दहा फूट अंतरावर असलेल्या छोट्या खडकावर पडलेल्या मोठ्या सुऱ्याकडे बोट दाखवले.

"तू तुझी मुक्तता करून घे. दुसरा कोणताही मार्ग नाही. नवीन आयुष्याची सुरुवात कर. ते आयुष्य आत्तापेक्षा चांगलं असेल, अशी आशा आपण करू या." लुइहीने असे बोलून मी तसे करावे म्हणून मला उद्युक्त केले.

मी माझे जीवन संपवावे, असे लुइही मला सुचवत होती, यावर माझा विश्वासच बसत नव्हता. तो मोठा कसायाचा सुरा घेऊन मी माझा गळा कापावा किंवा मनगटावरची नस कापून घ्यावी आणि रक्तस्राव होऊन मी मरावे, अशी तिची सूचना असावी. मग नव्याने मी माझे आयुष्य सुरू करावे, असे तिचे मत होते. खरे तर मी जेव्हा घरातून पळून गेले होते, त्या वेळेसच मी मला संपवण्याचा विचार केलेला होता. ही गोष्ट खूप जुनी आहे. खरे तर मी तसे जीवन संपवते आहे, असे चित्र मी माझ्या मनासमोर उभे केले होते; पण तसे करण्याचे धाडस मला झाले नाही. इथे मात्र ही लुइही मला माझे जीवन मी संपवावे याकरता प्रोत्साहन देते आहे. मी माझी जी केविलवाणी अवस्था केली आहे, तशीच पुढेही करत राहीन. यातून मी सुटका करून घ्यावी, अशी तिची इच्छा होती.

मी उठले. माझे शरीर कमालीचे ठणकत असताना मी त्या खडकाकडे चालत गेले. तो भलामोठा सुरा मी उचलला. लुइहीचे बरोबर होते. मला जगण्याचा काही हक्क नव्हता. मी दुखावले गेले आहे ही सबब पुढे करून मी अनेकांना दुखावले होते. खरे तर मी मला ज्ञात नसलेल्या लोकांकरता चांगले कार्य करत होते; पण माझ्या भोवतालची माणसे मात्र माझ्या या कामाबद्दल सुखी, समाधानी नव्हती. माझी आई माझ्याबद्दल समाधानी नव्हती, वडिलांचे तेच होते. जवळच्या कोणालाच मी आनंद देऊ शकत नव्हते. माझ्या सबंध अंगभर, मनात त्या नकारात्मक विचारांची गर्दी उसळून आली. वाटले, खरेच मी मरणेच श्रेयस्कर आहे.

मी माझ्या हातात तो सुरा धरला. एका झटक्यात माझा हात कापून घेऊन मेले असते. त्यामुळे माझी सुटका झाली असती किंवा लुइहीने मला त्या रणरणत्या शेकोटीत फेकून द्यावे, म्हणजे माझे मरण सोपे झाले असते. माझ्या हातांना घाम

फुटला. सुरा फार जड होता. मी माझा हात उंचावला आणि सुऱ्याचे टोक माझ्या हृदयाकडे रोखले. लुइही हे सगळे काळजीपूर्वक पाहत होती. तिने आपला हात हलवला. जणू तिला म्हणायचे होते, 'आता कशाची वाट पाहते आहेस?'

माझे हात थरथरत होते. मला दरदरून घाम फुटला होता. हातातला सुरा कोणत्याही क्षणी गळून पडेल असे वाटत होते. मी तो सुरा खाली जमिनीवर ठेवला आणि लुइहीकडे बघत माझ्या कपाळावरचा घाम मी पुसला. पँटवर घासून मी माझे दोन्ही हात कोरडे केले. मी हे करत असताना माझ्या खिशात काहीतरी वस्तू आहे, असे मला वाटले. मी हात पँटच्या खिशात सरकवला. तेव्हा एक अंगठी माझ्या हाताला लागली. ती त्या बोमोने मला दिली होती. ती माझ्या भविष्यातील अंगठी होती.

जे भवितव्य मला हवे होते, अपेक्षित होते, जे काय असेल हे मी स्वतः डोळ्यांनी पाहिले होते, त्या वेळचीच ती अंगठी होती. माझे भवितव्य उज्ज्वल होते, पण माझा भूतकाळ फार भयानक होता. मला कसेतरीच होत होते; पण थांबा, माझा भविष्यकाळ उत्तम आहे हे मी पाहिले होते. मी माझा चांगला भविष्यकाळ निर्माण करू शकते. अजूनही ती संधी मात्र माझ्या हातातून निसटलेली नाही. एखाद्या डोंगरावर सुंदर घर बांधून, तिथे माझा नवरा, माझी छोटी मुलगी आणि पाळलेली कुत्री यांच्यासह मी तिथे राहते आहे, असे भवितव्य मी अजूनही निर्माण करू शकते. अजूनही ते शक्य होते. लुइही खोटे बोलत आहे. माझे भवितव्य काय असणार आहे, हे मी प्रत्यक्ष बघितल्यामुळे अजूनही आशा होती. तिला मात्र वाटत आहे की, माझा भूतकाळ भयंकर आहे म्हणून मी मला संपवावे. पण असे कसे? मी तर डोळ्यांनी माझे उज्ज्वल भवितव्य पाहिले आहे. माझ्यासमोर प्रत्यक्ष पुरावा आहे. माझा भूतकाळ भयानक असूनही मी भविष्यकाळात उत्तम जीवन जगू शकते, हे खरे आहे. ही आशा अजून मावळलेली नाही.

मी लुइहीकडे बघितले. मी पटकन ती अंगठी माझ्या बोटात सरकवली. मग वळून मी जोरात धूम ठोकली. लुइही जोरजोरात हसते आहे, असा आवाज मला ऐकू येत होता. तिच्या हसण्याने आसमंत भरून गेला. मी मागे असलेल्या कपारीकडे धूम ठोकली.

"थांब," लुइही जोरात ओरडली. मी जागच्या जागी स्तब्ध उभी राहिले. "तुझ्या भूतकाळापासून तू कधीच पळ काढू शकणार नाहीस." लुइही जोरात म्हणाली.

"मी माझ्या भूतकाळापासून पळून जात नाहीये." मी उत्तरले. तिच्या डोळ्यांना डोळे भिडवून मी म्हणाले, "माझा भूतकाळ जो तुला ज्ञात आहे, तो मी बदलू शकत नाही. तू कायम तो तुझ्याजवळ सांभाळून ठेव. मी नाही तो उद्योग करत बसणार.

मला माझा भूतकाळ विसरायचा आहे. सुंदर भविष्यकाळ मला साद घालतो आहे. माझा भूतकाळ मी तिथे नेणार नाही. मी माझा जो भविष्यकाळ पाहिला, त्यात या भूतकाळाला जागाच नाही. लुइही, तो माझा भूतकाळ तू सांभाळून ठेव. माझ्यापासून तो दूर घेऊन जा. मला पुढे चालत राहायचे आहे. सगळ्यांनी माझ्यावर प्रेम करावे आणि मी त्या प्रेमाला लायक व्हावे, अशी माझी इच्छा आहे. मला माझे आयुष्य परत जगायचे आहे.''

मला वाटले, लुइही माझ्यावर झडप घालून मला धरून ठेवेल. पण ती शांत होती हे पाहून मला आश्चर्य वाटले. ''मी फक्त एका अटीवर तुझा भूतकाळ सांभाळेन,'' लुइही माझ्या दिशेने येत बोलली. ''तू परत तशीच वागणार नसशील, त्या चुका परत करणार नसशील, तरच मी हे करीन. तू घाबरून जे चुकीचे वागतेस त्यामुळे मी जास्त शक्तिवान होत जाते. प्रत्येक वळणावर मी तुला भेटू नये असे तुला वाटत असेल, तुझ्या दुष्कृत्यांची सतत आठवण करून देऊ नये, असे जर वाटत असेल, तर मला इथेच सोडून जा. तू भूतकाळात जशी वागलीस तशी परत वागू नकोस. ज्या चुका तू केल्यास त्याची पुनरुक्ती करू नकोस.''

''लुइही, मी नाही गं तशी परत वागणार.'' मी हुंदके देत म्हणाले. ''तुला माहीत आहे मी परत तशी वागू शकणार नाही.'' ती जणू माझ्या हृदयात डोकावून बघते आहे इतक्या ठामपणे मी तिला म्हणाले. ''मला तसंच चांगलं वागायचं आहे. मी नुसतंच तोंडदेखलं बोलते असं नाही.'' माझे बोलणे वरवर नाही, हे तिला समजलेच.

''जा जा, निघून जा, दूर जा.'' ती किंचाळली, ''परत इथे पाऊल टाकू नकोस. ही जागा पापाने भरलेली आहे. तुझ्यामुळे मी इथे सडत पडलेली आहे. तू जेव्हा जेव्हा पापी वर्तन करतेस, तेव्हा तेव्हा मी आणखीनच कुजत असते. मला यातून मुक्त कर. जा, दूर जा.'' लुइही जोरात ओरडली. तिचा आवाज एवढा कर्कश्श होता की, तिथले खडक जणू गदगदा हलले. त्यातून लहान लहान तुकडे खाली पडायला लागले. ते बघून मी घाबरले. लुइहीने तिचे बोलणे थांबवले पाहिजे, नाहीतर या खडकाखाली आम्ही गाडले जाऊ.

मी त्या कपारीच्या दिशेने पळू लागले. खडक खाली कोसळतील असे वाटायला लागले होते. लुइहीने आपला हात परत उंचावला आणि म्हणाली, ''जा, दूर निघून जा.'' मी जिवाच्या आकांताने त्या कपारीतून पळाले. मी त्यातून कशीबशी बाहेर पडले तोच ते खडक खाली कोसळले आणि तो मार्ग बंद झाला.

त्या थंड रात्री मी थंडीने काकडत उभी राहिले. मी मागे वळून बघितले, तर

सगळे खडक एकामागून एक खाली कोसळत होते आणि पाताळात ते गडप होत आहेत असे मला दिसले. समोर दिसणाऱ्या व्हिलाकडे मी पळत सुटले.

मी त्या व्हिलाच्या पुढच्या हिरवळीवर आले. तिथून मी बाहेर पडायचे ठरवले. मला उमाची वाट पाहायची नव्हती. लवकरात लवकर लुइहीपासून जेवढे दूर पळता येईल, तेवढे मला हवे होते. भूतकाळ कवटाळत मी जगू शकणार नव्हते. मी त्या चुका परत करणार नाही. मी त्या बागेच्या बाहेर पळत असताना बागेत असलेल्या पाणी घालायच्या मोठ्या नळीला अडखळून मी खाली पडले. मी त्या ओलसर, थंडगार गवतावर कोसळले. एका हाताने मला अचानक सावरले. ते पाहून जागच्या जागी मी थिजले. ती लोहा होती. ती माझ्या हाताला धरून उठवत होती.

"खूप जोरात आपटलीस तू." ती म्हणाली. त्या वेळी ती जोरजोराने हसत होती. तिचे तोंडातले दात इकडेतिकडे हलत होते.

पडल्यामुळे मी ओली झाले होते. माझ्या अंगाला चिखल माखला होता.

"मला वाटतं, तू तुझ्या भूतकाळापासून लांब पळत होतीस." हे बोलत असताना लोहाच्या दातांचा क्रम बदलला.

"तू लुइहीला भेटलेली दिसते आहेस." हे बोलताना ती खूश झाल्यासारखी वाटली. "ती तुझा पापी भूतकाळ नीट सांभाळून ठेवते. त्या वाईट भूतकाळाची सतत आठवण होऊन तू त्याखाली गाडली जाशील. तुला तुझं जीवन संपवावं असं वाटायला लागेल, इतका ती भूतकाळ उगाळत बसते."

"लुइही फार प्रभावी व्यक्तिमत्त्वाची आहे. आजच्या आज तू स्वतःला संपवावंस असं ती तुला पटवून देऊ शकते. एवढंच नाही, तर तसं करायला ती तुला भाग पाडेल." मोठ्या आदरपूर्वक ती लुइहीबद्दल बोलली. "मी लोहा, मी फारशी कोणाला माहीत नसलेली तिची बहीण आहे." लोहाने सांगितले. लुइहीपेक्षा ही नक्कीच चांगली बहीण आहे, असे मला वाटले. निदान ही दयाळू तरी दिसत होती. तिचा स्वभाव मदत करण्याचा होता.

"माझ्याबरोबर चल," असं म्हणत लोहा मला बागेतल्या एका छोट्या बाकाकडे घेऊन गेली. तिथेच ते भीतीदायक मांजर बसले होते. ती त्या मांजराला घालवण्याकरता म्हणाली, "मायकेल, जा बघू इथून." मागे वळून तिने मला त्या बाकावर बळेबळेच बसवले. त्या बाकावर बर्फाचा पातळसा थर होता. इतकी म्हातारी लोहा त्या बाकावर बसू शकत होती, तर मला काहीच हरकत नाही, असे मला वाटले.

"मी तुझा भूतकाळ सांभाळून ठेवलेला आहे. चांगुलपणा, कीर्ती आणि तुझ्यातला मोठेपणा अशा सर्व गोष्टी मी सांभाळून ठेवते. तुझं धाडस, एखाद्या चांगल्या गोष्टीविषयी तुला असलेलं तीव्र वेड, तुझं कोणाबद्दलही असलेलं प्रेम आणि तुझ्याजवळ असलेलं देवत्व या सगळ्या चांगल्या आठवणी मी सांभाळून ठेवते. माझ्याकडे या चांगल्या गोष्टींचं कोठार भरलेलं आहे. पण तरीही लुइहीकडे जास्त सत्ता आहे. तुझा चांगुलपणा, तुझं यश आणि तुझं कर्तृत्व यांच्या आधारे तू भविष्यात मोठ्या अभिमानानं पुढे जाऊ शकशील; पण तू केलेल्या चुकांवर लुइहीचं बारीक लक्ष आहे. त्यामुळे ती तुझ्या बाबतीत वरचढ ठरली आहे. त्यामुळे माझ्या अस्तित्वाला काहीच अर्थ उरत नाही. लुइही खरंतर तुझ्यातच आहे. तू तुझा भूतकाळ, वाईट आठवणी कुरवाळत बसली आहेस. तू जेव्हा जेव्हा घाबरून तुझ्या भूतकाळात डोकावतेस, तेव्हा वीस-पंचवीस वर्षांपूर्वी घडून गेलेल्या घटना आठवून तू तुझा वर्तमानकाळातला आनंद गमावून बसतेस. तुला निर्भेळ आनंद मिळत नाही. तू असं वागतेस त्यामुळे तुझा वर्तमानकाळ झाकोळलेला असतो आणि तुला भविष्य उरत नाही. तुला भूतकाळाच्या आठवणी उगाळायच्या असतील तर त्या चांगल्या आठवणी आठव. माझी आठवण काढ. मला प्रबळ कर. मी तुला तुझ्या चांगल्या स्वातंत्र्याचा मार्ग दाखवेन. लुइही अंधाऱ्या कपारीत जाऊन बसलेली आहेच आणि तुलाही ती तिथं ओढून घेते आहे. तूही तिच्याप्रमाणे कोसळून पडावं, अशी तिची इच्छा आहे. पण मी मात्र मुक्त आहे. तू मला आणखी उंचीवर नेऊन ठेवावंस, अशी माझी इच्छा आहे. पूर्वी चांगल्या गोष्टी करून तू मला जसं प्रबळ केलं आहेस, तसं आणखी करावंस अशी माझी इच्छा आहे. तू मला तुझे चांगले गुण दाखवून आनंद दिलास, तसाच अजून पुढे देत राहा. म्हणजे मी लुइहीपेक्षा जास्त टुमटुमीत होईन. दररोज तू छान स्वातंत्र्य अनुभवायला सांगशील. तुझ्या भूतकाळाचं मूर्तरूप म्हणजे लुइही आहे. पण यापुढे चांगल्या वर्तनानं तू मला तिच्यापेक्षा शक्तिवान कर. याकरता तू मागच्या चुका टाळायला हव्यास. नाहीतर परत लुइहीच जास्त प्रबळ होईल. तुझ्या हातून घडलेल्या प्रमादांपेक्षा तुझ्या चांगुलपणाच्या गोष्टी जास्त प्रमाणात असू दे. पूर्वी तू धूर्त, कावेबाज, कपटी होतीस; पण आता या दुर्गुणांपेक्षा दैवी गुण तुझ्यात उतरू दे. तू तसं वागायचा जास्त वेळा प्रयत्न कर. मी लुइहीपेक्षा मोठी व्हावी, असा प्रयत्न तू कर. म्हणजेच तुझ्यात सद्गुणांचा जास्त प्रादुर्भाव व्हावा." लोहाने तिला हे कळवळून समजावले.

"लुइहीकडे तुझ्या दुर्गुणांचा पाढा आहे त्यापेक्षा माझ्याकडे तुझ्या सद्गुणांचा जास्त साठा वाढू दे. म्हणजे मी तिच्यापेक्षा मोठी होईन." लोहाने माझ्या नजरेला नजर भिडवली आणि ती बोलली. तिला काय म्हणायचे आहे, हे मला सगळे

सविस्तर समजले. माझ्या भूतकाळामुळे मी स्वतःला संपवण्याची जरुरी नाही. मी आज जे वागेन तो उद्याचा भूतकाळ होईल. मी माझा भूतकाळ बदलू शकत नाही; पण आजपासून मी चांगुलपणाने वागेन, दयाळूपणाने वागेन. आज काय, रोजच तसे वागेन. मी माझा भूतकाळ पुसून टाकू शकत नाही; पण पुढे कसे वागायचे, हे मात्र माझ्या हातात आहे. मी लुइहीपेक्षा लोहाला नक्कीच शक्तिवान करू शकते. एक दिवस असा उगवेल की, ती लुइही नगण्य होईल. माझ्यावर तिचा अंमल चालणार नाही.

"मी तुला वचन देते की, एक दिवस मी तुला लुइहीपेक्षा मोठी करेन." मी तिच्या डोळ्यांत बघत म्हणाले. ती हे ऐकून आनंदाने हसायला लागली. मलाही हसू आले. काही तासांपूर्वी मी खूप रडले होते. आता मात्र मी खूश आहे. त्यामुळे मला हसू आले.

"आता मला जायला हवं." मी उठून उभी राहत म्हणाले. लोहाने माझ्या हाताचे चुंबन घेतले आणि हात हलवत तिने मला निरोप दिला.

मी त्या चिखलाने भरलेल्या वाटेने चालत होते. माझ्या खिशातली परतीची बसतिकिटे मी चाचपून बघितली. उमा लवकरच परत येईल ना, अशी मला शंका वाटली; पण लुइही कशी आहे हे आता मला समजून चुकल्यामुळे तिच्याशी दोन हात केल्याशिवाय उमाची सुटका होणार नाही, हे नक्की.

हॉटेलकडे परतीचा बसप्रवास जादुई वाटला.

माझे भविष्य माझ्याच हातात आहे आणि मी माझा भूतकाळ लुइहीकडे सोपवला आहे. लोहाच्या वक्तव्याचे तात्पर्य माझ्या मनात अजून ताजे असल्याने, मी माझ्या जीवनातील चांगल्या घटनाच आठवत राहिले. मला माझ्या आवडत्या कुत्र्यांची आठवण येऊन मी हसले. माझी आई किती प्रेमळ आणि गमतीशीर आहे, हे आठवून मला खूप बरे वाटले. ज्येष्ठ नागरिकांकरता मी जी गाणी म्हणून दाखवली त्याचीही मला आठवण झाली, तेव्हा मला खदखदून हसू फुटले. वर्षातील सर्वोत्तम व्यावसायिक म्हणून एका वर्षी माझा खास सन्मान करण्यात आला, ते आठवून मला माझा अभिमान वाटला. माझ्या एका चाहत्याने माझे पुस्तक वाचून त्याला आत्महत्या करण्यापासून रोखल्याबद्दल मला पत्र पाठवले होते, त्याचीही मला आठवण झाली. अशा एकामागोमाग एक खूप चांगल्या आठवणी माझ्या नजरेसमोर तरळल्या. त्यामुळे मला मी खूप प्रभावी आहे, याची जाणीव झाली. मला तर वाटले की या गुणांच्या जोरावर मी अमेरिकेच्या राष्ट्रपतिपदासाठी निवडणुकीत भाग घेऊ शकेन.

किती पटकन वेळ संपला. आत्ता रात्रीचे दोन वाजले आहेत. मला तर वाटले की, माझे घड्याळ चुकीची वेळ दाखवत आहे की काय! ती रात्र ढगाळ होती आणि हवेत गारवा होता. पण आता माझे मन स्वच्छ, निर्भर होते. मनातले काळे ढग कुठल्या कुठे अदृश्य झाले होते. मी भरल्या मनाने आनंदी होऊन हॉटेलात परतायच्या तयारीत होते. खरे तर माझे मन प्रसन्न होते; पण उमाचा अजून पत्ताच नव्हता. लुइही उमावर दया दाखवेल आणि तिच्या भूतकाळापासून तिला मुक्त करेल, अशी माझी खात्री होती. उमा या सगळ्या संकटातून बाहेर येईल असे मला वाटले, कारण ती एक चांगली मुलगी आहे. गेले काही दिवस मी तिच्याबरोबर जो चांगला वेळ घालवला, त्याची मला आठवण झाली. ती किती धीट आहे हे मला माहीत झाले होते, त्याची आठवण झाली. त्याचप्रमाणे तिचा निष्पापपणा मला आठवून गेला. तिने जेटमधून किती धाडसाने पॅराशूटच्या साहाय्याने उडी मारली ते आठवून मला परत हसू आले.

मी अजूनही उमावर रागावलेली आहे. उमाला पुढच्या सगळ्या सूचना दिल्या होत्या, ते मला अजिबात रुचलं नव्हतं. सत्ता चुकीच्या हातात गेली असं मला वाटलं. खरं तर प्रत्येकाकडेच सत्ता असते. जेव्हा आपण त्या सत्तेचा वापर करत नाही, तेव्हा आपणच तिला गमावून बसतो. असं कसं होईल की उमाकडेच अधिकार आहे आणि माझ्याकडे नाही. माझ्या निर्णयाचे अधिकार माझ्याकडेच आहेत. कशाची निवड करायची हे मीच ठरवू शकते आणि हीच सत्ता प्रत्येकाकडे असायला हवी.

मी माझ्या कॉटवर बसले तेव्हा मला समजलं की मी किती दमलेली आहे. पण तरीही माझं मन मात्र तरल, हलकं झालेलं होतं. मी खरंचच माझा तो भूतकाळ मागे टाकून आले होते. अगदी खरंच! माझ्या डायरीत हे सगळं लिहायला मी उत्सुक होते. दिवस संपायची मी आतुरतेनं वाट पाहत होते.

उमाला कूर्टने सगळे अधिकार देऊन पुढच्या सूचना दिल्या तरी उमा लगेचच त्यामुळे सामर्थ्यवान झाली नाही. त्या सूचना ऐकून मी पुढे काय करायचे ठरवणार आहे, हे तर माझ्याच हातात आहे. ती माझ्यावर कोणतीही बळजबरी करू शकत नाही. तुम्ही तुमचा मार्ग ठरवला की कोणीही तुम्हाला त्यापासून परावृत्त करू शकत नाही. माझा निर्णय मी घेऊ शकत नाही असे कोणी म्हणत असेल, तर ते चुकीचे आहे. प्रत्येक जण स्वतःचा निर्णय घ्यायला मुखत्यार असतो. कोणत्या मार्गाने आपण यशाकडे जाऊ शकतो, हे ज्याचे त्याने ठरवायचे आहे.

मला वाटते, मी माझा तो वाईट भूतकाळ गाडून टाकून पुढे निघाले आहे. त्या भूतकाळाच्या थडग्यावरच मी माझे उज्ज्वल भविष्य उभारणार आहे. माझा वर्तमानकाळसुद्धा मी समाधानकारक घडवू शकले नव्हते. भविष्यकाळ तर दूरच राहिला. तुमच्या मनात असलेली अपराधीपणाची भावना अशी एकाएकी विसरू शकत नाही. तो कटू भूतकाळ कुठे गाडलेला आहे, हे आपले आपल्यालाच माहीत असते. तो भूतकाळ कुठे गाडला आहे हे तुम्हाला माहीत असल्यामुळे त्याची टोचणी सतत होत असते.

त्या भूतकाळापासून जर मी काही शिकले, त्या चुकांची पुनरावृत्ती केली नाही, तरच मी तो भूतकाळ विसरू शकेन. मी माझ्या भूतकाळात जी जी वाईट वर्तणूक केली, त्याबद्दल मला माझी शरम वाटते. मला अपराधी असल्याप्रमाणे वाटते. ही भावना मनात प्रबळ असल्यामुळे त्या चुकांमधून मी काहीच शिकले नाही. पूर्वीच्या बायकांप्रमाणे मी माझ्या चुकांबद्दल जाब विचारला नाही. मी त्या त्या दुर्वर्तनापासून, दुष्कृत्यांपासून दूर दूर पळत राहिले.

मी त्या लुइहीला वाऱ्यावर सोडून दिल्यामुळे मला खूप हलके वाटत आहे. कालच्यापेक्षा मी आज खूप समाधानी, सुखी आहे. हे सुख खरे आहे, वरवरचे नाही, याची मला जाणीव आहे. कोणीही ते सुख माझ्यापासून हिरावून घेऊ शकत नाही. कोणीही माझी पायमल्ली आता करू शकणार नाही. लोहा माझ्या भूतकाळाची रक्षक असेल. त्यामुळे मी खरेच खूप आनंदी आहे.

माझ्यासमोर फार सुंदर आयुष्य उभे आहे, हे मला माहीत आहे. माझ्यातले परमसुख मी शोधायला लागले आहे. असे सुख की, जे शाश्वत आहे. कोणत्याही एखाद्या विशिष्ट कारणाकरता मी आनंदी आहे असे अजिबात नाही. हा जो निर्भेळ आनंद आहे, त्यामुळे मी समाधानी आहे. यापूर्वी या आनंदाचा मी कधीच अनुभव घेतला नव्हता. माझ्यातल्या मला मी जितकी खोल जाऊन ओळखायला लागले, तितकी माझी प्रगती चांगली होत आहे. त्यामुळे मी शांत मनाचा अनुभव घेत आहे. मी आता उद्याची वाट बघत बसणार नाही. आज, आत्तापासून मी चांगली वागत आहे. असाच प्रत्येक दिवस असेल, याची मला खात्री आहे.

मी माझी डायरी लिहून परत टेबलावर ठेवली आणि आनंदाने स्मितहास्य केले.

एक घडी घातलेली चिठ्ठी मला एकदम दिसली. मी ती उघडली. कूर्टकडून आलेली ती चिठ्ठी होती.

प्रिया,

तू उद्या डेबोरेन्स फॉरेस्टला जायला निघणार आहेस. तिथे तुला जेड भेटेल. तो वर्तमानकाळाचा रक्षक आहे. त्याच्याकडून काय तो निरोप घे आणि विमानतळावर १६ जानेवारीला पोहोच. तुझं विमान त्या दिवशी रात्री दहा वाजता आहे. तुझं तिकीट तुला विमानतळावर मिळेल.

प्रेम आणि प्रार्थना,

कूर्ट रिंक

◆

डेबोरेन्स जंगल

एखाद्या लाकडाच्या ओंडक्यासारखी मी गाढ झोपले. भूतकाळाचा पगडा ज्यांच्या मनावर आहे असे लोक जेव्हा जोखड झुगारून देतात, तेव्हा त्यांनाही अशी माझ्यासारखी मेल्याप्रमाणे झोप येत असेल. मी जागी झाले तेव्हा मी मोठ्या खुशीत होते. मला छान विश्रांती मिळाली होती. दिवसभरात आणखी काही करायचे नव्हते. आता दुपार टळली होती आणि मी एका सुंदर देशात होते. काही विकत घ्यायला माझ्या खिशात छदामही नव्हता. पण अनुभव घ्यायला पैसा पडत नाही. गेल्या काही दिवसांत भरपूर अनुभव माझ्या गाठीशी जमा झाले.

तीन तासांनी मला डेबोरेन्स जंगलात निघायचे होते. म्हणून त्याची तयारी करण्याकरता या वेळेचा उपयोग करावा असे मी ठरवले. मी शांतपणे अंघोळ केली. मग माझी बॅग भरली. ज्या कोणी माझी बॅग भरलेली होती, ती फारच व्यवस्थितपणे, विचारपूर्वक भरलेली होती. मी ठरलेल्या वेळेच्या आधीच हॉटेलच्या खोलीच्या बाहेर खालीच लॉबीमध्ये जाऊन मासिके चाळत बसले. वेळ झाल्यावर मी खोली सोडायचे ठरवले.

स्वागतसुंदरी फारच नम्र होतीच; पण दिसायलाही आकर्षक होती. तिने जर ठरवले तर ती मिस स्वित्झर्लंड स्पर्धेत भाग घेऊ शकली असती. पण आत्ता मात्र ती माझा अतिशय उत्तम पाहुणचार करत होती. तिच्यामुळे ग्राहक परत परत याच हॉटेलात उतरायला येता, इतकी तिची सेवा उत्कृष्ट होती.

"तुझ्या इथल्या वास्तव्याचे पैसे आधीच मिळालेले आहेत." तिने असे सांगितल्यावर मी सुटकेचा निःश्वास टाकला. कूर्टने त्याचा शब्द पाळलेला होता.

"मी डेबोरेन्स फॉरेस्टला कधी पोहोचू शकेन?" ती काही फॉर्म भरत असताना मी विचारले. ती माझ्याकडे भयभीत नजरेने पाहायला लागली. जणू काही एखादे भूतच पाहावे.

"तुला कुठे जायचं आहे?" तिने शांत राहण्याचा प्रयत्न करत विचारले.

"डेबोरेन्स फॉरेस्ट." मी साशंकतेने म्हणाले.

"तिथे कोणीच जात नाही, बाईसाहेब. आतापर्यंत तिथं कोणीही गेलेलं नाही. तिथं जायला कोणताच मार्ग उपलब्ध नाही." ती माझ्याकडे प्रश्नांकित चेहेऱ्याने पाहत उद्‌गारली. आम्हा दोघींचे संभाषण दुसरे कोणी ऐकत नाही ना, याचा तिने कानोसा घेतला.

"पण मला तिथं जायलाच हवं." मी घाई दर्शवत तिला म्हणाले. "तुला असं कोणी माहीत आहे का, की जो मला तिथं घेऊन जायला मदत करेल?" मी तिच्या बोलण्यामुळे जरा भयभीत झाले. माझ्या हातात सबंध दिवस होता. जर ते ठिकाण इतकं अवघड आहे हे मला माहीत असतं, तर मी नक्कीच आधी निघाले असते. शी! तिथं कसं जायचं याची माहिती मी आधी काढायला हवी होती.

"जो कोणी त्या जंगलात आत्तापर्यंत गेलेला आहे, त्यांपैकी कोणीच परत आलेलं नाही. कोणीच जिवंत परत येत नाही. मी तुला विमानतळावर जाण्यासाठी टॅक्सी बोलावू का?" तिने विचारले. तिला वाटले की हॉटेल सोडून टॅक्सी घेऊन मी निघून जाईन परत.

"मी माझं सामान इथं ठेवून गेले तर चालेल का? त्या जंगलाबद्दल मी जरा माहिती काढते. परत आल्यावर किंवा उद्या मी माझं सामान घेऊन जाईन." मी जेडला जंगलात भेटल्याशिवाय नक्कीच परत जाणार नव्हते. तिथून परत कोणी आला की नाही कोण जाणे, पण कूर्टने मला दिलेल्या कामगिरीप्रमाणे मला तिथे जायलाच हवे. या वेळेला मात्र माझे सहकारी बरोबर नाहीयेत. जरी ते दोघे कोत्या मनोवृत्तीचे होते, तरी शेवटी त्यांची सोबत वाटायची खरी.

"सामान ठेवण्यासाठी तुला दिवसाला दहा युरो द्यावे लागतील." ती म्हणाली. एवढा खर्च सांगितल्यावर मी तिथे जाण्यापासून परावृत्त होईन असे तिला वाटले.

"ठीक आहे." मी म्हणाले. त्या कागदपत्रांवर सही केली. हे पैसे नंतर तरी मी कसे देणार होते, याचा मी विचार केलाच नव्हता. आत्ता या क्षणाला पैशाची मला काळजी वाटत नव्हती. जेडला कसे भेटायचे, हा महत्त्वाचा गहन प्रश्न माझ्यासमोर 'आ'वासून उभा होता. आपण नेहमीच आपल्या समोरचा जो तातडीचा प्रश्न असतो, त्याकडे आधी लक्ष देतो. परंतु आपल्या आयुष्याच्या

दृष्टीने जे महत्त्वाचे प्रश्न असतात, त्याकडे आपण दुर्लक्ष करतो. मी बाहेर पडून आपल्याला त्या जंगलात जायला कोणी मदत करू शकेल का, हे पाहायचे ठरवले.

मी रस्त्यावरून चालायला लागले. हवा ढगाळ होती आणि थंडही होती. एक टॅक्सी दरवाजातच उभी होती. हे गिऱ्हाईक मिळाले या आशेने टॅक्सीवाला माझ्याकडे पाहत होता. मी टॅक्सीच्या खिडकीवर बोटाने टकटक केले. एका जरा वयस्कर टॅक्सीवाल्याने खिडकी उघडली.

"डेबोरेन्स फॉरेस्टला कसं जायचं हे मला तुम्ही सांगू शकाल का?" मी जरा चाचरतच त्याला विचारले.

तो माणूस विचित्र चेहेऱ्याने माझ्याकडे पाहू लागला. "मी तुम्हाला तिथं कसं पोहोचायचं ते सांगू शकतो; पण त्या जंगलातून बाहेर कसं पडायचं हे सांगू शकणार नाही." तो हसत हे मला म्हणाला. "प्रत्येकाला माहीत आहे की हे ठिकाण कुठे आहे. ते काही गुपित नाही आणि सगळ्यांना माहीत आहे की, आत गेलेला कोणीच परतू शकत नाही. परत आलेला कोणीच पाहिलेला नाही."

तो माझ्याकडे सावध नजरेने पाहत होता. पुढे तो म्हणाला, "तुझ्यावर कोणी मोहिनी घातली आहे की काय?"

"नाही, नाही; तसं काही नाही. पण मलाच तिथं जाऊन जेडला भेटायला हवं आहे. तो वर्तमानाचा रक्षक आहे. मला या बाबतीत मदत करू शकेल असा कोणी माहीत आहे का?" मी त्याला मोठ्या आशेने विचारले. त्या टॅक्सीवाल्याला निश्चितपणे याबद्दल काहीतरी नक्कीच माहीत असावे. कारण मी जेडचे नाव उच्चारताच त्याचे डोळे विस्फारले. आम्हाला एकमेकांशी याबद्दल बोलताना कोणी ऐकत नाही ना, याची त्याने त्वरित चाहूल घेतली. स्वागतसुंदरी आणि हा टॅक्सीवाला यांच्या अशा गूढ बोलण्याचा माझ्यावर भलताच परिणाम झाला.

"बस टॅक्सीमध्ये," असे म्हणत त्याने टॅक्सीचे इंजिन सुरू केले.

मी न घाबरता लगेच त्या टॅक्सीत जवळ जवळ उडीच मारली. काही मैल तो टॅक्सीवाला न बोलता टॅक्सी चालवत होता. टॅक्सीच्या आरशातून तो एकटक माझ्याकडे बघत होता. यामुळे मला जरा घाबरल्यासारखे होत होते.

"मी स्मिथ." त्याने शांततेचा भंग करत सांगितले.

"आपण कुठं चाललो आहोत?" मी त्याला विचारलं. "मी... मी ना प्रिया आहे. मी भारतातून आले आहे. खरंच मला मनापासून जेडला भेटण्याची इच्छा

आहे.'' मी त्याला विनवले.

''मी तुला विकीकडे घेऊन जात आहे. तो तुझ्याशी याबद्दल बोलेल. जेडबद्दल कोणीच बोलत नाही. जेड हा खरं तर जंगलातला आत्मा आहे. ती काही कोणी हाडामांसाची व्यक्ती नाही. तो अस्तित्वातच नाही. ती खरी व्यक्ती नाही. जेड म्हणजे एक भूत आहे. तो म्हणजे एक शाप आहे. तू त्या जंगलात पाऊल टाकलंस तर तू कधीच परत येणार नाहीस. विकी तुला सगळं समजावेल. तुझ्यावर कोणीतरी भुरळ टाकली आहे.'' हे तो फार कळकळीने आणि अस्वस्थ होऊन बोलत होता.

पुढे आम्ही आणखी काही मैल गेलो. एका जुनाट मोडक्यातोडक्या झोपडीजवळ त्याने टॅक्सी थांबवली. ''इथे थांब.'' तो म्हणाला. मग तो टॅक्सीतून उतरला आणि जवळ असलेल्या झुडपांमध्ये दिसेनासा झाला. त्या झुडपांमुळे ती झोपडी थोडी झाकली गेली होती.

आता मात्र मला भीती वाटायला लागली. मला भुते आणि मृतात्मे यांची भीती वाटत असे. जेड जर कोणी व्यक्ती नसेल तर मी त्याच्याशी कसा संवाद साधणार? आणि जर मी तिथून परत येऊ शकले नाही तर? मी आत शिरताना कशी जाते आहे याचा नकाशा काढायला हवा. जवळ एखादा पाव घेऊन आत जाताना थोड्या थोड्या अंतरावर त्याचे तुकडे फेकत जायचे, म्हणजे त्याच मार्गाने मी परत येऊ शकेन किंवा जाताना कोणकोणती झाडे दिसतील त्याच्यावर खुणा करत जायचे म्हणजे परतीचा मार्ग मी विसरणार नाही. मला काहीतरी करायला हवे होते. कसेही करून मला बाहेर यायचा मार्ग शोधण्याकरता काहीतरी करायलाच हवे. ही माझी शेवटची कामगिरी होती आणि ती मला पूर्ण करायचीच होती. मला जेडकडून पुढील सूचना घ्यायच्या होत्या. जरी तो देव असला तरी त्याच्याकडून मला हे घ्यायलाच हवे. मी त्यातून माझी सुटका करून घेऊ शकत नव्हते. लुइही जर मला मारू शकली नव्हती, तर जेडला सामोरे जाण्याचे सामर्थ्य माझ्यात आहे, असे मी समजले.

टॅक्सीवाला एका मध्यमवयीन माणसाला घेऊन टॅक्सीपाशी आला. तो खूपच उंच, जाडजूड होता. तसा दिसायला सर्वसाधारण होता. त्याच्या भल्यामोठ्या मिशांखाली त्याचे पातळ ओठ झाकलेले होते. तो आपल्या कोटाची बटणे लावतच बाहेर आला. आत्ता कोणी भेटायला येईल अशी त्याची अपेक्षा नव्हती.

''माझं नाव विकी.'' तो म्हणाला. हे बोलताना त्याने हात पुढे पसरून आळोखे पिळोखे दिले. तो जरा चमत्कारिक उच्चारात बोलत होता. त्याच्या तोंडाला तंबाखूचा भपकारा येत होता.

"तुला डेबोरेन्स जंगलात जायचं आहे का? तुला जेडला भेटायचं आहे ना?" त्याने आपल्या डोक्यावर हाताने टपला मारल्या आणि पुढे म्हणाला, "तुला काय वेडबिड लागलं आहे का? तिथून कोणीच परत जिवंत आलेलं नाही."

प्रत्येक जण मला तेच तेच ऐकवतो आहे. ते सगळं ऐकून ऐकून माझे कान किटले. मी आत्तापर्यंत अनेकदा हे ऐकलेलं होतं. पण बोमो आणि लुइहीच्या तावडीतून मी सहीसलामत सुटले होते, परत आले होते ना? म्हणून काहीही झालं तरी मी हे आव्हान स्वीकारायचं ठरवलं.

"तू मला वाट दाखवशील का?" मी विकीला विचारले. माझ्या या अनपेक्षित प्रश्नाने विकी जरा गोंधळला. त्याच्याकडे अशा अनेक कथांचे भांडवल असणार याबद्दल माझी पुरेपूर खात्री होती. पण या सगळ्या माहितीला बगल देत मी त्याला थेट प्रश्न केला, "तू मला मार्ग दाखवणार आहेस की नाही?"

टॅक्सीवाला आणि विकी एकमेकांशी फ्रेंचमध्ये काहीतरी बोलत होते. टॅक्सीतून बाहेर पडून मी स्वतःच मार्ग शोधते, असे त्यांना सांगणार होते. तुम्ही बरोबर आला नाहीत तरी मी जाणार आहे, असे बोलायचे होते. पण माझा हात त्या टॅक्सीच्या दरवाजाच्या खिटीवर पडणार तेवढ्यात विकी आत खिडकीतून डोकावला आणि माझ्या नजरेला नजर भिडवीत म्हणाला, "मी नेतो तुला चल. पण तू स्वतःच्या जबाबदारीवर येत आहेस. ती जबाबदारी माझी नाही. मी हे तुला परत परत बजावतो आहे." तो त्याचे वाक्य पूर्ण करण्याच्या आधीच मी म्हणाले, "मला माहीत आहे, कोणीही त्या जंगलातून परत आलं नाही, पण मी नक्की परत येईन."

विकी त्याच्या झोपडीत गेला आणि दिसेनासा झाला. टॅक्सीवाला स्मिथ टॅक्सीजवळ उभा होता. तो अस्वस्थपणे पायांची चुळबुळ करत होता.

काही क्षणांतच विकी एक मोठी कातडी बॅग घेऊन बाहेर आला. त्याच्या हातात दोन मोठ्या काठ्या होत्या. त्या नावेच्या वल्ह्याप्रमाणे दिसत होत्या. त्याने टॅक्सीच्या मागच्या आसनावर बॅग ठेवली आणि टॅक्सीच्या छतावर ती वल्ही बांधायला सुरुवात केली. मी त्या बॅगेकडे बघितले. ती हरणाच्या कातड्यापासून केलेली असावी. त्या बॅगेचा रंग आणि त्यावर असलेल्या केसांचा रंग तसे सुचवत होता. विकी स्मिथला काहीतरी सांगतो आहे हे मला ऐकू आले. मग विकी टॅक्सीत बसला आणि त्याने टॅक्सी सुरू केली.

"त्याचं काय?" स्मिथ ज्या झोपडीकडे जात होता हे पाहून मी विकीला विचारले.

"तो घरी जाईल. मी तुला घेऊन जाणार आहे." विकी सिगारेट पेटवत म्हणाला आणि त्याने ॲक्सिलरेटर दाबला. गाडी वेगात जाऊ लागली.

आम्ही शहराबाहेरच्या एका एकाकी रस्त्यावरूनच जात होतो. आता अंधार पडायला लागला होता. या धाडसाची आता खरे तर मला भीती वाटायला लागली होती.

आत्तापर्यंत प्रत्येकाने डेबोरेन्स जंगलात शिरण्याचा मार्ग नाही, हे सांगितले होतेच. त्याप्रमाणे आत गेलेला कोणीही बाहेर सुखरूप आला नाही, हेही सांगितले होते. त्याचप्रमाणे वर्तमानाचा संरक्षक असलेला जेड ही कोणी एखादी व्यक्ती नाही, तो एक आत्मा आहे, असे सांगितले होते. प्रत्येकाने मला याविषयी भीतीदायक माहिती पुरवली होती. पण तरीही मी जायचे ठरवले होते. जेडला भेटूनच परत यायचे, असा मी निश्चय केला होता. पण आता बॅग घेऊनच विकी माझ्याबरोबर आहे हे वास्तव मला समजायला लागले.

आत्ता, या क्षणाला मला असे वाटायला लागले की, या कामगिरीवर मी एकटीनेच असायला नको होते. कार्लोस बरोबर असता तर मला जरा नैतिक आधार मिळाला असता. एवढेच काय, पण उमादेखील मला चालली असती, जरी ती एवढी सरळ वागणारी मुलगी नव्हती.

एकाएकी मला फार एकटे वाटायला लागले. मी खरेचच एका भयानक धोक्याच्या कामगिरीवर निघाले होते आणि मी एकाकी होते. मी परत फिरावे का? ही परत फिरायची माझी शेवटचीच संधी आहे. मरू दे, त्या पंचवीस हजार डॉलर्सचं एवढे काय घेऊन बसायचे आहे. मी कामगिरी पूर्ण केली तरी ते पैसे मला परत मिळणार नव्हते. मी जर आत्ताच परत फिरले, तर निदान मी जिवंत तरी राहीन. पण जर मी आज या जंगलात जायचे ठरवले, तर मी कदाचित परत कधी येऊ शकणार नाही.

आता मात्र विहिरीतील पाण्याने वर उसळी घ्यावी त्याप्रमाणे माझ्या मनातील कूर्टबद्दलचा विश्वास अधिक दृढ झाला. कूर्टला असे का वाटावे की, मी त्या जंगलात जावे? आत्तापर्यंत कोणीही जिवंत परत न आलेल्या अशा भयानक जंगलात जाऊन जेडला भेटावे? कदाचित मी तिथे पोहोचू शकणार नाही याबद्दल त्याच्या मनात खात्री असणार किंवा इतिहास घडवण्याची ताकद म्हणजे जंगलात शिरून जिवंत परत येण्याची क्षमता माझ्यामध्ये आहे, याबद्दल त्याच्या मनात खात्री असणार. त्याने माझ्यात काय पाहिले? पुढे गेल्याखेरीज मला हे समजणार नाही.

आम्ही दोघे गाडीतून शांतपणे पुढे जात होतो. आता रात्र आणखीनच गडद व्हायला लागली. आकाशात चांदण्या चमकू लागल्या. नाजूक चंद्रकोरीचा प्रकाश

झाडावर चमकत होता. रस्त्यावर झाडांच्या लांबलचक काळ्याभोर सावल्या पसरलेल्या होत्या. मोटारीचे दिवे अंधार कापत होते. विकीने आता गाडीचा वेग कमी केला. गाडी थांबवायला कुठे जागा मिळते ते तो बघू लागला.

रस्त्याच्या दोन्ही बाजूंना असलेले देवदार वृक्ष (फरची झाडे) आकाशाला जणू भिडत होती. झाडांची जणू भलीमोठी छत्री झाली होती. ती झाडे जवळ जवळ शंभर फूट उंच असावीत. सगळे जंगल काळोखात बुडून गेले होते; पण थोडी चंदेरी किनार त्याला लाभली होती. देवदार वृक्षांची चंदेरी पाने आणि झाडांवर राहिलेला बर्फ मंद चंद्रप्रकाशात चमकत होता. विकीने गाडी थांबवली. गाडीचे पुढचे दिवे अजून चालू होते. ''आपण आता इथे पोहोचलो आहोत.'' विकी माझ्याकडे बघत म्हणाला.

''हे डेबोरेन्स जंगल. इथेच जेड राहतो. त्याला अजूनपर्यंत कोणीही पाहिलेलं नाही, त्यामुळे त्याचं वर्णन कसं करायचं ते मलाच कळत नाही. तू स्वतः काय करते आहेस याची तुला कल्पना आहे, असं मी समजतो आणि तू परत येशील. तू जर अजूनही विचार बदललास, तरी माझ्या मनात तुझ्याबद्दल असलेला आदर कमी होणार नाही. मी तुला परत घेऊन जाईन.'' विकी सावकाश पण मुद्दाम असे बोलला. माझ्यात त्याच्या बोलण्यामुळे काही बदल होतो आहे का, माझा बेत मी बदलते आहे का, याचे तो निरीक्षण करत होता.

''तू माझ्याबरोबर जंगलात येणार नाहीस का?'' मी त्याला विचारले. त्याने ज्या कातडी बॅगा बरोबर घेतल्या होत्या, त्याकडे बघतच मी बोलले. गाडीवर दोन वल्ही त्याने घेतलेली आहेत, हेही मला माहीत होते.

''अगं बाई, मला माहीत आहे की तिथून कोणीही परत येत नाही आणि मी मात्र घरी परत चाललो आहे. तुला एकटीला इथे सोडून जाताना मला फार वाईट वाटत आहे.'' विकी माझ्याकडे बघत म्हणाला. त्याच्या डोळ्यांत मला काळजी दिसली. मी जाऊ नये म्हणून तो पुन्हा पुन्हा प्रयत्न करत होता, तसे सुचवीत होता.

विकी माझ्याबरोबर येईल अशी माझी अपेक्षा होती. 'मी तुला तिथे घेऊन जाईन' या वाक्याचा अर्थ मी तसा घेतला. तो त्याप्रमाणे वागेल असे मला वाटले. मला एकटीला जंगलात जायचे नव्हते. निदान आज रात्री तरी हे धाडस मला करायचे नव्हते.

''डेबोरेन्स जंगलात एकच वेळ असते, ती म्हणजे रात्र. गर्द झाडांमुळे सूर्यप्रकाश जमिनीवर फारसा पोहोचत नाही. दिवसादेखील मी तिथे जायचे धाडस करणार नाही. कारण रात्रीच्या अंधारातले भीतीचे वातावरण दिवसादेखील जाणवते आणि त्यामुळे

दिवसाच्या उजेडात उलट आणखीनच भीती वाढते. दिवसाच्या उजेडात जंगलात असणारे गूढ वातावरण तुम्ही लांबूनदेखील पाहिले, तरी तुम्ही जंगलात पाऊल ठेवण्याचे धाडस करणार नाही.'' असे म्हणताना विकी नवीन सिगारेट पेटवून त्याचा झुरका घेत होता.

असे बोलून विकी माझ्या मनातली भीती आणखीनच वाढवत होता. त्याने ही वटवट थांबवायला हवी. मला भीती वाटत होती. मी निश्चय केला होता खरा; पण मनातून मी भेदरलेली होते. मला खरे तर पुढे कसे जायचे याचे मार्गदर्शन हवे होते. ''विकी, मला या जंगलाविषयी थोडी अधिक माहिती सांग.'' मी घाबरत त्याला म्हटले.

''या जंगलात एक शांत तलाव आहे, अशी दंतकथा आहे. ते सरोवर आहे. ते सरोवर पृथ्वीच्या मध्यापर्यंत खोल पोहोचलेलं आहे, असंही म्हटलं जातं. दंतकथेप्रमाणे या सरोवरात तिन्ही जगं सामावलेली आहेत. पृथ्वीवरचं जग, पाण्यातलं जग आणि आकाशातलं जग. पृथ्वी, पाताळ, स्वर्ग हे तिन्ही लोक यात आहेत, असं म्हणतात.'' विकी सिगारेटचं थोटूक चावत जरा हताश होऊन बोलला.

''सरोवराच्या दुसऱ्या काठावर जेड आहे असं म्हणतात. पण ते सरोवर किती खोल आहे, ते माहीत नाही. खरं तर मी या दंतकथाच ऐकलेल्या आहेत. ऐकीव माहितीशिवाय माझ्याकडे दुसरी माहिती नाही; पण जर तू परत आलीस तर तुझ्याकडून मला खरी माहिती समजू शकेल.'' विकी असे म्हणाला कारण त्याच्या मनात थोडी खात्री होती की, मी परत येऊन त्याला सर्व सांगू शकेन.

''विकी, तू तुझी गाडी इथं ठेवू शकशील का?'' मी त्याला विचारले. ''तू जंगलाच्या दिशेने गाडीचे मुख्य दिवे लावून ठेव. त्यामुळे परत येताना मला कोणत्या दिशेने यायचं ते समजेल.'' माझं मन धावत होतं. भराभर सूचना मी देत होते.

''नाहीतर तू छोटे, उघडझाप करणारे दिवे चालू ठेव. त्यामुळे बॅटरी कमी जळेल. मी त्याला पुढे म्हणाले की, ''दिव्याशिवाय मला दिशा कशी कळणार?'' मी विकीच्या भावनेला हात घालत त्याला विनंती केली.

''मी रात्रभर इथं तुझी वाट पाहत थांबावं असं तुला वाटतं का? पण जर तू आज रात्री परत आलीच नाहीस, तर काय करू?'' या मोहिमेत विकीला मी ओढून घेतलेलं पाहून तो सावधपणे म्हणाला.

''मग ठीक आहे. तू मला इथं सोडून परत जाऊ शकतोस. तू माझी वाट पाहत

कायम इथं थांबावंस असं मी म्हणू शकत नाही. पण निदान आजची रात्रतरी तू थांबावंस, असं मला वाटतं. जंगलात काही घडो; पण मी परत येणार हे नक्की. मी तिथली हकिगत सांगायला परत नक्की येणार आहे.'' मी त्याला अभिवचन दिले; पण मी ते कदाचित पाळू शकणार नाही, असे मला वाटते.

मी विकीला संभ्रमात टाकले होते.

''जोपर्यंत गाडीची बॅटरी चालू आहे, तोपर्यंत मी थांबेन.'' तो त्याच्या गाडीच्या पेट्रोलच्या टाकीकडे बघत म्हणाला. ''नशीब, अजून तीन चतुर्थांश इंधन भरलेलं आहे.''

म्हणजे जेडला भेटायला मला एक संपूर्ण रात्र वेळ आहे. जेडकडून पुढील सूचना घेऊन मला परत फिरायचे होते. तेवढा वेळ भरपूर होता किंवा जंगलात नाहीसे व्हायलाही तो वेळ पुरेसा होता.

◆

जेड – वर्तमानकाळाचा रक्षक

विकी गाडीतून उतरला. मग त्याने माझ्या बाजूचा दरवाजा उघडला. त्याची बॅग त्याने त्याच्या रुंद खांद्यावर अडकवली. मला हाताला धरून खाली उतरवले. जणू पुढे येणाऱ्या लढाईला तोंड देण्यासाठी माझी तयारी करत होता. त्याने माझ्या हातात एक वल्हे दिले. "याचा उपयोग तुला बचाव करण्यासाठीही होईल. तुझं रक्षण करण्यासाठी माझ्याकडे हे एवढंच एक साधन आहे. आत्तापर्यंत ज्या ऐकीव कथा आहेत त्यानुसार हे जंगल निर्मनुष्य आहे, पण जरूर लागलीच तर याचा उपयोग होईल." वल्ह्याच्या तीक्ष्ण टोकाकडे पाहत तो मला म्हणाला, "तू इतकी सुंदर आहेस की, परत येणार नाहीस ही कल्पनाच मला सहन होणारी नाही. तुला एकटीला इथं सोडून जाताना मला खरंच फार वाईट वाटत आहे." विकी मला मिठी मारत म्हणाला, "इंधन संपेपर्यंत मी इथे असेन." काही क्षण तो रेंगाळला आणि म्हणाला, "कृपया परत ये." तो आणखी असे काही बोलत राहिला असता, तर माझा विचार निश्चित बदलला असता आणि मग मी गाडीत उडी मारून परत फिरले असते. मला दिलेल्या उद्देशावर मला लक्ष केंद्रित करायलाच हवे. विकीने माझा निरोप घेताना पुनःपुन्हा सल्ला दिला की, तू या जंगलात जाऊ नकोस. या त्याच्या सांगण्याचा मला मोह पडला. खरेच परत फिरावे अन् पळत सुटावे, असे मला वाटले.

पण जेव्हा जेव्हा मला असे अडथळे येतात, मला परावृत्त करण्याचा प्रयत्न करतात त्या वेळेला मला जास्तच जोम येतो. जेव्हा जेव्हा माझ्या म्हणण्याला मान डोलावतात तेव्हा मात्र माझं मन खचतं. मी कूर्टवर भरवसा ठेवायला हवा. या जंगलात नक्कीच काहीतरी असणार. या कामगिरीवर मला पाठवण्यात कूर्टचा नक्कीच काहीतरी हेतू असला पाहिजे किंवा मला या कामगिरीवर काहीतरी चांगलं शिकायला मिळणार असेल. माझी चाल जरी अडखळत होती, तरी मी पुढे पुढे जात

राहिले आणि चिखलाने भरलेल्या गवताळ भागातून जाऊ लागले. ही जंगलाची सुरुवात होती.

माझ्यासमोर दिसणारी झाडे महाकाय होती. थंडी इतकी होती की उबेचे कपडे, फर कोट, थर्मल घातलेले असूनसुद्धा मी थंडीने मरून जाईन, असे मला वाटत होते. मागे वळून विकीकडे बघायची मला हिम्मत झाली नाही. आता परतीची वाट बंद झाली होती.

मी एक पाऊल पुढे टाकले, तेव्हाच गाडीचे पुढचे मोठे दिवे बंद झाले आणि मी मनाने अक्षरशः कोसळले. विकीला काय झाले? मला मागे फिरून पळून जावेसे वाटत होते. माझा जीव मला वाचवायचा होता; पण मी तशीच चालत राहिले. मी मनाला समजावले की, पुढे काही भयानक ताट वाढलेले असेल तरी घाबरून एखाद्या कोंबडीच्या पिल्लासारखे पळत सुटायचे नाही. तसेच खंबीरपणे आलेल्या संकटाला तोंड द्यायचे. मी स्तब्ध उभी राहिले. माझा श्वासोच्छ्‌वास जोरात चालू होता. इतका की, ऊर फुटेल की काय असे मला वाटत होते. अंधार वाढायला लागला तेव्हा मला गाडीचे पिवळे दिवे लावलेले दिसले. त्यांची उघडझाप चालू होती, हे मला दिसले. अंधारात चालायची मला सवय व्हावी म्हणून गाडीचे पुढचे मोठे दिवे विकीने मुद्दाम बंद केले होते आणि इंधन वाचवण्याकरता उघडझाप करणारे दिवे लावलेले होते.

जंगलात शिरण्याचा मार्ग आहे की नाही असे वाटत होते. वृक्ष इतके दाट होते की, जणू काही एकमेकांत मिसळून त्यांची हिरवी भिंत तयार झाल्याप्रमाणे वाटत होते. छोटी झुडपं आणि दाट वेली त्या झाडांवर गोल गोल पसरलेली होती. त्यामुळे ही झाडे एकमेकांना घट्ट बांधलेली आहेत की काय, असे वाटत होते. मी त्या झाडांच्या भिंतीपासून एका फुटावर उभी होते. गोडसर आणि गूढरम्य, भारून टाकणारा एक वास आसमंतात पसरलेला होता, तो माझ्या नाकात भरून गेला. तो वास इतका वेगळा होता की, त्याचा परिणाम खूप वेळ राहील असे वाटत होते.

मी त्या वल्ह्याने झाडांच्या भिंतींना धक्का मारला. मी त्या दाट झाडीला भोक पाडण्याचा प्रयत्न केला. त्याचा उपयोग झाला. मी त्या झाडीतून पलीकडे गेले. तिथेदेखील अशीच झाडी होती. ती जास्तच गडद वाटत होती. माझ्या मागे झाडीतून येणारा उघडझाप करणाऱ्या दिव्यांचा प्रकाश दिसत होता. माझी कल्पना चांगली अमलात आली होती.

त्या जंगलातूनच मला पुढे पुढे वाट काढत जायचे होते. काही वेळेला माझा

हात कशाला स्पर्श करतो आहे ते माझे मलाच समजत नव्हते. तीन-चार फुटांपर्यंतचे मला थोडे अस्पष्ट दिसत होते. माझ्या आजूबाजूला विचित्र आकाराची, रंगांची असलेली झाडांची वल्कले दिसत होती (झाडांच्या खोडांचे बाह्य आवरण). झाडांच्या मध्ये मी एखाद्या तुरुंगात असल्याप्रमाणे मला वाटत होते. तिथे जर मी काही वेळ स्तब्ध उभी राहिले, तर या वेली माझ्या अंगावर पसरून मला तिथेच कैद करतील असे मला वाटत होते. माझा थरकाप उडाला. झाडांचे बुंधे आणि पसरलेल्या वेली व झुडपे यांतून मी कशीतरी वाट काढत पुढे जात होते. जिथे जिथे माझा स्पर्श झाला ते थंडगार होते. एखाद्या वेलीला मी जर चुकून हात लावला, तर त्या वेली संकोचून घ्यायच्या, माझ्यासकट आत आत ओढल्या जायच्या. यामुळे माझा दोन वेळा तोल गेला. त्या वेळी झुडपांत मी गुरफटून गेले. उंच गवत, झाडं, झुडपं, वेली यांच्याशी झगडत झगडत मी उभे राहायचा कसोशीने प्रयत्न करत होते. तसेच पुढे जायचा प्रयत्न जिकिरीने करत होते.

मी जिथून आत आले, तेथील पिवळ्या प्रकाशाचा झोत अजूनही मला फिकट का होईना अधूनमधून दिसत होता. अजून थोडी जरी मी पुढे गेले की त्या दिव्याच्या प्रकाशाशी आणि विकीशी, जगाशीच माझा संबंध तुटेल.

मला विकीने दिलेले वल्हे मी हातात घट्ट धरून ठेवले होते. मी त्याला बॅटरी देण्याची विनंती केली होती; पण त्याने मला ती दिली नाही. ‘‘अंधारापेक्षा त्या उजेडाची भीती तुला जास्त वाटेल. जंगलात उजेड असावा अशी अपेक्षा करणेच चूक आहे. काही बाबतींत त्या त्या वातावरणात लढूनच आपण त्यावर विजय मिळवू शकतो,’’ असं तो तेव्हा म्हणाला. ‘‘उजेडात जे दिसतं त्याला घाबरूनच लोक काही वेळा मरतात. तीच गोष्ट मात्र रात्रीच्या अंधारात दिसली नाही, तर माणूस आशेवर जगत असतो.’’

विकीने जरी बॅटरी दिली असती, तरी ती लावायचे धाडस मला झाले नसते. निसर्गाच्या मनात मी जे पाहू नये असे होते, ते मलाही पाहायचे नव्हते. मी चालत होते. मी जेव्हा शेवटचे मागे वळून पाहिले, त्या वेळी अपेक्षेप्रमाणेच भयाण अंधाराचे साम्राज्य मला माझ्या मागे दिसले.

जंगलात भयाण शांतता होती. त्यामुळे माझ्या अंगावर भीतीचा काटा उभा राहिला. एकाही प्राण्याचा, कीटकाचा आवाज येत नव्हता. वाऱ्याचाही आवाज नव्हता. फक्त माझा पायरव मला ऐकू येत होता. माझ्या हातातले वल्हे- जे मी जमिनीवर टेकवत चालले होते- त्याचा आणि माझ्या श्वासाचा काय तो आवाज येत होता. जंगल इतके सुनसान होते की, जणू माझे विचार मला ऐकू येत होते. जणू

ते जंगल मृतवत भासत होते. त्या जंगलाचे जिवंतपणाचे एकमेव लक्षण म्हणजे फक्त ती जंगली हिरवीगार झाडेझुडपे होती.

काही पावले आणखी पुढे चालत गेल्यावर माझे मलाच जरा ऊबदार वाटायला लागले. खरंच वातावरण उबदार होते, का तो माझा कल्पनाविलास होता, कोण जाणे! मी अंगात गरम कपडे चढवले होते आणि माझी कंटाळवाणी पायपीट होती, त्यामुळे मला उबदार वाटत असावे. तरीही मी चालतच राहिले.

काही वेळाने गर्द झाडांच्या जाळीतून मी चालत आहे, असे माझ्या लक्षात आले. देवदार झाडे शंभर फुटांपेक्षा उंच वाढलेली होती. मला वर आकाश, तारे काहीही दिसत नव्हते. चंद्रदेखील दिसत नव्हता, इतकी ती झाडे गर्द होती. सगळीकडे आजूबाजूला, खाली-वर फक्त अंधाराचे साम्राज्य पसरले होते. आता माझ्यासमोर तर झाडांची भिंत उभी होती. माझ्या अंगावर असलेल्या गरम कपड्यांचे, त्या वल्ह्याचे सगळे सामान घेऊन मी या झाडांच्या भिंतीच्या पलीकडे जाणे मला अशक्य वाटले. दोन झाडांच्या छोट्या फटीतून जायचा मी प्रयत्न केला; पण ते अशक्य होते. मी त्या झाडांच्या भिंतीच्या दोन्ही बाजूंना नजर टाकली आणि कुठूनतरी आरपार जाण्यासाठी काही सापट आढळते का, त्याचा अंदाज घेतला; पण छे! तसा मार्ग मला सापडला नाही. जणू जंगल म्हणजे एखादा अभेद्य किल्ला होता. इथपर्यंत आपण पोहोचलो खऱ्या; पण इथून पुढे जाण्यासाठी खरे मनोधैर्य, निर्धार हवा होता.

जर मी माझा स्वेटर, जॅकेट काढून टाकले तर कदाचित मला पलीकडे जाणे शक्य होईल, हे मला कळून चुकले होते; पण जॅकेट आणि स्वेटर जर मी काढून टाकले तर या थंडीत मी जगूच शकणार नाही. काय करावे याबद्दल माझ्या मनात विचारांची गर्दी दाटून येत होती.

मी काळजीपूर्वक माझा स्वेटर आणि जॅकेट काढून टाकले. त्या थंडीचा मला सराव व्हावा म्हणून मी थोडा वेळ थांबले. आश्चर्य म्हणजे वातावरणात थंडी नव्हतीच. किंबहुना उलट हवा उबदार होती. माझ्या कल्पनेचा खेळ नव्हता, तर खरेच हवा उबदार होती. माझ्या श्वासातदेखील गरमपणा जाणवत होता; पण कोणताही धोका पत्करायला मी तयार नव्हते. मी माझे हात पसरून माझे जाकीट आणि स्वेटर दोन झाडांच्या मधल्या फटीतून पलीकडे टाकण्याचा प्रयत्न करत होते. मी त्या बाजूला गेल्यावर मला माझे उबदार कपडे परत घेता येतील, असे मला वाटले. मी हातातून कोट टाकणार, तेवढ्यात माझ्या हातालाच एक जोराचा हिसका बसल्याचे मला जाणवले.

क्षणभर माझ्या हृदयाचा एक ठोका चुकला. माझ्या छातीत मरणप्राय कळ उठली. माझ्या हातांतून पलीकडून कोणीतरी माझा कोट हिसकावून घेतला होता. मला वाटले, आपण माघारी परत जावे. मागचे चमकणारे दिवे दिसेपर्यंत पळत सुटावे आणि त्या दिव्यांचा मागोवा घेत गाडीवर पोहोचून परत फिरावे, असे वाटले. मी एकटीच या अवघड कामगिरीवर आले होते. नाही नाही, ही कामगिरी तर कूर्टने माझ्यावर सोपवलेली होती. का हे ध्येय माझे मीच ठरवले होते? या जंगलात मी अर्ध्या वाटेवर पोहोचले होते. माझा सात दिवसांचा प्रवास आता जवळ जवळ संपत आला होता आणि तरीही मी इथे का आहे, याबद्दल माझ्या मनात अजूनही संदेह होता. याबद्दल मला नवलच वाटले. माझी विचारशक्ती सुन्न झाली होती. मी मला हा त्रास का देते आहे, असे मला वाटले. जिथून परत फिरण्याची सुतराम शक्यता नाही तिथे मी का आले आहे? मी माझ्या जिवाशी असा खेळ का मांडला आहे? यातून माझा काय फायदा होणार आहे? मी हे सगळे त्या कूर्टकरता का करते आहे? मी या सेमिनारकरता जे पैसे खर्च केले, ते वसूल करावेत म्हणून मी हे करते आहे का? माझ्या या सर्व प्रवासाच्या हेतूबद्दलच माझ्या मनात शंकेचे काहूर माजले. कायमच, जन्मभर मी योग्य प्रश्न चुकीच्या वेळी स्वतःला विचारत असे. माझा साखरपुडा झाल्यावर मी स्वतःला विचारत राहिले, मला खरेच लग्न करायचे आहे का? पदव्युत्तर परीक्षा दिल्यावर मी विचारत राहिले, मला खरोखरच हे करिअर पुढील आयुष्यात करायचे आहे का? मला भरपूर पैसा आणि प्रसिद्धी मिळाल्यावर प्रश्न पडला, मला हेच हवे होते का? मी खरेच स्वतःला योग्य प्रश्न विचारले होते, पण इथपर्यंत पोहोचल्यावर जरी मला वाटले, मी चुकीच्या मार्गावर आहे, तरी परत मागे जाण्याचा मार्ग या टप्प्यावर पोहोचण्याच्या प्रवासापेक्षा खूपच त्रासदायक ठरेल हे नक्की. ठरलेले लग्न मोडणे, हे लग्न ठरवण्यापेक्षा जास्तच क्लेशकारक असेल. पैसा व कीर्ती मिळूनही मी एकाकी आहे, हे पचवायला मला जास्त त्रास होतो आहे. मी चुकीच्या करिअरमागे लागले आहे, याची जाणीव दोन वर्षांच्या अभ्यास कालखंडातील त्रासापेक्षा- अडचणींपेक्षा जास्त दुःखदायक आहे आणि आता मी पुन्हा स्वतःला प्रश्न करत आहे, मी या मोहिमेवर कशासाठी आले?

पुढे दिसणाऱ्या फटीतून जाण्यासाठी मी धाडस एकवटले, तेवढ्यात मला जाणवले की, मी त्या त्या वेळी स्वतः अनुभव घेतला नसता, तर माझ्यासाठी काय योग्य आहे हे मला कधीच कळले नसते. ज्याच्याशी माझे लग्न ठरले, त्या व्यक्तीबरोबर काही दिवस घालवल्याखेरीज ती व्यक्ती माझ्याकरता योग्य आहे की नाही, हे मला कसे कळले असते? माझी पदवी मी आधी पूर्ण केली नसती, तर

पुढे काय करायचे आहे, हे मला कसे कळले असते? पैसा आणि प्रसिद्धी जर मला सुरुवातीलाच मिळाली नसती, तर जगण्यासाठी तेवढेच पुरेसे नसते, हे मला कसे कळले असते! आपला निर्णय योग्य होता की नव्हता, हे त्या ध्येयापर्यंत पोहोचल्यावरच समजते. एखादे ध्येय पूर्ण केल्यावरच आपल्याला उमगते की, पुढे अजूनही चांगला मार्ग आपल्यासाठी आहे. म्हणूनच मग जीवन सुंदर आहे असे आपण म्हणतो. आपण इथपर्यंत का पोहोचलो आणि त्याचे कारण काय होते, हे आपल्याला समजते. मला कूर्टने ही कामगिरी दिल्यामुळेच मी या जंगलात आले. इथे पाऊल टाकण्याकरता माझ्यासमोर एक कारण होते. ते कोणते कारण होते? मी जेव्हा त्या ध्येयापर्यंत पोहोचेन, तेव्हाच मला ते समजेल असे मला वाटते.

झाडांच्या मधल्या मोकळ्या फटीतून मी बघितले तेव्हा दुसऱ्या बाजूला एक प्रकाशाचा किरण लुकलुकत होता. नक्कीच तिथे कोणीतरी असणार. कदाचित तिथे जेड असण्याची शक्यता आहे. परत तो प्रकाशाचा ठिपका चमकला. गस्त घालताना ज्याप्रमाणे त्या माणसाच्या हातातला दिवा मध्येच चमकतो, मध्येच दिसेनासा होतो त्याप्रमाणे तो प्रकाश दिसत होता. जर तिथे, पलीकडे जेड असेल तर त्याला मला भेटलेच पाहिजे.

कदाचित तो मला मारूनही टाकेल किंवा मला जाळ्यात पकडून ठेवेल. तो यापेक्षा आणखी वाईट काय करू शकेल? किंवा तो मला एखादा संदेश देईल. मी इतक्या दूरवर आलेली आहे. आता इथून परत फिरणे, हा एक मूर्खपणाच ठरेल. जर मी आता परत फिरले इथूनच, तर आयुष्यभर ती बोच माझा पाठलाग करत राहील. माझे काम मी पूर्ण केले नाही, याची खंत करत पुढचे आयुष्य मला घालवावे लागेल. जेडकडून संदेश न घेता परत फिरले, तर जन्मभर मला खंत वाटत राहील. मी ठरवले की, जो कोणी असेल त्याला जाऊन भिडायचे. त्याच्याकडून संदेश घेऊनच परत फिरायचे, असा निश्चय केला.

मी झाडांच्या फटीत वल्हे सरकवले. प्रथम माझा एक पाय मी आत टाकला. मग त्या बाजूला माझे संपूर्ण शरीर झोकून दिले. त्या घनदाट झाडीतून मी वाट काढत होते.

पुढे गेल्यावर समोर दिसणारे दृश्य काय आहे ते मला समजायच्या आतच मी एकदम 'आ' वासला. माझ्यासमोर अतिशय सुंदर तळे होते. त्याचे पाणी संथ होते आणि संपूर्ण आकाशाचे प्रतिबिंब त्यात दिसत हाते. जणू आख्खे विश्व त्या सरोवरात सामावले गेले आहे, असे वाटत होते. चंद्रकोरीचे प्रतिबिंब पाण्यात चमकत होते. तोच प्रकाश मघाशी मला झाडांच्या फटीतून दिसत होता. त्या तळ्याचा विस्तार

जवळ जवळ मैलभर पसरलेला दिसत होता. जणू त्या तळ्यामुळे जंगलाचे दोन भाग झाले होते. जिथे मी उभी होते तो एक भाग आणि तळ्याच्या पलीकडचा दुसरा भाग. चहूबाजूंना असलेली दाट झाडी भिंत होऊन जणू त्या सरोवराचे रक्षण करत होती.

माझा कोट माझ्या बाजूलाच पडलेला होता. मी इकडे तिकडे बघितले, पण तिथे कोणीच दिसत नव्हते. एकूणच खूप विस्तारित असे ते सरोवर होते आणि तिथे हवा उबदार होती. मी माझ्या अंगावरचे आणखी काही गरम कपडे दूर केले. स्वेटर आणि थर्मल सगळे मला जड वाटत होते. सरोवराच्या दिशेने पुढे जाण्यापूर्वी जिथून मी आत शिरले, तिथे ते कपडे ठेवले. परतीचा मार्ग मला सापडावा म्हणून मी अशी युक्ती केली.

तिथले सगळे वातावरण भारावलेले आल्हाददायक हाते. मंत्रमुग्ध करणारे होते. तिथे सजीव सृष्टीचा मागमूसही नव्हता. सरपटणारे प्राणी, किडेमकोडे, माश्या यांपैकी काहीही नव्हते. फक्त आकाश, सरोवर आणि झाडे यांची निःशब्दता जाणवत होती. मी सरोवराच्या जवळ गेल्यावर मला एक काळी आकृती दिसली. नीट बघितल्यावर ती उलटी ठेवलेली नाव होती, हे कळले. विकीचे अगदी बरोबर होते. तिथे सरोवर आहे आणि मला वल्ह्याची जरुरी पडणार, याचा अंदाज त्याने केला होता. ज्या अर्थी इथे नाव आहे, त्या अर्थी इथे कोणीतरी वास्तव्य करत असणार हे नक्की. मी योग्य मार्गावर चालले होते. इथे नक्कीच कोणीतरी असणार, हे खरे होते. जेड...?

सरोवराच्या पैलतीरावरही दाट झाडींची भिंत होती. मी जिथून आले त्याप्रमाणेच ती होती. मी त्या नावेकडे काळजीपूर्वक नजर टाकली. ती कोरडी होती त्या अर्थी आत्ता एवढ्यात ती कोणी वापरलेली नसावी.

माझ्या जीवनात अनेकदा एकाकीपण आले होते. पण आत्ता मात्र या एकाकी वातावरणात मी जंगलाच्या मध्ये उभी असताना मला कळून चुकले की, माझ्याभोवती सजीव जग होते. ते अमर्यादित होते. खरे तर यामुळे मला एकाकीपण वाटण्याचे काहीही कारण नव्हते. माझ्याभोवती असलेल्या विश्वाबरोबर मी योग्य तऱ्हेने वागू शकत नव्हते. ती माझी वृत्ती नव्हती, तसा दृष्टिकोन मला नव्हता, म्हणून माझ्यावर प्रेम करणाऱ्या, माया करणाऱ्या लोकांपासून मी चार हात दूर राहिले. आता या जंगलात कुठेही जीवसृष्टीचा मागमूस नाही, त्या वेळी मात्र खरा एकाकीपणा कसा असतो, त्याचा अनुभव मी घेते आहे. आयुष्यात प्रथमच मला आपल्या माणसांचे, मित्रमैत्रिणींच्या सहवासाचे महत्त्व समजले. त्याआधी मी त्यांच्याकडे सतत दुर्लक्ष करत असे.

आता मी एकटी आहे. सुरक्षिततेसाठी मला स्वतःवर अवलंबून राहायचे आहे. मला आता तळ्याच्या पलीकडच्या तीरावर जावे लागणार आहे... विकी असे काहीतरी बोलला होता. मी माझी सगळी ताकद पणाला लावून ती नाव सुलटी करण्याचा प्रयत्न केला. ती नाव सरळ झाल्यावर पाण्यात प्रचंड आवाज झाला, पाणी वर उडाले. त्या आवाजाचा प्रतिध्वनी तिथे घुमला. मला भीतीने कापरे भरले. माझ्या अस्तित्वाची जाणीव आख्ख्या जंगलाला झाली असणार. मी स्तब्ध उभी होते, मी थरथरत होते. आता जंगलातले आत्मे माझ्यावर हल्ला करतील अशी भीती मला वाटत होती. मी त्या नावेची एक बाजू घट्ट धरेपर्यंत तो प्रतिध्वनी येत होता. माझ्या पावलांना पाण्याचा स्पर्श झाला, तेव्हा पायाखालची जमीन दिसेनाशी झाली. पायाखाली पाणी आल्यामुळे तिथे जो खड्डा झाला, त्यात मी अक्षरशः कोसळले. चंद्राच्या अंधूक प्रकाशात मला दिसले की, माझ्या पायाखालची वाळू हलणाऱ्या पाण्याच्या लाटांमुळे सारखी सरकत होती.

मला विकीचे शब्द आठवले. तो म्हणाला होता की, "सरोवर पृथ्वीच्या भूगर्भातल्या मध्यापर्यंत जोडलेलं आहे., एवढं ते खोल आहे. त्या पाण्यात तिन्ही विश्वं सामावलेली आहेत. पृथ्वी, पाणी आणि वायू ही ती तीन विश्वं."

मी पाण्याचा स्पर्श टाळण्यासाठी उडी मारली आणि एका दमातच नावेत चढले. हातात वल्हे घट्ट पकडले.

वल्ह्याने मी पाणी जोरात कापल्याबरोबर नाव पाण्यावर तरंगू लागली. आता नाव फारच हलत होती. ती पुढे जात असताना मी माझा तोल सांभाळत होते. मी खरे तर वल्हे पाण्यावर मारत नव्हते, तरी ती नाव आपोआप पुढे पुढे जात होती. मी नावेवर काबू मिळवण्याकरता वल्हे पाण्यात ढकलले आणि पाण्याखाली असलेल्या जमिनीवर ते टेकवण्याचा प्रयत्न केला; पण खाली जमीन लागलीच नाही. मी खाली पाहण्याचे धाडस केले नाही. मी समोरच, सरोवराच्या पैलतीराकडे बघत राहिले.

जेडबद्दलची भीती आणि अनिश्चिततेमध्ये, पुढे काय होणार याची खात्री नसतानाही मला असे वाटायला लागले की, जेड नावाची व्यक्ती की आत्मा जो आहे, तो पुष्कळसा माझ्याप्रमाणेच असावा. तो सुरक्षित जगात राहतो आहे. त्याचे जग माझ्याप्रमाणे एकाकी आहे. मी एका गमतीशीर पद्धतीने त्याच्याशी माझे नाते जोडायचा प्रयत्न केला, त्यामुळे त्याच्याबद्दल मला वाटणारी भीती थोडी कमी झाली. एखाद्या व्यक्तीशी आपला कुठल्या बाबतीत जुळू शकणारा एखादा धागा सापडला की, त्याच्याशी दोस्ती करायला कितीही अवघड वाटले तरी आपण

त्याच्याशी जोडले जातो. माणसांशी संबंध जुळल्यावरच आपण त्यांना आपलेसे करू शकतो.

आता नाव एकदाची पैलतीरावर पोहोचली. ती थांबल्यावर इतका जोराचा धक्का बसला की, मी जवळजवळ बाहेर फेकली गेले. मी उडी मारली आणि बाहेरच्या हिरवळीवर पावले ठेवली.

हा जेड आहे तरी कुठे? मी त्याला हाक मारायची ठरवले. जेड नावाची कोणी व्यक्ती अथवा आत्मा असेल त्याला. जर तो जंगलाच्या या भागात वास्तव्यास असेल, तर त्याला आणखी शोधत राहण्यात काहीच अर्थ नाही. मी आल्यावर झालेल्या आवाजाने त्याला मी येथवर पोहोचल्याचे समजलेच असणार. जर तो चाणाक्ष असेल, तर मी येण्याची तो वाटच पाहत असला पाहिजे.

"जेड–" मी हाक मारली. तो जवळच असेल असे मला वाटले. मी त्याच्या प्रतिसादाची वाट पाहत राहिले. एखादी भुतासारखी आकृती समोर येईल, असे मला वाटलं; पण कोणीच दिसलं नाही. "जेड–" मी पुन्हा जोरात हाक मारली, तरी प्रतिसाद आला नाही. "जेडऽऽ" मी आणखी मोठ्याने हाक मारली. चहूबाजूंनी त्याचा प्रतिध्वनी आला. शेवटी जेड बाहेर आला, तसा मोठा आवाज झाला. बद्द असा आवाज होता तो. काचेवर हाताने मारल्यासारखे सतत बद्द असा आवाज येत होता. माझ्यासमोर उजव्या बाजूला असलेल्या मोठ्या झुडपामागून तो येत होता.

माझे हृदय कमकुवत आहे. अशा आवाजामुळे मला सरळ आयसीयूमध्ये जावे लागेल. त्यासाठी मला त्या नावेत उडी मारून सरोवराच्या दुसऱ्या बाजूला जाऊन झाडांच्या फटीतून वाट काढीत विकीच्या गाडीत जाऊन बसावे लागेल. आयसीयू खूपच दूर- दुसऱ्या जगातच आहे जणू येथपासून. म्हणून या क्षणी मला माझ्या हृदयाकडे लक्ष न देता जेडला शोधले पाहिजे.

बद्द असा आवाज येतच होता. ही कसली भाषा आहे? मोर्स कोडप्रमाणे आहे की काय? अशा दाट जंगलात असा आवाज काढायला खूप जड वस्तू आपटायला हवी. कदाचित जेड एक आत्मा असेल आणि या प्रकारे तो संवाद साधत असेल. मला खरेच कोणाचा तरी सल्ला घ्यायला हवा; पण इथे तसे कोण आहे? कदाचित सल्ला विचारण्याची वेळ निघून गेली आहे. 'मी आता या परिस्थितीत काय करावं?' असे कोणाला तरी विचारायला हवे. पण असा प्रश्न मी यापूर्वी अशा परिस्थितीत जेव्हा जेव्हा विचारला, तेव्हा तेव्हा मला चुकीचे उत्तर मिळाले. काही वेळा मोठा उपदेश मिळाला. हा प्रश्न मी माझ्या

आईला विचारला, तर 'मी इथे यायची चूक केली आहे,' असे ती आधी सांगेल. मी सर्वसाधारणपणे कशी बेजबाबदार आहे किंवा कोण जाणे आणखी काय काय सांगेल ती! मी जर विकीला विचारले, तर तो मला तडक माघारी यायला सांगेल. हाच प्रश्न मी कूर्टला केला तर तो म्हणेल, मला असा प्रश्न विचारायचा हक्कच नाही; पण कोणत्याही प्रश्नाचे खरे उत्तर पुढे जात राहणे आहे, असे मला वाटते. 'मी काय करावे?' पुढे जात राहणे, शोधत राहणे आणि स्वतःला नव्याने शोधणे, हाच एक मार्ग आहे यावर.

मी धाडस करून त्या झुडपाकडे जाऊ लागले. माझ्या मागून आणखी आवाज आता येत आहे, असे वाटले. मी वळले तेव्हा चहूबाजूंनी तो आवाज येत आहे, असे मला जाणवले. तो आवाज आणि त्याचा प्रतिध्वनी एवढा जोरात येत होता की, मला माझ्या कानांवर हात ठेवावे लागले. मी जोरात ओरडले, "हे थांबव आता! थांबव आता हे!" जादू झाल्याप्रमाणे खरेचच सगळे जंगल एकदम सामसूम झाले. ती शांतता नीरव होती; पण त्या शांततेत एक प्रकारची भयाणता होती. ही जेड नावाची जी कोणी व्यक्ती आहे, ती मूर्ख असली पाहिजे, असे मला वाटले. एवढा आवाज करायची गरजच काय होती? त्याला मी दिसत नव्हते का? त्याचे काय डोकेबिके फिरले होते का?

मी त्या झुडपाच्या दिशेने हळूहळू पुढे जायला लागले. समोर जाऊन त्याला भिडायचेच, असे मी ठरवले. निदान आहे काय त्या झुडपामागे, की ज्यामुळे हा एवढा आवाज येतो आहे, ते मी पाहायचे ठरवले. चंद्रप्रकाश मंद होता; पण त्याच्या सरोवरातल्या प्रतिबिंबामुळे आसमंतात बऱ्यापैकी प्रकाश होता. त्या झुडपाच्या पलीकडे मी सावधपणे गेले. झुडपाच्या फांद्या बाजूला केल्यावर मी जवळजवळ मृतवतच झाले आणि पुतळ्याप्रमाणे उभी राहिले. एक बटबटीत डोळ्यांचा, गालफड बसलेला, हाडांच्या सापळ्यासारखा माणूस माझ्याकडे रोखून बघत होता. तो एखाद्या अदृश्य वस्तूवर वाकलेला आहे, असे मला वाटले. जणू ती काच असावी आणि त्याच्यावर तो हाताने धबधब मारत होता. त्याच्याभोवती काहीही दिसत नव्हते, तरीही तो कशावरतरी मारतो आहे असे मला दिसत होते. मी त्याच्याकडे अविश्वासाने एकटक पाहत होते. तेवढ्यात तो वळला आणि चारी दिशांना कशावरतरी धपाधपा मारत राहिला.

हा जेड की काय? तो शेवटी एक मानव आहे तर! पण तो असे हवेत मारत काय सुटला आहे? मी नीट जवळ जाऊन काळजीपूर्वक बघितले, तर तो एका काचेच्या पेटीत बंदिस्त असून चहूबाजूंनी कोंडला गेला आहे, असे मला दिसले. तो असा कोंडला का गेला होता? मी सावधपणे त्याच्या दिशेने जवळ जात राहिले.

त्याच्यापासून मी तीन फुटांवर होते तेव्हा तो क्षीण आवाजात काहीसे पुटपुटत होता, 'कृपा करून मला मदत कर' असे म्हणत होता. हे तो पुन्हा म्हणाला आणि मी त्याच्या मोठ्या, बटबटीत डोळ्यांकडे पाहत राहिले.

मी हे सगळे पाहून गोंधळले. विकी तर म्हणाला होता की, जेड मला कायमचे जखडून ठेवेल. इथे तर जेड स्वतःच अडकला आहे आणि मी त्याला सोडवावे, असे विनवतो आहे. मी काचेला स्पर्श करण्याकरता हात पुढे केला. एकदम, एकाएकी मोठा आवाज झाला आणि सगळे जंगल जागे झाले. मी एकदम गोठले. जेड आहेत तरी किती इथे? हे काय चालले आहे?

मी त्या झुडपाच्या पलीकडे जाऊन बघितले. तिथे दुसऱ्याच आकाराचा आणखी एक मनुष्य होता. जवळजवळ एक डझनभर माणसे काचेच्या पेटीत अडकलेली, बंदिस्त झालेली मला दिसली. मी त्या सगळ्यांच्या दिशेने पळत सुटले. मग त्यांचा आवाज थांबला. त्यांना माझी चाहूल लागली.

"कोण आहेस तू? तू जेड आहेस का?" मी त्या बटबटीत डोळ्यांच्या माणसाला विचारले. "तू इथे आत कसा?" मी विचारले, "ते बाकीचे आहेत तरी कोण?" चहूबाजूंना असलेल्या त्या एक डझन माणसांकडे बोट दाखवत मी विचारले. एका दमात मी अनेक प्रश्न विचारले.

"मी जेड नाही," तो माणूस क्षीण आवाजात म्हणाला. तो थरथर कापत होता. काचेतून बारीक आवाजात तो म्हणाला, "मी असा इथे अडकलो आहे, जसे इतर अडकले आहेत तसा." तो आजूबाजूला बघत म्हणाला, "मी काळाच्या पिंजऱ्यात जखडलो आहे."

"काळाचा पिंजरा?" मला तर तसा पिंजरा कुठेच दिसत नव्हता; पण मी हात पुढे केला तेव्हा बर्फासारख्या थंड वाटणाऱ्या कशालातरी माझा स्पर्श झाला. हाच तो काळाचा पिंजरा असावा, असे मला वाटले. ही सर्व माणसे जंगलात आली होती; पण इथून परत फिरू शकली नाहीत, कारण ती माणसे काळाच्या पिंजऱ्यात अडकली होती.

"तू इथे किती काळ आहेस?" मी त्याला विचारले.

"कायमचाच जखडलो आहे आणि तूदेखील आमच्याप्रमाणे जखडून बंदिस्त होशील." त्या माणसाच्या मागून एक आवाज आला, "कारण जेड तुला परत फिरू देणार नाही."

"का? असं का? का तो मला परत फिरू देणार नाही?" मी घाबरत विचारले.

“कारण मी वर्तमानाचा रक्षक आहे.” एक जाडाभरडा पण मोठा आवाज माझ्यामागून आला.

मी मागे वळून बघितले, पण तिथे कोणीच नव्हते.

“जेड, तू कुठे आहेस?” मी विचारले आणि माझ्यातल्या निर्भयपणाचे मला आश्चर्य वाटले.

“मी इथे आहे.” आवाज आला. एक पाच-सात वर्षांचा मुलगा माझ्यासमोर एकदम अवतरला. त्याचे डोळे टपोरे, काळेभोर होते. लहान मुलासारखी त्याची त्वचा नितळ व गोरी होती. त्याच्या चेहेऱ्यावर निष्पाप, निर्व्याज हसू होते.

“तू जेड आहेस का?” मी त्याला विचारले. त्याला बघून मला आश्चर्य वाटले. मला वाटले, जेड म्हणजे अगदी भूत नसले तरी एखादा जीर्ण-शीर्ण, सुरकुतलेला, कोत्या मनोवृत्तीचा मनुष्य माझ्यासमोर येईल. हा एवढासा, निष्पाप मुलगा इतक्या लोकांना पकडून काळाच्या साखळदंडात कसा बांधून ठेवू शकतो?

“हो, मी जेडच आहे.” तो मुलगा आनंदाने उच्चारला. मी त्याला ओळखलं म्हणून त्याला आनंद झाला होता. तो बोलत असताना त्याचा आकार बदलला. तो आता एक पूर्ण पुरुष झाला होता. तो उंचापुरा दिसत होता. एखाद्या रथातून चाललेल्या राजाप्रमाणे त्याचा पोशाख होता. ते पाहून मला आश्चर्यच वाटले. मी एकदम मागे उडी मारली. एका मुलाचे एका माणसात रूपांतर झाले, यावर मी काही प्रतिक्रिया द्यायच्या आधी जेडने परत आपले स्वरूप बदलले होते. आता तो जखमांनी भरलेला, त्यातून रक्त भळभळत असलेला एक माणूस झाला होता. हे पाहून मी जागच्या जागी थिजलेच. जेडकडे नक्कीच जादूटोणा करण्याची शक्ती अवगत असावी. त्याला पाहिजे त्या रूपात बदलण्याची त्याच्याकडे शक्ती होती. मी थरथरत होते.

“तू कोण आहेस?” मी त्या रूप बदलणाऱ्या जेडकडे किलकिल्या डोळ्यांनी पाहत विचारले. तो लहान मुलगा होता. मग एका माणसात त्याचे रूपांतर झाले. मग एका मुलीचे रूप त्याने घेतले. त्यानंतर तो एका स्त्रीरूपात मला दिसला. कुरूप ते अतिसुंदर, शक्तिमान ते पराभूत अशा सर्व रूपांत मला तो दिसला.

“तू आहेस तरी कोण?” माझ्यासमोर उभ्या असलेल्या म्हाताऱ्या स्वरूपातील जेडला विचारले. तो बुद्धिमान वृद्ध दिसत होता. त्याची पांढरीशुभ्र दाढी होती आणि त्याचे लांब पांढरे केस मानेवर रुळत होते. त्याने चंदेरी झगा घातला होता आणि तो एखाद्या चतुर, बुद्धिमान वृद्धाप्रमाणे तेजस्वी दिसत होता.

“मी जेड आहे. मी वर्तमानाचा रक्षक आहे.” माझ्याकडे हेतूपुरस्सर बघत तो म्हणाला.

“मला हे सगळे ज्ञात आहे; पण तरी तू आहेस तरी कोण? असे सारखे तुझे रूप तू बदलतो आहेस. खरा तू आहेस कोण?” माझ्या दिशेने दोन डझन डोळे माझ्यावर खिळले आहेत, हे मला जाणवले. त्यांना खात्री होती की, मीदेखील काही वेळातच त्यांच्याप्रमाणे काळाच्या बंधनात जखडून जाणार आहे.

मी वर्तमानकाळ आहे. त्यामुळे मला हव्या त्या स्वरूपात मी प्रकट होऊ शकतो. त्याने आपले खांदे उडवले आणि अशा तेजस्वी नजरेने माझ्याकडे बघितले, की जणू माझा आत्मा त्याच्यात वितळून जाईल.

“माझे आजचे वास्तव रूप मी निवडू शकतो. कालच्या बाबतीत मात्र कोणीच काही करू शकत नाही. ते घडून गेलेले असते. उद्या काय होईल हे कोणाच्याच हातात नसते; पण वर्तमानकाळात मात्र आपण काय करू शकू, हे रोजच्या रोज ठरवू शकतो. आज मी शहाण्या, अनुभवी वृद्धाची भूमिका बजावण्याचे ठरवले आहे. कारण तुझ्यापर्यंत पोहोचण्याकरता मला त्या रूपाची आवश्यकता आहे.” माझा हात हळुवारपणे हातात घेऊन, त्याने मला त्याच्याबरोबर जंगलात चलण्याचा आग्रह केला.

माझ्या मागे एक जोराचा आवाज ऐकू आला. मला खात्री होती की, त्या बटबटीत डोळ्यांच्या अडकलेल्या माणसाचा तो आवाज असावा. ती त्याने मला जणू सावध सूचना केली होती. त्याचा अर्थ मला उमगला. जेडबरोबर जाऊ नकोस असा त्याचा अर्थ होता. तू आमच्यासारखी अडकशील अशी सूचना होती. इथून पळत सूट. पण मी जेडबरोबर चालत राहिले. वर्तमानाचा रक्षक असलेला तो बुद्धिमान म्हातारा होता. त्याच्याबरोबर मी चालत राहिले.

मला दिलेल्या कोणत्याही सूचना आता फोल होत्या. मी अगोदरच त्याच्या तावडीत सापडले होते. मी त्याच्या ताब्यात होते. मला जेव्हा पळून जायची संधी होती, तेव्हा तो मला मदत कर अशी याचना करत होता. आता मला तिथून निसटण्याची सुतराम शक्यता नसताना तो मला तिथून पळ, असं सुचवत होता. लोक किती गोंधळलेले असतात. आयुष्यात वेळेला फार महत्त्व आहे. सगळे जग वेळेनुसार चालत असते. वेळा पाळत असते. पण आपण मर्त्य माणसे मात्र वेळेचे मोल समजून घेत नाही. स्वतःकरता आणि इतरांकरता आपण गुंतागुंत वाढवून ठेवतो.

जेड हसला. त्या शांत जंगलात त्याच्या हसण्याचा आवाज घुमला. “मला

माहीत आहे की, तू बोमोला भेटली आहेस आणि लुइहीपासून स्वतःला वाचवलं आहेस, याचंही मला आश्चर्य वाटतं. लुइहीच्या तावडीतून तू सुटका करून घेतलीस यामुळे मी फार प्रभावित झालो आहे. तिच्या तावडीतून सुटका होणं महाकर्मकठीण आहे.'' माझ्यावर तो जरा खूश झालेला आहे, अशा नजरेने त्याने माझ्याकडे बघितले.

''माझ्या तावडीतून आत्तापर्यंत कोणीही सुटलेलं नाही, हे तू बघतेच आहेस.''

बोमो आणि लुइहीपेक्षा आपण जास्त प्रभावशाली आहोत, याचा गर्व जेडच्या बोलण्यातून जाणवत होता. भविष्यकाळ आणि भूतकाळ यापेक्षा वर्तमानकाळ जास्त प्रभावी आहे, प्रभावशाली आहे, याचा अहंकार त्याच्या बोलण्यातून जाणवत होता. तेच त्याला सुचवायचे होते.

जिथून झाडांची सुरुवात झाली, त्या दिशेने जेड मला घेऊन जात होता. एका छोट्याशा डबक्याकडे त्याने माझे लक्ष वेधून घेतले. ''तिथे जाऊन आपण बोलू या,'' तो मला म्हणाला. ''तुला खूप बोलायचं आहे, हे मी जाणून आहे.'' तो चेष्टेच्या स्वरूपात मला म्हणाला.

हो, मला खूप बोलायचे आहे. माझ्या उदरभरणासाठी बोलणे हाच माझा व्यवसाय आहे. दुसऱ्यांना काय म्हणायचे आहे याचा बऱ्याच वेळा मला विसर पडलेला होता, हे माझ्या आता लक्षात येऊन चुकले आहे. मी त्यांचे ऐकून न घेतल्यामुळे त्यांची विचारांची दिशा कोणती असेल, हे मी समजूनच घेतले नाही. मी त्यांना गृहीत धरले. त्यांना काय हवे आहे, त्यांचा काय विचार आहे, याचा मी कधी विचारच केला नाही. माझ्या एकाकी आयुष्याची ही बहुधा सुरुवात असावी. मला इतके बोलायचे होते की, दुसऱ्यांचे ऐकायचे असते, हेच विसरून गेले होते.

त्या डबक्याकडे जात असताना जेडने माझा हात धरूनच ठेवलेला होता. मी पळून जाऊ नये यासाठी हात धरलेला होता का सौजन्य दाखवण्यासाठी होता, हे मला कळत नव्हते. एका धातूच्या बुंध्याकडे बोट दाखवत तो म्हणाला, ''आपण इथे बसू या.''

अजूनही माझ्या मागून ते आवाज आदळत होते. मला वाटते, मी हळूहळू त्यांच्यासारखीच सापळ्यात अडकत चालली आहे. त्या माणसाच्या तावडीतून सुटून पळत जावे, असे मला वाटले. त्या बटबटीत डोळ्यांच्या माणसाकडे जाऊन त्याने तो कर्कश्श आवाज बंद करावा, असे त्याला सांगायची इच्छा मला झाली. स्वतःची सुटका करून घेण्याकरता स्वतःची ताकद पणाला लावावी, उगीच मला आवाज करून त्रास देऊ नये, असे मला वाटले. मी शांत चित्त होते असे काही नाही;

पण तरीही त्याचा तो आवाज मला सहन होत नव्हता.

"मी वर्तमानकाळाचा रक्षक आहे." जेड गर्वाने म्हणाला. इथून जाण्यासाठी तू फक्त वर्तमानकाळातच असले पाहिजेस. जगात फक्त वर्तमानकाळ आणि चालू क्षण हा खरा आहे. भविष्याप्रमाणे भूतकाळही अस्तित्वात नसतो. एकच सत्य आहे ते म्हणजे वर्तमानकाळ. तू जर काळात, वर्तमानात जगत नसशील, तर तुझे अस्तित्वच असून नसल्यासारखे आहे." माझ्याकडे बोट दाखवत तो म्हणाला. आता त्याचा अवतार एखाद्या खाटकासारखा झाला होता. "तुझं अस्तित्वच नसेल, तर तू परत जाऊ शकशील का?" हुशार वृद्धाचे रूपांतर त्या खाटकात झाले होते. माझ्यासमोर तो खाटीक उभा होता. तो मला हिणवत होता, जोरजोरात हसत होता. वारा वेगाने सळसळत होता.

रागाने मी जळफळत होते. सगळ्या दिशांतून तो थपथपाट येतच होता. मला पळून जायचे होते. मला माघारी फिरायचे होते.

आता त्या खाटकाचे एका सुंदर, रेखीव ग्रीक देवतेसारख्या रूपात रूपांतर झाले होते. त्या अतुलनीय रूपाच्या देखण्या पुरुषाने त्या डबक्यात खाली वाकून आपले हात बुडवले. आपल्याबरोबर स्नान करण्यासाठी मला डिवचले. एरवी मी त्याच्याबरोबर स्नान करायला तयार झाले असते; पण आता मात्र त्याचा हेतू मला सरळ वाटत नव्हता. त्याच्या मनात काहीतरी काळेबेरे आहे, असे मला जाणवले.

"जर तुला सापळ्यात अडकवायचं असेल, तर अतिशय प्रेमानं, हळुवारपणे मला हे काम करायला हवं." तो हे इतक्या प्रेमळपणे म्हणाला की, मी विरोध करू शकले नाही. त्याने मला विषाचा पेला समोर केला असता, तरी मी तो आनंदाने प्यायले असते. त्याच्या कब्जात मी पूर्णपणे सापडले होते. माझ्या मागे परत प्रचंड मोठा आवाज झाला. त्या ग्रीक देवतेचा चेहरा आणि शरीर धारण केलेल्या जेडने डबक्यातून आपला हात बाहेर काढला. त्या वेळेला त्याच्या हातातून चिकट, पारदर्शक स्राव स्रवत होता. त्याने माझ्या डोक्यावर तो हात धरला. एका क्षणात माझ्याभोवती एक अर्धपारदर्शक पेटिका तयार झाली. इतर सर्व जसे अशाच प्रकारच्या पेटीत अडकले होते, तशीच ती पेटी होती. जेडने काळाच्या बंधनात मला जखडून टाकले होते.

जेव्हा मी माझ्याभोवती तयार झालेल्या पेटीवर हात ठेवला, तेवढ्यात जेड परत बुद्धिमान हुशार माणसाच्या रूपात बदलला गेला होता. तो म्हणाला, "हा काळाचा पिंजरा आहे." त्याच्या या निर्मितीवर तो खूश होता. या पेटीच्या आतल्या भिंतीवर तुझ्या मनातले विचार उमटलेले दिसू शकतील.

जेड हे बोलत असतानाच मला माझ्याभोवती असलेल्या भिंतीच्या आतल्या बाजूला एकामागून एक चित्रे यायला लागली. माझ्या मनात चाललेले विचार त्या भिंतीवर दिसायला लागले होते. एखादा चित्रपट भराभर पुढे सरकवला जावा, तशी अस्पष्ट दृश्ये माझ्या समोरून सरकत होती. जंगल, विकी, लुकलुकणारे मोटारीचे दिवे, माझी कुत्री, बोमो, कूर्ट, एक मृतदेह, माझा स्वतःचा मृतदेह, माझा या पेटीत अडकलेला सांगाडा अशी चित्रे मला दिसायला लागली. ओळीने, असंबद्ध चित्रमालिका दिसत होती. माझा भूतकाळ आणि भविष्यकाळ यांची ती सरमिसळ होती.

"तुमच्या मनात आत्ता काय चाललेले आहे तिथं तुम्ही या वेळी पोहोचलेले असता." असे जेड म्हणाला, "तुम्ही जर वर्तमानकाळात जगत नसाल, तर तुम्हाला जगायचा अधिकार नाही. त्याचप्रमाणे आपल्याबरोबर त्या निरर्थक जगात इतरांना फरफटत नेण्याचा अधिकार नाही. तुम्ही जर वर्तमानकाळात जगत नसाल, तर इतरांना तुम्ही तुमच्या भूतकाळात नेण्याचं कारण नाही. तुम्ही वर्तमानात जगत नसाल, तर तुम्ही तुमचं भविष्यही बिघडवून टाकता, इतकंच नव्हे, तर इतर लोकांचा वर्तमानही बिघडवता." जेड रागानेच बोलला, तेव्हा मी माझ्यासमोर सरकणाऱ्या माझ्या भूतकाळाची दृश्ये बघण्यात थकून गेले होते.

"बाहेर पडण्याचा एकच मार्ग तुझ्यासमोर आहे, तो म्हणजे तुमचं मन वर्तमानकाळात असलं पाहिजे." अडकलेल्या इतर माणसांकडे बोट दाखवत जेड म्हणाला, "तसं व्हायला तुला भरपूर वेळ आहे." असे म्हणून जेड तिथून अचानक नाहीसा झाला.

मी त्या काचेच्या आवरणात उभी होते. मी खरेच अगदी एकटी होते; पण मनाने एकटी नव्हते. सगळे जग माझ्याबरोबर तिथे एकवटले होते. ते जग गोंधळलेले होते. भयानक भूतकाळ आणि घाबरवून टाकणारा भविष्यकाळ समोर दिसत होता. मी तिथे अडकले होते. मी जणू अनंतात अपूर्ण स्वरूपात अडकले होते. माझा भूतकाळ आणि भविष्यकाळ यांत मी पूर्णपणे गुंतून पडले होते. त्यातून वर्तमानकाळात येणे, हा एकच सुटकेचा मार्ग होता.

जेड निघून गेला होता. तो परत यावा अशी माझी इच्छा होती. त्याच्याशी मला बोलायचे होते. मी काही हे असे व्हावे याकरता इथे आले नव्हते. त्याने चूक केली होती. मला कूर्टने इथे पाठवले होते. मी एक मूर्ख मुलीसारखी त्याचे ऐकत होते. मला घरी परतायचे होते. मी चूकच केली होती. कूर्टने पण चूक केली होती. कोणीतरी भयंकर चुकलेले होते, हे खरे. मला इथून बाहेर पडायचे होते.

मी सुटकेकरता शेवटचे अस्त्र काढले. मी रडायला लागले. माझी असहायता रडण्यामुळे अधिकच दिसायला लागली. मी किती असहाय आहे हे रडण्याच्या अस्त्रामुळे सगळ्यांना कळले होते. अश्रूचा प्रत्येक थेंब मला आणखीनच कमजोर करत होता. "हे रडणं थांबव," मी स्वतःलाच ओरडले. ही अशी असहायता दाखवायची वेळ नाही. या जंगलाबाहेर विकी माझी वाट पाहत आहे. मी त्यालाही वेळेत जखडून ठेवले आहे. काहीतरी करून मला इथून बाहेर पडायलाच हवे. काही वेळा आपल्याला समजत नाही की, किती लोक आपल्यामुळे खोळंबले आहेत. आपल्यामुळे कितीतरी माणसांनी त्यांचे आयुष्य आपल्या आयुष्यात गुंतवले आहे. ही रडायची वेळ नाही. आता संयम ठेवायला हवा.

रागाने मी डोळे पुसले. मला डोळ्यांसमोर बोमो दिसला. जेडच बोमोच्या स्वरूपात माझ्या त्या पेटीच्या बाहेर उभा होता. बोमो भविष्याचा रक्षक होता. तो जवळ आला आणि डोकावून म्हणाला, "मी तुला मदत करू शकत नाही. तू तुझा भविष्यकाळ बघू शकतेस. भविष्याची कल्पना करू शकतेस, पण त्या काळात तू आत्ता जगू शकत नाहीस. भीतीवर आधारलेले भविष्य तुझाच पुढे सर्वनाश करेल. तुझा वर्तमानकाळसुद्धा बिघडवून टाकेल."

"बोमो!" मी कळवळून ओरडले. बोमो मला मदत करेल. पण बोमोचे रूपांतर लुइहीमध्ये झाले. "तुला काही किंमत उरणार नाही, तुझा भूतकाळ हेच तुझं सत्य असेल. तुझा भूतकाळ तुला कधीच सोडणार नाही, तो आज तुला साथ देईल आणि भविष्यातही!" तिने थट्टेच्या स्वरात म्हटले.

मी अडकले होते. जेड सारखे त्याचे स्वरूप बदलत होता. त्यामुळे माझी असहायता अधिकच वाढत होती.

माझ्या समोरची चित्रे आता अधिकच स्पष्ट दिसायला लागली. माझ्या वडिलांनी मला क्षुल्लक चुकीबद्दल जी थोबाडीत मारली होती, ती मला दिसत होती. माझ्यासमोर या घटना प्रत्यक्ष घडत आहेत असे मला जणू वाटत होते. थोबाडीत मारल्याचे मी समोर पाहत होते; पण ते आत्ता प्रत्यक्ष घडत आहे असे वाटून माझे गाल खरेचच हुळहुळत होते. कित्येक दशकांपूर्वी माझ्या वडिलांनी मला थोबाडीत मारली होती, तरी त्याचे दुःख आत्तादेखील मला जाणवत होते.

"जिथं तुमचं मन असतं तिथंच तुम्ही असता." लोहाचे दात अधांतरीच तोंडात हलत होते. ते दात दाखवत ती आत्तादेखील हसली. मला दयनीय वाटावे हाच जणू जेडचा उद्योग झाला होता.

माझ्या गालावरचे हुळहुळणे जरा कमी झाल्यावर मी बघितले की, माझी गाडी

प्रचंड वेगाने धावत आहे आणि एका कड्यावरून ती खाली कोसळत आहे. मी प्रत्यक्षात खाली पडले. माझे डोके आपटले. त्यातून रक्त यायला लागले. मी वेदनेमुळे रडायला लागले. दर वेळी जेव्हा मी मोठ्या रस्त्याने गाडी चालवत जात असे, त्या वेळेला हे दृश्य माझ्या डोळ्यांसमोर नेहमी येत असे. आत्ता, या क्षणाला तेच दृश्य अक्षरशः मला मारून टाकत होते. मला माझ्या भविष्याबद्दल वाटत असलेली भीती वर्तमानकाळात मला जाणवत होती. तो अपघात चित्ररूपाने प्रत्यक्ष भिंतीवर दिसत होता असे नाही, तर मला त्याच्या वेदना जाणवत होत्या, या क्षणाला.

"अपघात ही तुमची कल्पनाशक्ती आहे; पण तुम्हाला त्याची सतत भीती वाटत असते हे त्यावरून जाणवतं. आज त्याचा विचार डोक्यात आला तर तोच तुमचा वर्तमानकाळ होतो." बोमो मला म्हणाला. लुइही आणि बोमोच्या रूपात जेड माझी थट्टा करत होता. मी जर वर्तमानकाळात जगत नसेन, तर भूतकाळ आणि भविष्यकाळ याला काही अर्थ उरत नाही, असे सुचवत होता.

ते दृश्य भिंतीवरून नाहीसे झाल्यावर आणि रक्ताचे डागही दिसेनासे झाल्यावर मी धडपडत उठले. माझ्या भूतकाळातील आणि भविष्यकाळातील दृश्यं जसजशी त्या भिंतीवर दिसत होती, तसतशी आत्ता मी त्या त्या काळात आहे, हे मला जाणवायचे. माझा भूतकाळ परत परत समोर दिसत होता, तरीही भविष्यकाळही वाईट आहे असे मला जाणवायला लागले. माझ्या भीतीचा आणि नकारात्मक विचारांचा खचवून टाकणारा अनुभव मी घेत होते.

इतकी भयानक चित्रे माझ्या समोरून सरकत होती, की मी डोके धरून मटकन खाली बसले. सुन्न झाले. हे थांबले पाहिजे. हे जर थांबले नाही, तर मी मरून जाईन. भूतकाळातला आणि भविष्यकाळातला प्रत्येक विचार माझ्या समोरून आत्तादेखील प्रत्यक्ष सत्य असल्याप्रमाणे जाणवत होता.

काळाच्या पिंजऱ्यात अडकल्यामुळे माझा भूतकाळ आणि भविष्यकाळ मला छळतो आहे असे नाही. जेव्हा जेव्हा आधी घडलेल्या दुर्दैवी गोष्टी मी आठवत असते, त्या वेळी माझा वर्तमानकाळदेखील बिघडलेला असतो. जेव्हा जेव्हा मला माझ्या भविष्याबद्दल भीती वाटते, तेव्हा तेव्हा माझा वर्तमानकाळदेखील मी बिघडवून टाकते. तो आनंदात घालवत नाही. माझ्या नकळत मी सबंध आयुष्यभर अशीच जगत आले आहे.

माझ्या काचेच्या पेटीवर बाहेरच्या बाजूने कोणीतरी टकटक करत होते, तिकडे माझे लक्ष गेले. मी त्या पेटीत पडल्या पडल्याच सुन्न झालेले डोके वर करून

बघितले. एक सुटाबुटातला माणूस मला दिसला. त्याचे काळेभोर केस त्याने उलटे मागे फिरवलेले होते. त्याने चष्मा घातला होता. तो तरतरीत होता. एखाद्या व्यावसायिकाप्रमाणे दिसत होता. तो जेड होता. मी वर्तमानाचा रक्षक आहे, हे तो दाखवत होता.

"वर्तमानात जगणं म्हणजे भविष्याची चिंता करायचीच नाही, त्याबद्दल डोळ्यांसमोर रूपरेषाही नसणं असं नाही. तुझ्या भीतीमध्येच तू तुझं भविष्य रंगवलेलं आहेस. तेच तुला दिसतं आहे आत्ता. सुंदर भविष्यकाळ फक्त मनात असून, त्याची स्वप्नं बघून चालत नसतं. मनातील भीती दूर करून, आपण आपलं भविष्य आपल्याला हवं तसं घडवू शकू की नाही, ही साशंकता दूर केली पाहिजे. आजपर्यंत आपल्या गाडीला अपघात होणार, ही बाळगलेली भीती खरी झाली नाही. जेव्हा जेव्हा तू गाडी चालवत असतेस त्या त्या वेळी सतत आपण अपघात करणार ही भीती तुझ्या डोक्यात चालू असते. त्यामुळे तू स्वतःवर आणि इतरांवर त्या अपघाताची शक्यता मात्र वाढवत असतेस. तुझ्या भविष्याबद्दलच्या कल्पना सतत भीतीच्या छायेत असतात. भविष्याची कितीही चांगली स्वप्नं बघितलीस, त्याकरता कितीही धाडस केलंस, तरीही तुझा भूतकाळ आणि भविष्यकाळ यांची तुझ्या मनातली भीती तुझा वर्तमानकाळ बिघडवते." तो एखाद्या कार्पोरेट गुरूप्रमाणे बोलला.

"त्या भूतकाळाच्या दोरानं तू स्वतःला जखडून ठेवलं आहेस, तो तू मुक्त कर. तुझा घाणेरडा भूतकाळ तू लुइहीजवळ सोडून आलेली आहेस. त्याचप्रमाणे इतरांनी वाईट केलेला तुझा भूतकाळ तू सोडून द्यायला हवास. तुम्ही इतरांचं काय वाईट केलं हे तर विसरून जायला हवंच. एवढंच नाही, तर इतरांनी तुम्हाला भूतकाळात जो त्रास दिला तोही विसरा. तुझ्या वडिलांनी तुला एकदाच थोबाडीत मारली त्याचं दुःख तू जन्मभर बाळगून आहेस, म्हणून तू स्वतःला रोज थोबाडीत मारून घेत आहेस. तुला वर्तमानात जगायला हवं, म्हणजे तू तुला हवं तसं तू वागू शकशील. वर्तमानातच तुम्ही काहीतरी निर्माण करू शकता. काहीतरी निर्माण करा किंवा सर्वनाशाला सामोरं जा." एवढं बोलून जेड नाहीसा झाला. बाहेर पडण्याचा मार्ग मला दाखव असे मी म्हणणार, एवढ्यात तो दिसेनासा झाला.

इतरांप्रमाणेच मीही वेळेच्या सापळ्यात अडकले होते. बाहेर कसे पडायचे हे मला माहीत नव्हते. आज रात्री मी जर सुटका करून घेतली नाही, तर मी कधीच सुटणार नाही. विकी परत जाईल आणि माझी घरी परतायची एकमेव संधी निघून जाईल. मी या सापळ्यातून कधी बाहेर पडणार?

माझ्या मनातील विचार पूर्ण व्हायच्या आत त्या भिंतीवर दुसरे दृश्य दिसायला लागले. ते माझ्या आजोबांच्या अंत्यविधीचे होते. ते वारले त्या वेळी माझी जगण्याची इच्छाशक्तीच संपुष्टात आली होती. आत्ता तेच विचार माझ्या मनात पिंगा घालत होते. त्यांचे शरीर जेव्हा चितेवर ठेवले आणि त्याला अग्नी दिला, ते पाहून मी म्हणाले, ''क्षणभर थांबा.'' जादू घडल्याप्रमाणे माझ्या समोरचे दृश्य थांबले. मी माझ्या भूतकाळात डोकावत होते, त्याच वेळी समोर ते दृश्य यावे हा एक चमत्कारच होता.

''एक मिनिट थांबा.'' कपाळावर आठ्या घालतच मी उठले. भिंतीवर आजोबांना अग्नी दिल्याचे दृश्य परत दिसायला लागले. माझे दुःख, माझी झालेली अपरिमित हानी याचा विचार करता करता माझ्या आजोबांचा अखेरचा निरोप घ्यायचे मी विसरले. त्यांच्या पवित्र आत्म्याला शांती मिळावी म्हणून प्रार्थना करायचेही राहून गेले. माझ्या दुःखातच मी एवढी गुरफटून गेले होते की, त्यांनी दिलेल्या धाडस आणि चांगुलपणा या स्वभावाच्या, माझ्याकडे आलेल्या त्यांच्या देणग्यांबद्दल मी साफ विसरून गेले होते. माझे आजोबा आता हयात नाहीत; पण त्यांच्या सद्‌गुणांचा सुगंध मला आयुष्यभर पुरेल एवढा आहे. मी त्यांच्या मृत शरीरासमोर अश्रू ढाळत बसले; पण त्यांनी मला कसे जगावे हा अमोल असा संदेश दिला, त्याबद्दल मी पार विसरून गेले. माझ्या मनातले अंतिम दर्शनाचे दृश्य नाहीसे झाले. ते दिसेनासे झाल्यावर माझ्या अंगात एकदम तरतरी आली.

मी इकडे तिकडे बघितले; पण तिथे कोणीच नव्हते. आता समोर एकदम दुसरे दृश्य दिसायला लागले. मला खूप खूप श्रीमंत, अगदी अब्जाधीश व्हायचे होते; पण तशी श्रीमंत होण्याची माझी कुवत आहे की नाही, याबद्दल मला खात्री नव्हती. अमर्यादित पैसा मिळावा अशी तीव्र इच्छा होती, पण मी तो मिळवू शकेन याबद्दल मी साशंक होते. म्हणून मी आत्ता खूप श्रीमंतही नव्हते आणि तेवढी श्रीमंती मिळवण्याइतकी क्षमता माझ्यात नाही.

माझ्या सगळ्या इच्छा-आकांक्षा अपुऱ्याच राहिल्या. त्यामुळे माझ्या जीवनात नैराश्य आणि असमाधान मात्र आले. कारण ती श्रीमंती मी माझ्या डोळ्यांनी पाहिली होती, पण त्याकरता लागणारे कष्ट मी केले नव्हते. सध्या वर्तमानकाळात मी नैराश्यवादी, असमाधानी आहे हे दृश्य मी समोर पाहिले तेव्हा मी म्हणाले, ''क्षणभर थांबा.'' त्या वेळेलाही ते दृश्य तसेच थांबले.

त्या दृश्यात मी फारच दयनीय वाटत होते. ते पाहून मी मनात म्हटले, ''नाही, मी अशी नाही. मी करू शकते. मी सक्षम आहे. मी जीवनात जेवढं करू शकले,

त्यापेक्षा माझ्यात जास्त कुवत आहे; पण अब्जाधीश व्हायचं स्वप्न जरी माझं असलं तरी त्याकरता जे कष्ट करायला हवेत, ते मी करत नाहीये. फक्त करोडपती व्हायचं आहे असं म्हणून उपयोग आहे का? मी आपली रोजचंच जीवन जगते आहे. मला उज्ज्वल भविष्यकाळ हवा असेल, तर मी जास्त कष्ट करायला हवे. माझी खूप श्रीमंत होण्याची लायकी नाही असं नाही. ज्यायोगे माझं हे ध्येय साध्य करता येईल त्याप्रमाणे मी प्रयत्नांची कास धरायला हवी.''

मी पाहिलेल्या माझ्या त्या करूण, दयनीय छबीमुळे मी स्वतःला फारच क्षुद्र, सामान्य आहे असे वाटले. पण जेव्हा माझ्या मनात माझ्या कुवतीविषयी चांगले विचार मी करू लागले, माझ्या मनावर मी काबू ठेवला, माझी मानसिक ताकद वाढवली, त्या क्षणाला ते करुण दृश्य पुसट झाले. मी प्रयत्न करून माझ्या त्या दयनीय चित्राला थोपवले.

आता परत दुसरे दृश्य दिसू लागले. दुसऱ्या स्त्रीच्या प्रेमात पडल्यामुळे माझ्या प्रियकराने मला सोडून दिले. हा विचार डोक्यात आल्याबरोबर नेमके तेच दृश्य समोर दिसू लागले. ते चित्र पाहून नैराश्याच्या गर्तेत जाण्यापूर्वी मी ओरडले, ''थांब, मी चुकीच्या माणसाची निवड केली होती. मी त्याच्यावर प्रेम करते म्हणून त्याला निवडलं असं नाही; पण माझी गरज जी त्या वेळी मी पूर्ण करू शकत नव्हते, ती तो पुरी करू शकत होता, म्हणून मी त्याला प्रियकर मानलं. प्रेम होतं म्हणून त्याला निवडलं असं नाही. मी खूप सुंदर आहे अशी कोणीतरी माझी स्तुती करावी, ही माझी त्या वयात गरज होती. त्या वेळी मला माझ्यात असलेल्या सौंदर्याची जाणीव नव्हती. दुसऱ्यानं माझं कौतुक करावं असं वाटे. माझं स्वतःवर प्रेम नव्हतं. त्यानं माझ्यावर प्रेम केलं, म्हणून मीही त्याच्या प्रेमात पडले. पहिल्या दिवसापासूनच त्या प्रेमात फार अर्थ नव्हता. कधीतरी त्याचा स्फोट होणारच होता.'' आश्चर्यकारकरीत्या हे विचार डोक्यात आल्याबरोबर ते चित्र नाहीसे झाले.

समोर आणखी काही दृश्ये दिसायला लागली. या वेळेला जास्त जास्त अंतराने नवीन दृश्ये येत होती. प्रत्येक वेळी नवीन चित्र आले की, त्यातील प्रसंगाची जबाबदारी मी माझ्यावर घेत होते. समोर दिसत आहे, त्या चित्रातील प्रसंगांची पूर्ण जबाबदारी माझी आहे, हे मी मानायला लागले. कोणावर दोषांचे खापर फोडले नाही, कोणावर टीका केली नाही. या सगळ्यांची मी बळी ठरले, ही भावनाही मनात आली नाही. जे काही माझ्या जीवनात घडले त्याची पूर्ण जबाबदारी मी स्वीकारली. मी असे केल्यामुळे समोरचे दृश्य लगेच अंधूक होत होते. माझ्यावर त्या चित्रांचा नकारात्मक परिणाम झाला नाही.

या सगळ्याकरता मी कित्येक तास घालवले; पण प्रत्यक्षात आपण अनेक वर्षे घालवली असे मला वाटायला लागले. समोरची चलच्चित्रे येत राहिली, नाहीशी झाली. प्रत्येक चित्राच्या वेळी उभे राहत मी त्या घटनांची जबाबदारी स्वीकारली. मला जास्त मानसिक ताकद मिळाली. त्या काचेच्या कपाटाच्या भिंतीच्या समोर एखाद्या विजयी योद्ध्याप्रमाणे मी उभी राहिले. भूतकाळ विसरून वर्तमानकाळाला ताठ मानेने तोंड द्या आणि भविष्याची काळजी करू नका; कारण मला माहीत आहे की, आपल्या बाबतीत घडलेल्या प्रत्येक घटनेची जबाबदारी आपण स्वीकारली पाहिजे आणि आपले भविष्य आपण घडवले पाहिजे. जर मी हे केले, तर आज माझ्या पायाखालची जमीन स्थिर राहील. मी ताठ मानेने जगू शकेन. भूतकाळात माझ्या हातून जरी काही चुका झाल्या असल्या, तरी जर मी त्या चुकांची जबाबदारी स्वीकारली, तर आजसाठी मी निश्चित काहीतरी सुधारणा करू शकेन. भविष्याची चिंता मला सतावत असेल, तर मी आजपासून त्याकरता काहीतरी करायला सुरुवात करेन. मी सगळी जबाबदारी घेईन. काहीतरी निर्माण करणे हे वर्तमानकाळातच होऊ शकते. आज मी वर्तमानकाळात जगते आहे म्हणूनच मी माझा भूतकाळ बदलू शकते. ते शक्य आहे आणि माझे उज्ज्वल भविष्य मी बनवू शकते.

माझ्या आत्तापर्यंतच्या आयुष्यात अनुभवली नाही एवढी शक्तिमानता त्या काचेच्या पेटीत मी बंदिस्त असताना अनुभवत होते. माझ्या नसांतून शक्ती सळसळत असलेली मला जाणवली. समोरची दृश्ये एकदम थांबली. आता त्या भिंतीवर काही नव्हते. एकही पुसटदेखील प्रतिमा नव्हती. थंड वाऱ्याची झुळूक आली. मी एकदम शहारले. हा सुंदर थंड वारा आला तरी कुठून? मी माझे दोन्ही हात फैलावले, तर गंमत म्हणजे ती भिंत नाहीशी होऊन माझे हात पेटीच्या बाहेर पसरलेले होते. तिथे भिंत नव्हतीच. मी मुक्त झाले होते! मी नाचायला लागले. त्या जागेपासून मी पळत सुटले. मी त्या काळाचा पिंजरा तोडून बाहेर पडले होते. मी आता वर्तमानात होते.

जेड कुठे आहे? मी जोरात ओरडले, ''जेड–'' त्याने हे सगळे बघितले का? मी आता किती ताकदवान झाले आहे, हे त्याने बघितले का? ''जेड!'' मी परत ओरडले, ''मी आता स्वतंत्र, मुक्त आहे.'' मी परत नाचायला लागले.

''मी सगळं पाहतो आहे.'' एक छोटा मुलगा माझ्यामागे उभे राहून हसत बोलत होता.

''जेड, तू परत वृद्ध माणूस हो. मला त्या शहाण्या, अनुभवी वृद्धाशी बोलायचं आहे.'' मी हसत बोलले.

“तू वर्तमानात असताना मी तुझ्याशी बोलू शकतो आणि तू वर्तमानकाळात असतेस तेव्हा म्हातारी नसतेस. तू एखाद्या बालकाप्रमाणे तरुण, मुक्त आणि नवीन आहेस.” त्याने टाळ्या वाजवल्या आणि माझ्या मुक्ततेचे स्वागत केले.

“मी घरी जात आहे. मी बाहेर पडून हे सांगणार आहे जगाला.” मी जेडला माझ्या हातात उचलून घेतले. त्याला हाताचा झोका करून इकडे तिकडे फिरवले. जेड लहान मुलाप्रमाणे हसत होता. माझ्या मनःस्थितीचे चित्र त्याच्यात उमटलेले मला पाहायला मिळाले.

“उत्तर सोपं होतं, जेड.” मी थांबले. त्याचा हात पकडला. जेडचे रूपांतर आता परत एका अनुभवी वृद्ध माणसात झाले. “भूतकाळाची आणि भविष्याची जबाबदारी माझी मी घेतल्यावर मी आता वर्तमानकाळात आहे, असं मला जाणवलं.” माझ्या डोळ्यांत आनंदाश्रू आले.

“अनेक पिढ्या उलटून गेल्या तरी जीवनाचं हे सार सर्वांना समजत नाही. प्रत्येक घटनेची जबाबदारी स्वतः स्वीकारणं हे फार कठीण असतं. त्या काळाच्या पिंजऱ्यात लोक मरतात, पण स्वतःच्या झालेल्या चुका कबूल करत नाहीत. इतरांना दोष देत बसतात.” जंगलाच्या बाहेर जगात असलेल्या लोकांकडे अंगुलीनिर्देश करत जेड म्हणाला.

“आयुष्य वर्तमानकाळातच जगायचं असतं. त्यातच काहीतरी उत्तम करायची संधी तुम्ही ठरवलंत तर मिळत असते; पण जर या वर्तमानकाळात जगताना भविष्यकाळ आणि भूतकाळ यांचाच विचार आपण करत बसलो, तर आपला सर्वनाश अटळ असतो.” जेड माझ्याबरोबर चालत असताना बोलत होता. आम्ही दोघे तलावाच्या दिशेने जात होतो.

“तू वेळेचा पिंजरा मोडलास. ज्यानं हा मोडला तो अजिंक्य होतो. तुम्हाला पाहिजे तो मार्ग या वर्तमानात तुम्ही निवडू शकता. तुम्हाला हवं ते मिळवू शकता. वर्तमानकाळातच तुम्ही मुक्त, स्वतंत्र असता. ब्रह्मांडाचं प्रतिबिंब दर्शवणारं एक मुक्त अस्तित्व. आता पळ आणि चांगलं जग.” जेड उत्साहाने हसला आणि त्याचे परिवर्तन परत बालकात झाले.

मी तलावाकडे पळत सुटले. बोट पकडून मला घरी जायचे होते. मी पळायला सुरुवात करणार तेवढ्यात कशावरतरी धपके मारल्याचा आवाज आला. मी वळून बघितले. ते वेळेच्या पिंजऱ्यात अडकलेले बारा लोक होते. मी त्या बटबटीत डोळ्यांच्या माणसाजवळ गेले. मी मुक्त झाले हे बघून त्याच्या डोळ्यांत आश्चर्य दिसत होते.

"तुम्ही स्वतःवरचं बंधन तोडू शकता. तुम्ही वर्तमानात येऊ शकता. फक्त जे घडून गेलंय आणि पुढे घडणार आहे, त्याची सर्वथा जबाबदारी घ्या!" मी कळकळीने त्याला सांगितले.

त्याने माझ्याकडे थंड नजरेने बघितले आणि क्षणार्धात मी त्याच्या नजरेत आणि हास्यात ती चमक पाहिली, जी फक्त दिव्यत्व पाहिलेल्या माणसाच्यातच येऊ शकते.

"मी जबाबदारी घेऊ शकतो!" तो हलकेच म्हणाला. त्याचे खोल डोळे अश्रूंनी भरून आले. "मी जबाबदारी घेऊ शकतो," गदगदून तो पुटपुटला. बंधनातल्या सर्वांकडे मी पाहिले. "जबाबदारी घ्या." मी ओरडले. माझे शब्द आनंदित होऊन सगळ्या जंगलात घुमले. मला कळून चुकले की ते सारे लवकरच मुक्त होतील, कारण स्वतःची जबाबदारी स्वीकारणे आणि घेणे, हेच खरे स्वातंत्र्य आहे.

तलावाकाठी लावलेल्या नावेकडे मी धावत निघाले. जेड, तो लहानसा मुलगा ती माझ्यासाठी तयार करून उभा होता.

"ही नाव तुला जंगलाबाहेर जायच्या रस्त्यावर नेऊन सोडेल." जेड खूश होत म्हणाला. त्याने नाव ढकलली आणि माझा निरोप घेतला. त्या वेळी त्याच्या डोळ्यांत मला आनंदाची चमक दिसली.

मी नावेतून उतरून जंगलात त्या जागेकडे पळत सुटले, जिथे मी माझा कोट आणि गरम कपडे ठेवले होते. मी ते कपडे घेतले आणि अंधारातून वाट काढत निघाले. विकी बाहेर माझी वाट पाहतो आहे की नाही, हे मला त्या वेळी महत्त्वाचे वाटले नाही. बाहेर पडायला मला उजेड दिसतो आहे की नाही हेही मला महत्त्वाचे वाटत नव्हते. मी वर्तमानकाळात ठामपणे उभी होते. जी परिस्थिती येईल त्याला तोंड द्यायला मी आता आत्मविश्वासपूर्वक तयार आहे, हे या क्षणाला महत्त्वाचे होते.

जंगल पार करून माझ्या रस्त्याला लागेपर्यंतचा प्रवास फारच रोमहर्षक झाला. मी हे जंगल माझ्या ताकदीवर पार करू शकते असा जेव्हा आत्मविश्वास माझ्यात आला, तेव्हा जंगल जणू माझ्यापुढे मान तुकवून उभे राहिले. मी त्या जंगलाच्या शेवटच्या झाडीतून बाहेर आले, तेव्हा गाडीचे मिणमिणते दिवे मला दिसायला लागले. तिथे एकच नाही, तीन गाड्या उभ्या होत्या. मी जोरात किंचाळले, "विकीऽऽ" गाड्यांचे सहा दिवे मला रस्ता दाखवू लागले. माझा रस्ता उजळून गेला. मी डोळे मिटले. डोळ्यांसमोर अंधार आला. माझ्या डोळ्यांसमोर एक भलीमोठी आकृती पळत सुटली आहे अन् त्याच्याबरोबर आणखी काही लोक पळत येत आहेत, असे मला दिसले.

तो विकी होता. तो पळत आला आणि मी खरेच परत आले यावर त्याचा विश्वासच बसेना. त्याने मला मिठी मारली. त्याच्या हातातल्या जळत्या सिगारेटमुळे माझे केस जळतील की काय, असे मला वाटले.

तो पुटपुटला आणि हसत म्हणालास, "तू जिंकलीस."

तुम्ही जेव्हा यशस्वी होऊन परत येता त्या वेळी इतर लोकांचे वाट बघणे सार्थकी लागते. आपण जेव्हा वर्तमानकाळाच्या एखाद्या घटनेत अडकतो, त्या वेळेस आपल्याबरोबर इतर काही लोकांनाही आपण आपल्याबरोबर अडकवतो आहोत, हे आपल्या लक्षात येत नाही.

"मला माहीत होते. माझी खात्री होती की तू नक्की परत येशील." विकी म्हणाला. त्याच्याबरोबर जे इतर चार जण आले होते, त्यांच्याकडे बघत त्याने मान हलवली. मला माझ्या मोहिमेत साथ देण्याची त्याची जी विक्षिप्त तऱ्हा होती, तिला सहकार्य करण्याकरता इतर चौघे तिथे आले होते.

◆

घराकडे परत

विकी त्याची मिठी सोडायला तयार नव्हता. बाकीचे चौघे मला प्रोत्साहन देण्याकरता आणि अभिनंदन करण्याकरता माझ्या दिशेने येऊ लागले. मी जेडला भेटून आले हे मी जाहीर करायच्या आत एका माणसाने माझ्या हातात एक फोटो कोंबला. "तू या फोटोतल्या माणसाला भेटलीस का?" त्याने माझ्याकडे पाहत मोठ्या आशेने मला विचारले. तो माझ्याकडे काही अपेक्षेने बघत राहिला. जणू त्याच्या परिवारातल्या एखाद्याचा शोध तो घेतो आहे.

मी त्या माणसाच्या हातातून फोटो घेतला आणि तो बघितल्यावर माझा चेहरा एकदम उजळला. तो बटबटीत डोळ्यांच्या माणसाचा फोटो होता. तो फोटोत फार वेगळा दिसत होता. त्याचे व्यक्तिमत्त्व आकर्षक होते; पण जंगलात ज्या माणसाला मी पाहिला तो काळाच्या पिंजऱ्यात अडकून त्याचे रूप भयानक झाले होते.

इतर लोकही हातात फोटो घेऊन आले होते. जंगलातील काळाच्या पिंजऱ्यात अडकलेल्या इतर लोकांकडे मी नीट पाहिले नव्हते, तरी मी आलेल्या इतर लोकांना सांगितले की, त्यांचे नातेवाईक जिवंत आहेत; फक्त काळाच्या पिंजऱ्यात अडकलेले आहेत, इतकेच.

या परक्या देशात, माझ्या मोहिमेमुळे अनेक अनोळखी व्यक्तींबरोबर माझे जिव्हाळ्याचे संबंध प्रस्थापित झाले, यावर माझा विश्वासच बसत नव्हता. काही वेळा एखाद्या खास कारणामुळे लोकांमध्ये खास जवळीक उत्पन्न होते, तशी सर्वसाधारण भेटीत अथवा व्यावसायिक कामामुळे निर्माण होतेच असे नाही. यात कोणाचाही स्वार्थ नव्हता किंवा कोणाला पैसे मिळवायचे नव्हते. आमच्या अतीव धाडसामुळे, प्रेमामुळे आणि एकीमुळे आम्ही जोडले गेलो होतो. विकीने मला फक्त माणुसकीच्या भावनेने मदत केली होती. स्मिथने माझ्याकडून टॅक्सीभाडेदेखील घेतले नव्हते. विकी त्याचे इंधन खर्च करून माझ्या विक्षिप्त मोहिमेत आपली रात्र घालवायला तयार झाला होता.

हॉटेल कॉन्टिनेंटलमध्ये परत येताना मी डेबोरेन्स जंगलात कशी गेले, जेडबरोबरची माझी मुलाखत आणि इतर अडकलेल्या लोकांची भेट याबद्दल सर्वांना सांगत राहिले. मी काळाच्या पिंजऱ्यातून कशी निसटले याचे वर्णन ऐकल्यावर विकीच्या डोळ्यांत अश्रू उभे राहिले. त्याने हृदयाला हात लावून येशूला नमस्कार केला आणि माझा हात हातात घेत तो म्हणाला, "तू सुखरूप परत आल्यामुळे मला खूप आनंद झाला आहे."

त्या हॉटेलातील सुंदर स्वागतसुंदरीलाही मी बॅग घ्यायला परत आलेली पाहून खूप आनंद झाला. मला डेबोरेन्स जंगल सापडले का, असे तिने विचारले. तेथून यापूर्वी कधीच कोणीही परत आलेले नाही, असे ती म्हणाली होती. त्यामुळे मीदेखील परत येऊ शकणार नाही असे तिने गृहीत धरले होते. विकी मात्र तिच्याशी फ्रेंचमध्ये मोठ्या उत्साहात बोलत होता. विकीने तिला सर्व हकिगत सविस्तर सांगितली, हे मला तिच्या चेहेऱ्यावरच्या बदलत्या भावांवरून समजले. बॅग ठेवण्यासाठी द्यायला १० युरो माझ्याकडे नव्हते. तिने मला हातानेच खुणावले, "पैसे द्यायची तसदी घेऊ नकोस. तू परत सुखरूप आल्यामुळे मला खूप बरं वाटलं." तिने फोन उचलून कोणाशीतरी मोठ्या उत्साहाने त्याबद्दल बोलायला सुरुवात केली.

"तुझ्या मागे फोटोसाठी आणि मुलाखतीसाठी वार्ताहर लागायच्या आत तू इथून निघून जा." विकी म्हणाला. विकीने पैसे न घेता मला विमानतळावर सोडले. "मी तुझ्यासाठी एवढेच करू शकतो. तुझ्या धाडसाला माझा प्रणाम!" विमानतळावर आम्ही एकमेकांचा निरोप घेतला त्या वेळी विकी म्हणाला.

झ्युरिच शहरातून निघाल्यावर माझ्या मनात आले, माझ्याप्रमाणेच काळाच्या पिंजऱ्यात आधीपासून जे अडकले होते त्यांचीही सुटका व्हावी आणि ते वर्तमानकाळात परत यावेत. जेथून कोणीही परत येऊ शकत नाही अशा ठिकाणी जाऊन आपल्या समस्यांची उत्तरे शोधणारा खरेच धाडसी असला पाहिजे. माझ्या आधी जे गेले, ते स्वतःच्या जबाबदारीवर स्वतःहून तिथे गेले होते. अपघाताने कोणीही काळाच्या पिंजऱ्यात अडकत नसते. तिथे जाण्याचे धाडस करून जे तिघे गेले, त्यांना त्यांच्या भूतकाळात घडलेल्या घटनांची आणि पुढे घडणाऱ्या भविष्याची जबाबदारी स्वीकारायची बुद्धी होवो. त्यांना परत वर्तमानकाळात येण्याचा मार्ग त्यांना सापडो, अशी आशा मी करत होते. जेड स्वतः, त्याचा स्वभाव, त्याचे मार्ग हे मला नीट समजल्यामुळे आता जरी ते लोक काळाच्या पिंजऱ्यात अडकले असले, तरी ते चांगल्या सहवासात आहेत, हे मी ठामपणे म्हणू शकते.

वेनी मला विमानतळाच्या प्रवेशद्वारातच भेटली. मला पाहून तिला खूप आनंद झालेला दिसला. तिने मला मिठी मारली. मला पाहून तिच्या डोळ्यांत खरा आनंद

झालेला दिसला, जणू ती माझ्या विजयात सहभागी झाली होती. वेनी माझ्याबरोबर परत निघाली होती. कूर्टने माझ्याकरता विमानात बिझिनेस क्लासमध्ये आसन राखून ठेवले होते. "तू जेटने मलेशियाला गेलीस. इकॉनॉमी वर्गाने झ्युरिचला प्रवास केलास. आता मात्र बिझिनेस वर्गाने प्रवास करते आहेस. तुला वैविध्य हवं ना प्रवासात. बरोबर ना?" वेनी आम्ही चेक-इन करत असताना मला म्हणाली. दात विचकून पुढे ती म्हणाली, "झ्युरिचहून खासगी विमानानं भारतात परत जायला पंचवीस हजार डॉलर पडतात."

वेनीला झोप लागेपर्यंत आम्ही खूप गप्पा मारल्या. त्या गप्पांतून मला समजले की, वेनीचाही प्रवास माझ्याप्रमाणेच धाडसाने पुरेपूर भरलेला होता.

मी माझ्या कुटुंबात परत जाणार आहे यावर माझा विश्वासच बसत नव्हता. माझा संपूर्ण कायापालट झाला होता. मी कोण आहे याबद्दलचा आणि माझा जीवनाकडे बघण्याचा दृष्टिकोन पूर्ण बदललेला होता. मनातून मी कोणत्याही नवीन साहसासाठीही तयार होते. आता या विमानातून कोणी मला बाहेर फेकून दिले, तरी त्याची मला पर्वा नाही किंवा कोणी समुद्रात फेकले तरीसुद्धा माझे काही बिघडणार नाही. गेले सात दिवस मी आत्मशोध घेण्याच्या मोहिमेवर होते. त्या प्रत्येक क्षणाचा मी आनंद घेतला होता.

कूर्टला केव्हा एकदा भेटते आहे असे मला झाले होते. काय काय घडले, हे सांगायला मी उत्सुक होते. कदाचित त्याला हे सगळे ठाऊक असावे. जाऊ दे, तरीदेखील मी त्याला सगळे सांगणार आहे. मला त्याला खूप प्रश्न विचारायचे होते. अधिकृतपणे उद्या या कार्यशाळेचा शेवटचा दिवस आहे. त्या वेळी त्याला माझ्या प्रश्नांची उत्तरे द्यावी लागतील. तो काहीही म्हणाला, तरीही त्याचा नकार मी स्वीकारणार नाही.

माझे डोळे मी बंद करून झोपणार होते. एक दीर्घ श्वास घेणार होते, तेव्हा हवाईसुंदरीने मला नाजूकपणे हलवले आणि म्हणाली, "तुझ्याकरता एक संदेश आला आहे, मिस कुमार." मी खुर्चीतून एकदम उडीच मारली. माझ्या दृष्टीने सगळे संदेश आता संपलेले होते. मला वाटले, मी माझ्यावर सोपवलेल्या सगळ्या कामगिऱ्या पूर्ण केलेल्या होत्या. मी सरळ बसले आणि डोळे चोळत तिला विचारले, "काय संदेश आहे?" हवाईसुंदरीच्या हातात खाकी रंगाचा लिफाफा होता. मी तिच्याकडून तो घेतला. ती परत जायच्या आत मी तो फटकन फाडून उघडला.

कूर्टकडून माझ्याकरता ते पत्र होते.

प्रिया,

हा विमानप्रवास तुझ्या स्वातंत्र्याकडे जाणारा प्रवास आहे. तू इथून कुठे जाणार आहेस, हे तुझे तू ठरवणार आहेस. तुला तुझ्या जगण्याचे प्रमाणपत्र मिळायला आता फक्त काही तासच अवकाश आहे. सर्व जग तुझा प्रवास संपायची वाट पाहत आहे.

मी तुला उद्या पहाटे चार वाजून बत्तीस मिनिटांनी भेटेन. तेव्हा आपल्या भेटीचे वर्तुळ पूर्ण होईल. तू वेळेवर पोहोचलीस, तर तुला उशीर झाला आहे असे समज.

तुझ्याकरता प्रार्थना, भरभरून प्रेम,

कूर्ट रिंक

ता. क. 'माय लायसन्स टु लिव्ह' ही रोजनिशी ताजव्हिलाच्या स्वागतसुंदरीकडे सुपूर्त करणे.

मी ते वाचून हसले आणि वेनीकडे नजर टाकली. ती गाढ झोपली होती. मी ते पत्र बाजूला ठेवले आणि झोपणार होते तेवढ्यात मला एकदम आठवण झाली. मी सरळ उठून बसले. मी माझी रोजनिशी पूर्ण केलेली नव्हती. मला ते सगळे लिहून पुरे करायला हवे होते. यानंतर प्रत्येक दिवशी मी माझी रोजनिशी लिहिणार आहे. त्यामुळेच माझी प्रगती होईल. आपल्या कृतीमुळे आपण काही देव होत नाही, पण आपण जे काही करायचे ठरवतो, त्याचा कार्यकारणभाव आपल्याला तसे ठरवतो. आपल्यापैकी बऱ्याच जणांना आपण एखादी गोष्ट कशाकरता करतो आहोत, याचे भान नसते. मी आता या सगळ्यांपेक्षा वेगळी वागणार आहे.

मी ताठ बसले आणि उठून विमानामधील वरच्या सामान ठेवायच्या कप्प्यातून माझी रोजनिशी काढली. माझ्या शेजारी बसलेल्या माणसाला त्रास झाला तरी मी वाचायला दिवा लावला आणि रोजनिशी लिहायला लागले. मी पेन तोंडात धरून दिवसभरातल्या घडामोडींसंबंधी विचार करू लागले. मग लिहायला सुरुवात केली–

> *मला खूपच ताकदवान झाल्यासारखं वाटत आहे. कूर्टनं दिलेली कामगिरी मी पूर्ण केली आहे. तो काही म्हणो, पण मी माझ्या जगण्याचा परवाना मिळवला आहे, हे नक्की. आता मला जसं हवं तसं मी जगू शकते. अगदी प्रथम जेव्हा मी कूर्टला भेटले, तेव्हा तो कसा दिसला ते माझ्या डोळ्यांसमोर आलं. माझं आयुष्य भरकटलेलं होतं, हे मी कधीच मान्य केलं नसतं. माझं आयुष्य माझ्या तंत्रानं मी जगते आहे, या खोट्या समजुतीवर माझा आता विश्वास बसायला लागला होता. प्रत्यक्षात मात्र परिस्थिती फारच*

वेगळी होती. पण आज माझी मला मी गवसले होते. मला माझ्या बाबतीतलं सत्य गवसलं आहे, आणि ते खरं आहे.

सात दिवसांपूर्वीचं माझं आयुष्य माझंच होतं की नाही, इतकं ते आता माझ्यापासून दूर गेलं आहे. त्या वेळेला भीती, शंका आणि उपेक्षा यानं भरलेलं माझं जीवन होतं. मला सगळीकडे वाईटच दिसायचं. पण आता मात्र तो प्रवास संपला आहे. धाडस, आत्मविश्वास आणि कृतज्ञता यांनी माझं जीवन परिपूर्ण झालं आहे.

माझ्या या प्रवासात ज्यांनी ज्यांनी मला मदत केली, विशेषतः जेडची भेट घेण्याकरता ज्यांनी मला आधार दिला, त्या सर्वांबद्दल मला कृतज्ञता व्यक्त करावयाची आहे. त्यांच्या मदतीशिवाय मला हे शक्य झालं नसतं. जीवनात जगण्यासाठी एक मोठा उद्देश असतो. रोजच्या जीवनात छोटी छोटी, वेगवेगळी उद्दिष्टे असतात. मुख्य ध्येयापासून ती वेगळी असतात. त्यांचा एकमेकांशी काही संबंध नाही असे वाटत असते. पण आपण आपला आवाका मोठा केला, सबंध जगाकडे बघितले की समजते, प्रत्येक व्यक्ती एकमेकांशी संबंधित आहे. आपल्या उद्दिष्टापर्यंत पोहोचण्याकरता त्या सगळ्या उद्दिष्टांचा उपयोग होत असतो.

कार्लोस आणि उमा जरी आता माझ्याबरोबर नसले तरी मी कोणत्याही माणसांबरोबर जुळवून घेऊ शकते, याची खात्री मला पटली आहे. आपली स्वतःची जीवनमूल्ये त्याकरता सोडायलाच हवीत, असे नाही.

मी त्या जंगलात जायला घाबरत होते. जेडला शोधणे हे काम मला फार कठीण वाटत होते; आणि खरेच त्याच्यापर्यंत पोहोचणेदेखील फार अवघड होते. विमानातून उंचावरून उडी मारण्यापेक्षाही जेडला शोधणे कठीण होते. त्या काळाच्या पिंजऱ्यात कायमचे जखडून जाण्यापेक्षा मृत्यू परवडला, असे वाटायला लागले होते. ज्याला काहीतरी साध्य करायचे आहे, अशी व्यक्तीच कठीण प्रसंगातून मार्ग काढू शकते. पुढे जायचे ठरवले की, अर्ध्या शंका आणि भीती दूर होते, हे मला कळून चुकले होते. लोक जेव्हा भीतीच्या छायेत जगत असतात, त्या वेळी ते इतरांच्या मनातही भीती निर्माण करतात. इतर सर्व लोकांना काल्पनिक भीतीच्या छायेतून सोडवायला एकाचे धाडस पुरेसे असते.

प्रत्येक परिस्थितीतून बाहेर पडायला मार्ग असतोच, हे मी शिकले. जेव्हा तुम्ही तुमच्या कृत्याची आणि विचारांची जबाबदारी स्वीकारता, तेव्हा भूतकाळाच्या पिंजऱ्यातून तुमची सुटका होते. तुमच्या आयुष्यात घडलेल्या प्रत्येक क्षणाची जेव्हा तुम्ही स्वतः जबाबदारी घेता, तेव्हाच तुमची भूतकाळातून

सुटका होते. तुम्हाला भविष्यात जे हवे आहे त्याकरता आजच जबाबदारी घेऊन योग्य ती कारवाई करावयाची असे ठरवले की, भविष्याबद्दल तुमच्या मनातील भीती नाहीशी होईल, हे मी या मोहिमेत शिकले. उज्ज्वल भविष्याची स्वप्नं पाहायची, पण भूतकाळातील आपल्या हातून घडलेल्या चुकांची उजळणी करून त्याच चुका परत परत करत राहायच्या, असे वागलात तर तुमचा वर्तमानकाळ बिघडेलच, शिवाय तुम्ही वेळेच्या पिंजऱ्यात अडकून पडाल.

मी माझ्या मनाप्रमाणे परिस्थितीला वाकवू शकते, हे मला जेडला भेटल्यावर समजले. जेडच्या भेटीमुळे ही जी जाणीव माझ्यात निर्माण झाली, तो आनंद अवर्णनीय आहे. या घटकेला जी इच्छा मी करेन, तसे मी भविष्यात करू शकेन. मला जर अब्जाधीश व्हायचे असेल, तर मी होऊ शकते. मी अब्जाधीशासारखी वागायला लागले, विचार करायला लागले आणि कृती करायला लागले, तर खरेच मी एक दिवस अब्जाधीश झालेली असेन. अब्जाधीशाने जर अब्जाधीशासारखे वागायचे थांबवले, तर तो निर्धन होईल. थोडक्यात, आपण ठरवले की तसे होऊ शकते.

मी आता माझ्या घरी परतत आहे, याचा मला खूप आनंद झाला आहे. यापुढे आता मी सतत काहीतरी मिळवायचा, उद्दिष्ट पूर्ण करण्याचा प्रयत्न करेन. आव्हाने स्वीकारेन.

मी आत्ता जे रोजनिशीत लिहिते आहे, ते खरे तर मला पहिल्यापासूनच माहीत होते; फक्त त्याची जाणीव मला आत्ता झाली, हे खरे या मोहिमेचे यश आहे. मी फक्त त्याकडे लक्ष देत नव्हते. मी रोजनिशी लिहिणार आहे. रोजचा दिवस नवीन, उत्साहाचा उजाडेल. इतरांच्या कथा वाचत बसण्यापेक्षा जर आपण स्वतःची रोजनिशी लिहिली, तर आपल्या आयुष्याला काहीतरी अर्थ राहील.

◆

वर्तुळ पूर्ण झाले

ताजव्हिलामध्ये परत आले तेव्हा मला वाटले की, मी कितीतरी वर्षांनी परतत आहे. विमानतळापासून त्या हॉटेलपर्यंतचा प्रवास सर्वांत कंटाळवाणा वाटला. मी कशाचीतरी वाट आतुरतेने बघत असते तेव्हा वेळ फार मंद गतीने सरकतो आहे, असे मला नेहमीच वाटते. वेनी सबंध प्रवासभर झोपेतच होती. जरी तिचे डोळे उघडे होते तरी ती झोपेच्या अमलाखालीच होती. तिच्या चेहेऱ्यावर मला नेहमीच 'त्रास देऊ नका' असा फलक लावल्यासारखा वाटत होता. मला खरेतर तिला भरभरून खूप सांगायचं होते; पण ती झोपेतच होती. कथांचा ज्वालामुखी मनात उफाळत होता. माझ्या पराक्रमाबद्दल सगळ्या जगाला ओरडून सांगावे असे मला वाटत होते. कूर्टने आखलेली कार्यशाळा, विक्षिप्त, अनुभवी लोकांबरोबर माझी जी भेट झाली होती तो अनुभव मला सांगायचा होता. आत्ता, या क्षणी टॅक्सी ड्रायव्हर आळसाने जांभई देत होता. इतक्या मध्यरात्री आमच्यासारख्या प्रवाशांना नेऊन पैसे मिळणार, या कल्पनेने तो मजेत होता.

स्वभावतःच मी बोलकी आहे. मला सगळ्यांना सगळे सांगायचे असते. काही वेळा माझी आई म्हणते की, तुला कोणतेच गुपित मनात ठेवता येत नाही. आत्ता या क्षणी जो मला प्रथम भेटेल, त्याला लुइही, बोमो आणि जेड यांच्याबद्दल सर्व काही मला सांगायचे होते. सगळ्यांना त्यांच्या गाढ झोपेतून जागे करावे आणि त्यांच्या कानात ओरडावे की, तुम्ही तुमच्या मनाप्रमाणे वागू शकता. माझ्या नसानसातून चैतन्य बहरून वाहत होते. माझ्या त्या उत्साहाचा आता स्फोट होईल की काय, असे मला वाटत होते.

आत्ता पहाटेचे तीन वाजले होते. आम्ही हॉटेलात पोहोचलो. वेनीच्या तोंडातून लाळ गळत होती. ती बाई खरेच दमलेली आहे, असे मला वाटले. मी स्वागतसुंदरीच्या टेबलाजवळ गेले तेव्हा तिथे कार्लोस आणि उमा यांना पाहिले. त्यांना पाहून मला

आश्चर्य वाटले. ते माझीच वाट पाहत होते. माझी कुत्री मला पाहिल्यावर माझ्याकडे धावत येतात, तशी उमा मला पाहून धावत माझ्याकडे आली आणि तिने मला मिठी मारली.

"रात्रभर मी तुझी वाट पाहत होते." उमा म्हणाली. त्या वेळी तिच्या चेहेऱ्यावर हसू होते. अजूनही तिने मला मिठी मारलेली होती. "तू सगळी मोहीम पूर्ण केलीस याचा मला खूप आनंद झाला आहे." ती म्हणाली.

"तुम्ही दोघं इथं काय करता आहात?" मी कार्लोसकडे बघत विचारले, "तू ज्या कारणाकरता इथे आली आहेस, त्याच कारणासाठी आम्ही उभे आहोत, कूर्टला भेटायला." कार्लोस म्हणाला.

"मला वाटलं, तुम्ही आधीच त्याला भेटायला गेला असाल." मी थोडे आश्चर्याने त्याला म्हटले.

"आम्हाला वाटलं, आम्ही मोहीम अर्धवट सोडून परत गेलो; पण कूर्टची कार्यशाळा म्हणजे एखाद्या माफियाच्या तावडीत सापडल्यासारखं आहे. तुम्ही मार्ग बदलू शकता, पण ही कार्यशाळा सोडून जाऊ शकत नाही."

मी गोंधळून म्हटले की, "तुम्ही काय बोलता आहात ते मला समजत नाहीये. इतके दिवस तुम्ही होतात कुठं?"

माझी बॅग स्वतः उचलत उमा म्हणाली, "चल, आत्ताच दोन तासांपूर्वी आम्ही इथं पोहोचलो. तुझी रोजनिशी इथं स्वागतसुंदरीकडे दे आणि आपण जरा चहा पीत गप्पा मारू या." उमा म्हणाली.

माझी रोजनिशी मी वेनीला दिली. "मी आता झोपणार आहे. सकाळपर्यंत तुम्हाला माझी गरज भासणार नाही. तुम्ही कूर्टला भेटल्यावर तुमचं सामान माझ्याकडून ताब्यात घ्या."

कार्लोस, उमा आणि मी समुद्रकिनाऱ्यावर गेलो. तिथेच सात दिवसांपूर्वी आम्ही या कार्यशाळेसाठी प्रथम भेटलो होतो. आम्ही पुळणीत बसलो होतो. तिथून किनाऱ्यावर आदळणाऱ्या लाटा दिसत होत्या.

"मग तू जेडला भेटलीस का?" उमाने मोठ्या उत्साहाने विचारले, "मी बोमो अथवा जेडला भेटू शकले नाही, हे माझं दुर्दैव आहे."

"तू खोटं का बोललीस उमा?" माझ्या विजयाबद्दल तिच्या उत्साहित बोलण्याकडे दुर्लक्ष करत मी उमाला प्रश्न केला. तिच्याकडून मला हा खुलासा हवा होता. माझी

हकिगत सांगण्यापेक्षा तिचा अनुभव ऐकायला जास्त उत्सुक होते मी.

"मला माफ कर." उमा म्हणाली. तिच्या स्वरावरून मला कळले की ती खरे सांगते आहे. "मी पळून गेले याबद्दल मला वाईट वाटत आहे. मोहीम पूर्ण करून बोमोला भेटण्याचा मला इतका ध्यास लागला होता की, मी तुला व कार्लोसला सोडून गेले." कार्लोसने तिच्याकडे देशद्रोह्याकडे पाहावे तसे पाहिले. ती दोघे हसली. "पण कार्लोस, तू तर मेला होतास आणि त्याचा शोक करत बसण्यापेक्षा आपलं काम पुढे चालू ठेवणं महत्त्वाचं होतं." उमा खिदळली. कार्लोस तिला मारायला धावला. आम्ही सगळेच हसलो. उमा आणि कार्लोसला आपापल्या गैरसमजुती दूर करण्यास आधी वेळ मिळाला असणार.

"मला पोलिसांनी पकडलं होतं. वेनीनं येऊन मला सोडवलं." उमाने कबूल केले.

"पण तू तर पोलिसांना घेऊन आमच्याकडे आली होतीस..." मी गोंधळून विचारले.

"मी मोहिमेत नापास झाले होते. मी मोहिमेचे नियम मोडले होते. त्यामुळे मला या कामगिरीवरून काढून टाकले होते. मला नवीन कामगिरी दिली होती. ती होती, तुझ्या कामगिरीत सतत अडथळा आणण्याची." उमाने अपराधीपणाने कबुली दिली.

समजलं मला- कामगिरीत यश आले नाही म्हणून लोकांना बाहेरचा रस्ता दाखवणे कूर्टला मान्य नव्हते तर! जी कामगिरी जमत नाही ती सोडून दुसरी कामगिरी तो त्यांच्यावर सोपवत असे. कोणतीही दुसरी कामगिरी करायची आणि त्यातून धडा घ्यायचा. जे त्यांना आवडेल, ते करायचे.

"तुला सतत विरोध करायचा हीच माझी कामगिरी होती. तुझं काम कठीण कसं होईल ते बघायचं. तुला गुमराह करायचं. तुला चीड येईल असं पाहायचं. तुझ्यासारख्या चांगल्या व्यक्तीला त्रास द्यायचा, ही माझ्या आयुष्यातील सर्वांत कठीण कामगिरी होती. तुला खोटं वाटेल, पण मी तुझा खूप आदर करते. तुझ्याशी कडक, तुटकपणे वागणं हा माझ्यासाठी पण एक नवीन धडाच होता. कधी कधी दुसऱ्यानं काहीतरी शिकावं म्हणून त्याच्याशी असंच तुटक वागावं लागतं, हे मी शिकले. तुला त्रास द्यायचं माझ्या अगदी जिवावर आलं होतं; पण मला माहीत होतं की हे सर्व तुझ्या भल्यासाठी मी करते आहे." उमा मोठ्या कळवळ्याने म्हणाली. तिच्या वयाच्या मुलीत इतकी अनुकंपा क्वचित दिसते.

"तुझ्याकडून मला लुइहीबद्दल समजलं. तुझा विजय माझ्याकरता एक पाठच

होता. तुला सतत त्रास द्यायचा, तुझ्या कामात तुला अडथळे निर्माण करायचे ही कामगिरी माझ्यावर सोपवली गेली होती. मला हे जे काम दिलं गेलं होतं त्यात मी माझ्या स्वतःच्या भावभावना गुंतवल्या नाहीत. त्यामुळे मला वाटतं, मीही यातून नवीन काही शिकू शकले. त्यानंतर मला कार्लोसची कामगिरी सोपवली होती.'' उमा गालात हसली आणि कार्लोसकडे बघत म्हणाली.

''कार्लोस, तू काय करत होतास? उमा आणि तू दोघंही एकाच कामगिरीवर होतात तर!'' मी त्यांना हे विचारले कारण मला उत्सुकता होती, त्यांच्या कामगिरीबद्दल जाणून घ्यायची. मी नक्कीच काहीतरी गमावले होते. किंबहुना जिथे जिथे आम्ही असायला हवे होतो तिथे आम्ही होतो.

''माझ्या अपेक्षेपेक्षा कठीण कामगिरी कूर्टने मला दिली होती. नवीन कामगिरी सोपवली होती त्यापेक्षा माझी आधीची कामगिरी- जी मी अर्ध्यावर सोडली, ती जास्त सोपी होती असं मला वाटायला लागलं.'' कार्लोस मोठ्याने बोलला. मला त्याच्या भावना समजल्या. खरे तर मलाही तसेच वाटले होते. कार्लोसवर काय परिस्थिती येऊन ठेपली होती ते मला माहीत नव्हते; पण माझ्या बाबतीत म्हणायचे तर मला दिलेली कामगिरी सर्वांत कठीण होती. संवेदनक्षमता किंवा ग्रहणशक्ती आणि एखाद्या गोष्टी अथवा घटनेबद्दलचे प्रत्येकाचे मत वेगवेगळे असू शकते. तसेच प्रत्येकाचे जीवन आणि यशाची कल्पना वेगळी असते.

''मला हाँगकाँगला जाऊन माझ्या आधीच्या बायकोला भेटून मी तिला दिलेल्या त्रासाबद्दल कबुली द्यायची होती, क्षमा मागायची होती.'' कार्लोस हे बोलून हसला. उमाने त्याच्या ठोशाने दुखावलेल्या डोळ्याकडे निर्देश केला आणि दोघेही हसू लागले.

''आणि तिनं त्याला कसलं मारलं ! तिनं इतका बेदम मार दिला की, पोलिसाला बोलवावं लागलं. तिनं त्याला ठारच केलं असतं नाहीतर.'' उमा काळजीच्या स्वरात बोलली.

''आपण बायकोला फसवलं या अपराधीपणानं मी पार दबलो होतो. मी अतिशय वाईट नवरा होतो. तिच्यापासून वेगळं झाल्यावर कित्येक दिवस आपण कोणत्याही स्त्रीच्या प्रेमाला लायक नाही, असं मला वाटायचं. मी स्वतःला कामात वाहून घेतलं. एक मोठी कंपनी, साम्राज्य उभारलं. खूप श्रीमंती मिळाली; पण माझं अपराधी मन शांत झालं नाही. माझा एकाकीपणा कमी झाला नाही.'' कार्लोस शांतपणे म्हणाला.

कार्लोस बदलला होता. जेंटिंगला भेटलेल्या कार्लोसपेक्षा हा कार्लोस फारच वेगळा होता. तो नक्कीच बदलला होता. आपल्या आयुष्यावर ताबा असलेल्या माणसाप्रमाणे तो आता होता. स्वतःला प्रश्न करण्याचं आणि चुका सुधारण्याचं सामर्थ्य त्याच्यामध्ये आलं आहे, असं आता दिसत होतं.

"तिनं मला मारलं खरं; पण ते योग्यच होतं असं मला वाटलं." कार्लोस पुढे बोलत राहिला, "तिचा उद्रेक केव्हातरी होणारच होता. मला वाटतं, माझ्या चुकांची शिक्षा मी भोगली आहे. आता मी नव्यानं जगू शकतो."

"उमा जर नसती, तर मी मेलोच असतो." उमाकडे पाहत तो म्हणाला. तिनं संमतीदर्शक मान हलवली.

"त्यानं आपल्या आयुष्यातील दुसऱ्या स्त्रीबद्दल सांगितलं, तेव्हा त्याच्या बायकोनं मारायला पिस्तूल काढलं होतं. ती पिस्तुलाचा चाप ओढणार एवढ्यात उडी मारून मी तिला थांबवलं. कार्लोस स्तब्ध उभा होता तिथं. त्यानं प्रतिकार केला नाही किंवा तिला थांबवण्याचा प्रयत्नही केला नाही." उमा म्हणाली.

यावर कार्लोस फक्त हसला. "तो मुकाबला केव्हातरी होणारच होता. ती अशीच वागणार हे मला माहीत होतं, म्हणून माझ्या आयुष्यातील दुसऱ्या स्त्रीबद्दल मी तिला बोललो नव्हतो इतकी वर्षं. तिला हे कळेल, तेव्हा ती मला ठारच मारेल हे मला माहीत होतं, म्हणून ही बाब मी तिच्यापासून लपवत होतो आणि त्या अपराधीपणानं मला रोज मेल्याहून मेल्यासारखं व्हायचं."

"आता ते सर्व संपलं आहे. मी आता स्वतंत्र आहे." कार्लोस म्हणाला. उठून उभा राहत त्याने आपले हात फैलावले.

"तुझी जेडबरोबरची भेट कशी झाली?" माझा हात पकडून उमा म्हणाली, "आणि बोमोची भेट?" तिला हे जाणून घ्यायची उत्सुकता होती, पण काय बोलावे, कसे सांगावे मला कळत नव्हते. मला सर्व काही सांगायचे होते, पण कुठून सुरुवात करायची कळत नव्हते. काय बोलावे समजत नव्हते.

आम्ही जवळजवळ तासभर लाटांकडे पाहत, गप्पा मारत बसलो होतो. हसत होतो. मधूनच रडतही होतो. एकमेकांना मिठी मारत होतो. चहा पीत मजेत वेळ घालवत होतो. आमचा शीण पळून गेला होता. गेल्या सात दिवसांत जे शिकायला मिळाले, ते नीट समजले होते. मनात खोलवर जाऊन बसले होते.

वेनी आणखी चहा घेऊन आली. ती बरीच ताजीतवानी झालेली दिसत होती. सौंदर्यप्रसाधने वापरल्यावर ती आणखी जास्त चांगली दिसते; पण आता वेनीने

त्याचा वापर केलेला नव्हता. "कूर्टला उठवायला हवं?" मी तिच्याकडे पाहत विचारलं.

"आ–" आपल्या घड्याळाकडे पाहत ती उद्‌गारली. पहाटेचे ४.१५वाजले होते. "मि. रिंक तुमची वाट पाहत आहे."

"माझी वाट पाहत आहे? कुठे?" मी आजूबाजूला पाहिले. कोणीही जाडजूड दृष्टिपथात दिसत नव्हता. कूर्ट लपून राहू शकण्याएवढा लहान नव्हता. आम्ही या कार्यशाळेच्या जागेवर जवळजवळ तासापूर्वीपासून आहोत.

"कूर्ट कुठे आहे?" मी वेनीला पुन्हा विचारले. माझ्या स्वरात काळजी होती. ती दाखवेल त्या दिशेने पळण्याच्या तयारीत मी होते.

"ओ!" वेनीला आश्चर्य वाटलेसे दिसले. "मि. रिंक म्हणाला, कुठे भेटायचं तुला माहीत असेल!"

"मला काय माहीत, कुठं भेटायचं त्याला?" मी कार्लोस आणि उमाकडे पाहिले, त्यांना काही माहीत आहे का या नजरेने.

"मला नाही माहीत. आम्ही त्याला सकाळी सहा वाजता भेटणार आहोत." कार्लोस म्हणाला.

"काय?" मी गोंधळले होते. कूर्टला मला एकटीला भेटायचं होतं तर! ते बरोबरच आहे. मी एकटीच माझ्या कामगिरीवर होते. पण कुठे भेटायचे?

मला एकदम आठवले. मी पळतच सुटले. माझी मोटार पार्किंगच्या जागेत होती. मी तेथील ड्रायव्हरला ती मोटार लवकर आणण्यास सांगितले. मी गाडीत बसले आणि गाडी वेगात सुरू केली. टायर्सचा घासल्याचा कर्कश आवाज झाला आणि गाडी हॉटेलच्या बाहेर पडली. पहाटेचे चार वाजून अठरा मिनिटे झाली होती. समुद्रकिनारी पोहोचण्यासाठी माझ्याजवळ बारा मिनिटे होती.

◆

धागे जुळणे

मी समुद्राजवळील पुलाकडे जात असताना मला चंदेरी जग्वार मोटार तिथे उभी केलेली दिसली. ती 'बांधकाम चालू आहे' या पाटीच्या बरोबर मागे उभी होती. मी करकचून ब्रेक दाबून माझी मोटार तिच्या बरोबर मागे थांबवली. मी अंधारात कूर्टला पाहत होते. तो बरोबर सात दिवसांपूर्वीच्या जागेवरच उभा असलेला मला दिसला. कूर्ट पदपथाच्या अगदी टोकाला समुद्राकडे तोंड करून उभा होता. माझ्याकडे त्याची पाठ होती. त्याने तोच काळा टी-शर्ट घातला होता. पाठीवर कूर्ट असे त्याचे नाव चंदेरी अक्षरांत चमकत होते. चांदण्यांच्या प्रकाशात तो न्हाऊन निघाला होता. तो अगदी स्तब्ध उभा होता.

मी त्या टोकापर्यंत पोहोचले. कूर्टने हसून माझ्याकडे पाहिले. आपल्या रत्नजडित घड्याळाकडे पाहत त्याने भिवया वक्र केल्या आणि म्हणाला, ''तुला उशीर झाला आहे.''

पहाटेचे बरोबर साडेचार वाजले होते; पण म्हणजेच कूर्टच्या नियमाप्रमाणे मला उशीर झाला होता. मला त्याच्याशी वाद घालायचा नव्हता. ''मी उशिराबद्दल दिलगीर आहे.'' मी म्हणाले; पण ते मनापासून नव्हते. माझी कामगिरी पूर्ण करून मी तिथे पोहोचले होते, याचा मला खूप आनंद झाला होता.

मला मिठी मारण्याच्या उद्देशाने कूर्टने हात फैलावले. मी त्याच्याकडे पाहतच राहिले. तो भव्य दिसत होता. त्याला मिठी मारणे म्हणजे जणू विश्वाला मिठी मारण्याप्रमाणे होते. आता या वेळी कूर्टच्या संगतीत असणे हेच माझ्यासाठी मोठे बक्षीस होते. त्याच्या मनात स्थान मिळवणे, हे माझ्यासाठी फार मौल्यवान होते.

''विश्वनिर्मात्याचा गुण आहे लवकर पोहोचण्याचा!'' माझा खांदा पकडून

अनंतात दृष्टी लावत कूर्ट म्हणाला. ‘‘निर्मितीच्या आधी फक्त निर्माताच हजर असतो. तुम्ही जेव्हा अपेक्षेच्या आधी पोहोचता, तेव्हा तुमच्या समोर अनेक संधी उपलब्ध असतात, ज्याची तुम्हाला कल्पनाही येणार नाही. प्रचलित प्रथेप्रमाणे विद्यार्थ्यांच्या मागून शिक्षकाने वर्गात प्रवेश करावा असं आहे; पण विद्यार्थ्यांच्या आधी येतात तेच खरे मास्तर म्हणवण्यास जास्त लायक असतात. गुरुजी आधीच आलेले आहेत, म्हणून विद्यार्थी हा विद्यार्थी राहतो. तुम्ही जेव्हा अपेक्षित वेळेपूर्वी पोहोचता आणि सर्व गेल्यावरही थांबता, तेव्हाच तुम्ही मास्टर या पदाला योग्य होता.’’

मी कूर्टकडे एकटक पाहत राहिले. त्याच्या नजरेतील शहाणपण मला समजले.

‘‘तू कामगिरी पूर्ण केलीस.’’ माझ्या नजरेला नजर भिडवीत तो म्हणाला. त्याच्या निळ्या डोळ्यांत दयाळूपणा, प्रेमळपणा ओतप्रोत भरलेला होता. ‘‘तू पार पाडलंस, तुझ्यात हिम्मत आहे.’’ तो डोके हलवत म्हणाला.

मी ओशाळलेपणाने हसले. माझ्या यशामुळे मी लाजले होते. कूर्ट कडेला बसला. त्याने पाय खाली सोडलेले होते. लाटांचा पायांना स्पर्श होत होता आणि त्या परत जात होत्या.

‘‘बऱ्याच लोकांना माझी शिकवण्याची पद्धत फार कडक वाटते.’’ कूर्ट अगदी सौम्य स्वरात म्हणाला. त्यावरून तो बोलतो आहे त्यावर कोणाचाही विश्वास बसला नसता, की तो फार कडक आहे. ‘‘पण जेव्हा कोणीतरी तुम्हाला पंचवीस हजार डॉलर्स आपल्या आयुष्यात आमूलाग्र सुधारणा करण्यासाठी देऊ करतो, तेव्हा तुमच्यावर फार मोठी जबाबदारी असते, ती अपेक्षा पूर्ण करण्याची. जितकी जबाबदारी मोठी, तितकी ती पूर्ण करण्याची तळमळ जास्त. बहुतेक वेळी माझी ती तळमळ लोकांना फार कडक शिस्तीची वाटते. मी कोणालाही खूश करण्यासाठी तुमच्याबरोबर बसलेलो नाही. गाणी म्हणून मी तुम्हाला आत्मपरीक्षण करायला प्रवृत्त करू शकणार नाही किंवा तुमच्याबरोबर मंत्रपठण केल्याने हे साध्य होणार नाही. आपल्या आयुष्यातील कटू अनुभवांकडे तुम्हाला पाहायला लावल्याशिवाय हे शक्य नाही. ते मी तुम्हाला करायला भाग पाडतो. काही वेळा त्यासाठी मला खूप परिश्रम घ्यावे लागतात.’’ कूर्ट डोळे मिचकावत हृदयावर स्पर्श करून म्हणाला.

‘‘मी ते अनुभवलं आहे, कूर्ट. माझ्यामध्ये सर्वांगीण फरक पडला आहे गेल्या आठवड्यातील अनुभवांमुळे. गेल्या सात दिवसांत आध्यात्मिक, भावनिक आणि मानसिकदृष्ट्या मी अधिक स्थिर झाले आहे. सुरुवातीला होते, त्यापेक्षा मी खूपच

प्रगल्भ झाले आहे. मी या कार्यशाळेत दाखल झाले, त्या वेळेस याबद्दल साशंक होते. माझ्या कुवतीबद्दलही मी सुरुवातीला साशंक होते. पण आता माझा माझ्या कुवतीवर, माझ्या चांगुलपणावर पूर्ण विश्वास आहे. त्यासाठी तुझे आभार मानावे तेवढे थोडेच आहेत.'' मला कूर्टला खूप काही सांगायचे होते; पण आता मात्र माझी त्याच्याबद्दलची फक्त कृतज्ञताच व्यक्त होत होती.

कूर्टने माझ्याकडे पाहून स्मितहास्य करून माझ्या भावना समजल्याचे दर्शवले. फक्त स्मितहास्य, बस्स! मी क्षितिजाकडे नजर टाकली. चंद्र दिसत नव्हता; पण चांदण्या-तारे आकाश उजळवून टाकत होते. काही वेळातच चंद्रास्त होणार होता.

''गेल्या सात दिवसांतील मजेची गोष्ट तुला माहीत आहे का?'' एखादे गुपित सांगावे अशा सौम्य स्वरात कूर्ट म्हणाला, ''तुम्हाला सर्वांना कामगिरी दिलेली होती. सुरुवातीला सर्वांना सारख्याच सूचना दिलेल्या होत्या; पण नंतर तुमच्या वाटा वेगळ्या झाल्या. तुम्हाला तुमच्या दृष्टीनं जे महत्त्वाचं, आवश्यक होतं तिकडे तुम्ही आपोआप वळलात. कार्लोसला वेगळाच धडा हवा होता. त्याच्या आयुष्यातील उणिवा वेगळ्या होत्या. उमालाही वेगळा पाठ शिकायचा होता. ती आपोआप त्या दिशेनं निघाली. तू तुझा मार्ग ठामपणे निवडला होतास आणि त्या मार्गानं जायचंच हा तुझा निर्धार होता. तुला ज्या बाबी शिकणं जरूर होतं, तिकडे तू आपोआप जात राहिलीस. तुम्ही निरनिराळ्या वाटा निवडल्या असल्या, तरी तुम्ही सर्व जण अंतिमतः प्रगल्भ झालात. तुम्ही तिघं जरी एकत्र असता, तरी तुमच्यातील प्रगती वेगवेगळी झाली असती. मी तुम्हाला तुमचे मार्ग निवडू दिले. ते बहुतेक वेळी जास्त खर्चिक असत. म्हणून फी पंचवीस हजार डॉलर्स.'' कूर्टने आपले मन मोकळे करत खुलासा केला. मला ते जाणवले. तो हे सर्व मनापासून बोलतो आहे, हे मला जाणवत होते. आपल्या विद्यार्थ्याला जे ज्ञान सर्वांत जास्त आवश्यक आहे, ते त्याला शिकू देईल, शिकवेल तोच खरा शिक्षक. स्वतःला काय शिकवायचे आहे, तेच शिकवणाऱ्या शिक्षकापेक्षा पहिल्या प्रकारचे शिक्षक जास्त चांगले. कूर्ट चांगला प्रशिक्षक आहे असं म्हणणारे लोक बोलण्यात फार कंजूष आहेत, असे मी म्हणेन. माझ्या दृष्टीने कूर्ट अतिशय उत्तम प्रशिक्षक होता.

बोमोची भेट झाली नाही म्हणूनच काही कार्लोस आणि उमा अयशस्वी ठरले, असे नाही. त्या दोघांनी आपला मार्ग बदलून त्यांना ज्या मार्गाने जाण्याची गरज होती त्या मार्गाने ते दोघे गेले. केवळ माझ्या मार्गावरून ते चालत नव्हते, माझ्याबरोबर चालत नव्हते किंवा मी काय करते आहे ते त्यांना समजत नव्हते, म्हणजे ते अयशस्वी झाले असे नाही किंवा ते अगदीच सामान्य बुद्धीचे होते असेही नाही. शिवाय त्यांच्याबद्दल मला कणव वाटू नये असे नाही. आपल्या

विचाराप्रमाणे जे लोक वागत नाहीत किंवा आपल्यासारखे, आपल्या पद्धतीने काम करत नाहीत किंवा आपल्या वेगाने किंवा आपल्या धाटणीने काम करत नाहीत, याचा अर्थ असा असू शकतो की, ते लोक त्यांच्या वेगळ्या मार्गाने प्रगल्भ होण्याचा प्रयत्न करत असतात. माझ्या पद्धतीप्रमाणे आणि माझ्या वेगाने माझे अनेक सहकारी काम करू शकले नाहीत, म्हणून मी माझ्या अनेक मित्रांना, सहकाऱ्यांना गमावून बसले आहे, कारण त्यांची पद्धत चुकीची आहे असा माझा समज झाला होता. आता मात्र मला वाटायला लागले आहे की, मी अशी समजूत करून घेण्याचा मूर्खपणा केला होता. माझाच मार्ग बरोबर आहे, माझी कामाची पद्धत बरोबर आहे, या गैरसमजात मी असायची. हाँगकाँगला असताना कार्लोसला त्याच्या स्वतःच्या मुक्तीचा मार्ग सापडला, जसा मला जेडची भेट झाल्यावर सापडला होता. कार्लोसची सेवा करण्यात उमाला समाधान, मनःशांती मिळाली. मला बोमोच्या सान्निध्यात असे समाधान मिळाले. म्हणजे आमच्या तिघांत कोणी मोठे किंवा लहान, असा प्रश्नच नव्हता. आम्ही सगळेच आपापल्या मार्गाने प्रगल्भ होत गेलो.

"स्वतःबद्दलची भ्रामक ओळख जेव्हा तुम्ही बाजूला सारता, तेव्हा तुमचं स्वतःचं खरं स्वरूप बाहेर पडतं. आपल्याबद्दलच्या इतर चुकीच्या समजुती बाजूला सारल्या, तर आपलं खरं स्वरूप आपल्याला समजतं. तुमच्या ओळखपत्रावर तुमची जी ओळख असते, त्यावरून तुम्ही तुमची खरी ओळख करून घेऊ शकत नाहीत. तुमचं मोठेपण त्यावरून कळत नसतं. जोपर्यंत तुम्ही तुमच्या स्वतःशी संवाद साधू शकत नाही, तोपर्यंत तुम्ही दुसऱ्या कुणाशीही जुळवून घेऊ शकत नाही. आणि तुम्ही ज्या ज्या देशात गेलात, तेथील वास्तव्याबद्दलच्या कायदेशीर बाबी सांभाळण्याचं काम डोळ्यांत तेल ओतून वेनी करत होती." कूर्ट वेनीबद्दल अतिशय आदर व्यक्त करत म्हणाला. वेनी फार दमलेली, थकलेली दिसत होती, त्याचे कारण मला आता समजून चुकले.

तुम्ही कोण आहात ही ओळख तुम्हाला व्हावी आणि आयुष्यात तुम्हाला काय साध्य करायचे आहे याबद्दल तुम्हाला विचार करायला प्रवृत्त करणे, हे फार महत्त्वाचे होते. जगात एकच व्यक्ती आहे, जी तुम्हाला मोठे करू शकते किंवा तुमचा अधःपात करू शकते. ती व्यक्ती म्हणजे दुसरे कोणी नसून तुम्ही स्वतःच असता. आपल्या स्वतःवर विश्वास ठेवणे महत्त्वाचे असते. हा विश्वास स्वतःबद्दल तेव्हा निर्माण होतो, जेव्हा कोणत्याही प्रसंगातून आपण मार्ग काढू शकतो, ही कुवत आपल्यात आहे, असा आत्मविश्वास निर्माण होतो. ज्याचा स्वतःच्या कुवतीवर ठाम विश्वास आहे, तोच नवीन निर्मिती करू शकतो. तोच खरे प्रभुत्व मिळवू शकतो. तोच खरा अधिकारी होतो. तो खरा सच्चा मित्र होऊ शकतो.

माझ्या बाबतीत म्हणाल, तर माझी स्वतःची ओळख विसरणे मला फार कठीण गेले. माझी समाजातील प्रतिमा होती, स्थान होते, तीच माझी खरी ओळख होती. ती माझी प्रतिष्ठा आणि माझे ऑफिसमधले पद आणि माझी ती ओळख माझ्याकडून काढून घेतली गेली, त्यामुळे माझा पायाच डळमळला. माझ्या पायांखालची वाळूच जणू सरकली. माझा आत्मविश्वास मी हरवून बसले. जे लोक समाजात उच्च स्थानावर पोहोचले, ते त्यांच्या पदवीमुळे किंवा त्यांच्या ऑफिसमधील स्थानामुळे पोहोचलेले नव्हते, तर त्यांच्यात ती धमक होती म्हणून ते उच्च स्थानावर पोहोचले. त्यांनी जे उत्तम कार्य केले, नवीन निर्मिती केली त्यामुळे ते मोठे झाले, हा धडा मी माझ्या मनात पक्का गिरवला. हे मला मनोमन पटले होते, हे दर्शवण्यासाठी मी मान डोलावली.

''बोमो, जेड आणि लुइही हे खरंच अस्तित्वात आहेत; पण त्यांचा शोध घ्यावा ही अपेक्षा कोणाचीच नसते. ज्याला खरोखरच शोधण्याची आच आहे तोच मनुष्य त्या दिशेला खेचला जाईल. ही जी ओढ असते, ध्यास असतो, तो तुमच्या मनात निर्माण व्हावा लागतो. हे काही मी तुम्हाला दिलेलं काम किंवा प्रकल्प नाही. मी नेमून दिलेली कामगिरी करायची म्हणून तुम्ही ते केलेलं नाही. भविष्य, भूतकाळ आणि वर्तमानकाळ यांचं रक्षण करणारे बोमो, लुइही, जेड यांचा शोध घेणं तुम्हाला शक्यच झालं नसतं, जर तुम्ही फक्त मी नेमून दिलेली कामगिरी करायची एवढाच उद्देश ठेवून मार्गक्रमण केलं असतं. त्यांचा शोध तुम्हाला लागलाच नसता. मी नेमून दिलेल्या कामगिरीवर तुम्ही निघालात, पण मध्येच केव्हातरी तुम्ही स्वतःच्याच मार्गावर चालू लागलात. तो तुमचा स्वतःचाच मार्ग बनला.'' कूर्टने सांगितले. तो खरेच शहाणा, हुशार होता. त्याच्याबद्दल माझ्या मनात प्रचंड आदर होता; पण मी कधीच त्याबद्दल स्पष्टपणे बोलून दाखवले नाही.

माझ्या पायाशी येऊन आदळणाऱ्या लाटांकडे माझे लक्ष गेले, तेव्हा मला कूर्ट जे बोलला त्याचा अर्थ मनोमन उमगला. कूर्टने नेमून दिलेली जी कामगिरी होती त्या कामगिरीवर मी निघाले खरी; पण वाटेत केव्हातरी ते माझेच ध्येय झाले, कर्तव्य झाले. जणू ही कामगिरी मलाच पार पाडावीशी वाटू लागली. मी जेव्हा कामगिरीवर निघाले तेव्हा मी हरवल्यागत झाले होते; पण त्या कामगिरीचा खरा मथितार्थ शोधण्यात मी इतकी मश्गूल झाले की, प्रत्येक कामगिरी हे जणू माझेच ध्येय बनले. जेव्हा रोजचे काम मी माझ्या आनंदासाठी, स्वतःसाठी करते, तेव्हा अशक्य गोष्टीदेखील सहज शक्य होतात. एखादे अविश्वसनीय काम आपल्या हातून होऊन जाते.

''कूर्ट, तू आम्हाला विमानातून उडी मारायला सांगितलीस. मी तर मेलेच

असते.'' मी थोडे नाटकीपणाने उद्गारले. मी हे जरा हसत हातवारे करतच बोलले. ''वेनी आमच्या कायदेशीर बाबींकडे लक्ष देत होती खरं, पण जर त्या उडीमुळे मी मेले असते तर?'' कूर्टकडे या माझ्या प्रश्नाचे काय उत्तर आहे, हे मला गंमत म्हणून जाणून घ्यायचे होते. आपण या लोकांना काय कामगिरी दिली होती, यातील धोक्याची झलक त्याला समजावी म्हणून असे बोलून त्याला जरा धक्काच दिला.

''पण तू मेली नाहीस.'' कूर्ट माझ्याकडे बोट दाखवत बोलला. मी जे बोलून मजा करत होते, त्याला त्याने एकदम पूर्णविराम दिला. नेहमीच या कूर्टने माझ्यावर मात केलेली आहे.

''कार्लोस तर जवळजवळ त्या उडीमुळे मेल्यातच जमा होता.'' मी असे स्पष्ट बोलून गेले.

''तसं पाहिलं तर कार्लोस त्याआधीच मेल्यासारखा होता. त्यानं जगणं बऱ्याच वर्षांपूर्वी सोडून दिलं होतं. तो नुसती मरणाची वाटच बघत होता, हे समजायला कोणी शहाणा मनुष्य हवा असं नाही. ते कोणाच्याही लक्षात आलं असतं. कार्लोसला जगायचं कसं हे शिकायची गरज होती आणि आता त्याला हे उमगलं आहे.'' कूर्टचे हे शब्द ऐकून माझ्या अंगावर शहारेच आले.

''तू आता तुझ्या जगण्याचा परवाना कमावलेला आहेस.'' कूर्ट हसत म्हणाला, ''तुझी रोजनिशी न वाचतादेखील मी हे ठामपणे सांगू शकतो. तुझी रोजनिशी तू तुझ्याजवळच ठेव. तुझ्या उर्वरित आयुष्याकरता ती शिदोरी आहे. त्याचा सांभाळ कर. रोजचा दिवस आपण कसा घालवला याचं तू जर रोजच्या रोज मूल्यमापन केलंस, तर तू प्रत्येक दिवशी यशस्वी होशील. एखाद्या दिवशी तू काहीही नवीन साध्य केलं नाहीस किंवा तुझ्याजवळचं मिळवलेलं घालवलंस आणि त्याबद्दल परखड आत्मपरीक्षण करून तू रोजनिशीत त्याचा ऊहापोह केलास, तरी तू विजयी ठरशील, यशस्वी ठरशील. नेहमीच काहीतरी साध्य केलं म्हणजेच यशस्वी होणं असं नाही. आत्मपरीक्षण करून आपलं आज काय चुकलं, याबसंबंधी पूर्ण विचार केलास आणि त्या अपयशाची जबाबदारी स्वतः स्वीकारली, तरीसुद्धा तुम्ही यशस्वी झालात असं समजावं.'' कूर्ट डोळे मिचकावत बोलला.

माझी रोजनिशी पूर्ण भरलेली होती. या सात दिवसांत मी जे जे धडे शिकले, ते सगळे अनुभव मी त्यात सविस्तर टिपले होते. रोजनिशी लिहिणे, ही खरे तर फारच महान कल्पना होती. लिहिताना त्या अनुभवांचा धडा मी जणू पुन्हा गिरवत होते. प्रथम तो अनुभव प्रत्यक्ष घेत असताना एकदा आणि नंतर त्या अनुभवाबद्दल रोजनिशीत लिहिताना परत एकदा गंभीरपणे मी विचार करत होते. मला कूर्टने ती

जवळ ठेवायला सांगितली याचा फार आनंद झाला. कारण मला ती रोजनिशी जवळ ठेवायचीच होती. माझ्या आयुष्यातील महान अनुभव त्यात होते. त्यातील काही अनुभवांची मला परत उजळणी करावयाची होती.

"कूर्ट, त्या खरंच खऱ्या व्यक्ती होत्या का? वर्तमान, भूत आणि भविष्य यांचे रखवाले? बोमो, लुइही, जेड या खऱ्याखुऱ्या व्यक्ती होत्या ना?" मी कूर्टला विचारलं. सात दिवसांपूर्वी मी ज्या गोंधळलेल्या मन:स्थितीत होते त्याची मला आठवण झाली. त्या पार्श्वभूमीवर मी घेतलेले या सात दिवसांतले अनुभव खरंच एखाद्या जादूप्रमाणे वाटत होते. खरंच, ते एखाद्या मायानगरीतल्याप्रमाणे वाटत होते.

"तू त्यांना खरोखर भेटलीस ना? तू त्यांच्याशी बोललीसदेखील. त्यांनी तुझ्या आयुष्याला काहीतरी अर्थ प्राप्त करून दिला. गोंधळलेल्या मनःस्थितीतून त्यांनी तुला बाहेर काढून तुला तुझी स्वतःची ओळख करून दिली. मग हे सगळं खरं नाही असं का म्हणते आहेस? मग वास्तव म्हणजे दुसरं काय असतं? तू प्रत्यक्षात आहेस त्यापेक्षा तू छोटी आहेस, हे सांगणारं ते जग खरं म्हणायचं का? जे जग तुला तू लपूनछपून राहा असं सांगतं किंवा जे जग तुला ढोंगीपणा करायला शिकवतं, ते वास्तव आहे का? जे जग तुला गर्विष्ठपणा शिकवतं किंवा तुझं लक्ष दुसरीकडे विचलित करतं, ते जग वास्तव आहे का? हे असं जग तुला खरं वाटतं? जे लोक वेळेचं भान विसरलेले आहेत आणि जुन्या कुठल्यातरी भूतकाळातील क्षणातच वावरत आहेत, अशा समाजात तू राहते आहेस. त्यांचा तोच उद्देश आहे की, तूही त्यांच्याप्रमाणेच भूतकाळातल्या आठवणींशी जखडून राहावं. हे सगळं मला अगम्यच वाटतं. ते जग वास्तव नाही. मग तुला कुठल्या वास्तव जगात जगायचं आहे, हे ठरवणं सर्वस्वी तुझ्याच हातात आहे. तू बोमोला भेटलीस किंवा नाही भेटलीस, तरी तुझं भविष्य तुझ्या हातात आहे. माझ्या भविष्यात काय आहे, याचा विचार करत भीतीच्या छायेत जगणार, का तुला हवं तसं जगायला आजपासून तू सुरुवात करणार, हे तुझ्याच हातात आहे. मग बोमो खरा आहे की नाही? लुइहीला तू भेटो किंवा न भेटो. तुझा भूतकाळ तुला जखडून ठेवत होता. प्रकाशापासून तुला तो भूतकाळ दूर ठेवत होता. लुइहीला तू भेट किंवा नको भेटूस. लोहाजवळ तुझ्या भूतकाळातील ज्या चांगल्या आठवणी जपून ठेवलेल्या होत्या, त्या ऐकून तुला आनंद होत नव्हता. लुइहीकडे तुझ्या भूतकाळातील ज्या वाईट आठवणी होत्या, त्यांच्याशीच तू जखडून राहिली होतीस. मग ती लुइही तुझ्या जीवनात वास्तव आहे की नाही? काहीही असो, भूतकाळातील त्या वाईट क्षणांशी तू जखडलेली होतीस हे तुला मान्य असो वा नसो. तू सतत हरवलेली असायचीस

आणि ज्या परिस्थितीत वर्तमानात तू जगत होतीस, त्यात तुला आनंद मुळीच मिळत नव्हता. त्यामुळे तू त्या भूतकाळातून बाहेर पडायला तयारच नव्हतीस आणि त्या वेळेच्या पिंजऱ्यात अडकून वार्धक्याकडे वाटचाल करत होतीस. तुला जे व्हायला आवडतं ते जेडमुळे शक्य होईल. त्याच्याकडे तेवढी ताकद आहे. तू वर्तमानात जगत नसल्यामुळे तुला ही त्याच्याजवळची ताकद जाणवली नाही. जेडची भेट किंवा त्याचं तुझ्या जीवनात नसणं यांपैकी कोणतं तुझ्या दृष्टीनं सत्य आहे? तू कोणत्या जगात वावरत आहेस?'' हे म्हणत असताना त्याने माझ्या दंडावर हलकेच थापटी मारली. जणू माझे त्याच्या बोलण्याकडे लक्ष आहे की नाही, याची तो खात्री करत होता.

''भव्यदिव्य असं जादुई विश्व आपल्यासमोर असतं; पण आपण मात्र या मर्त्य जीवनाशी जखडलेले असतो. तुम्ही त्यातील तुमच्यासाठी कोणतं निवडता ते वास्तव असतं.'' हे बोलताना कूर्टला खोकला आला. मला भेटलेल्या कोणत्याही माणसापेक्षा जास्त उत्कटता त्याच्या बोलण्यात मला जाणवली. माझ्याबरोबर प्रत्यक्ष हजर नसताना माझे मलाच जीवनाचे धडे शिकण्याची प्रेरणा मला कूर्टने दिली होती, हे आता मला उमगले. मला शिकवण्यासाठी त्याने एक शब्दही उच्चारला नव्हता.

''तुमचा वर्तमान, भूत आणि भविष्यकाळ कसा घडवायचा हे फक्त तुमच्याच हातात आहे हे जेव्हा तुम्हाला उमगतं, तेव्हा जगण्याचा परवाना मिळवता. बोमो, जेड, लुइही हे सर्व तुमच्यातच लपलेले आहेत. त्यांपैकी जेडला तुम्ही सर्वशक्तिमान बनवलं पाहिजे. बोमोवर तुम्ही लक्ष ठेवायला हवं आणि लोहाला महत्त्व द्यायला हवं. लुइहीला जास्त थारा द्यायचा नाही किंवा कुरवाळत बसायचं नाही. जेव्हा तुम्ही स्वतःच स्वतःच्या वेळेचा विनियोग कसा करायचा हे ठरवता, तेव्हा तुम्ही स्वतःच्या जीवनाचे नियंत्रक बनता.''

कूर्टने कठड्यावर पाय ठेवला आणि त्यावर असलेल्या चिखलात त्याने एक वर्तुळ रेखाटलं. त्याच्या मध्यावर एक टिंब काढून तो म्हणाला, ''तू जर वर्तमानात जगत असशील, तर तू इथं आहेस. जर तू वर्तमानात न जगता भूतकाळात मग्न असशील, तर तू या खेळातच नाहीस. तू दुसरीकडे कुठेतरी भरकटत असशील काळाचं भान हरवल्यासारखी, अशा वेळी कोणीच तुला सांगू शकत नाही तू कुठं आहेस. अगदी तू स्वतःसुद्धा सांगू शकणार नाहीस. तर तू आता इथं या बिंदूपाशी आहेस.'' त्या मध्यभागी केलेल्या टिंबाकडे बोट दाखवून कूर्ट म्हणाला. हे सांगताना कूर्टने त्या मध्यबिंदूपासून अनेक रेषा, अनेक दिशांना रेखाटल्या. ज्याप्रमाणे उगवता सूर्य काढताना आपण अनेक दिशांनी गेलेले किरण रेघा ओढून दाखवतो, तशा रेघा

त्याने ओढल्या होत्या. "त्या मध्यबिंदूवर तू उभी असताना कोणत्याही दिशेने तू वळलीस, कोणत्याही दिशेला तू पाहिलंस किंवा कोणत्याही दिशेकडे तू बोट दाखवलंस तर त्या त्या ठिकाणी अनेक शक्यता तू निर्माण करू शकशील. हे जे वर्तमानकाळातील तुझं स्थान आहे, तेथून तुला हवं ते भवितव्य तू घडवू शकशील." कूर्ट माझ्याकडे बघत हेतूपूर्वक हसला.

"तुझा जगण्याचा परवाना हा प्रतिकात्मक आहे. तुला जे जग हवं आहे ते निर्माण करण्याची ताकद तुझ्यामध्ये आहे, हे तो परवाना सुचवतो. वर्तमानकाळात जे लोक जगत असतात, त्यांच्या नुसत्या अस्तित्वाने इतरांनाही उत्तेजन देत असतात." कूर्टने हे सांगितले. त्याच्या मागच्या बाजूलाच आकाशातून तारा निखळलेला मी पाहिला. तो पाहून मी एकदम जोरात श्वास घेतला.

कूर्ट थोडा वेळ शांत होता. तो जे काही बोलला, ते मला नीट उमगले आहे की नाही हे आजमवण्यासाठी त्याने मला थोडा अवधी दिला. आता मात्र मला मी गोंधळून गेले आहे असे अजिबात वाटत नव्हते. मला समजले होते की, माझ्या आयुष्याची दोरी आता फक्त माझ्याच हातात आहे. भूतकाळ मला अजिबात त्रास देत नव्हता. मी माझे भविष्य मला हवे तसे घडवू शकते याबाबत माझी पूर्ण खात्री पटली होती. पण तरीही माझ्यासमोर आणखी काही प्रश्न होते.

शांततेचा भंग करत उत्सुकतेने मी कूर्टला विचारले, "तू जेडला भेटला आहेस का?" काळाचे जे राखणदार होते त्यांपैकी जेड मला जास्त आवडला. त्याच्यापासून सुटका करून घेणं हे सगळ्यात अवघड काम होतं."

"माझी आणि जेडची गाठ पडली की नाही यामुळे तू त्याच्याकडून जे शिकलीस त्यात काही बदल होणार आहे का?" कूर्टने मला प्रतिप्रश्न केला. "मी त्याच्याकडून काय शिकलो किंवा नाही हे कळल्यावर तुझं शिक्षण पूर्ण होणार आहे का? तुझी जेडबरोबरची भेट तुझं शिक्षण पूर्ण होण्यासाठी पुरेशी नाही का? इतरांच्या बाबतीत तुला सतत उत्सुकता का असते? तू स्वत:बद्दल तितकी उत्सुकता का दाखवत नाहीस? सबंध विश्व तुला तुझ्या स्वतःमध्ये सामावलेलं सापडेल. पृथ्वीवरील जगात अथवा विश्वाबद्दल जाणून घ्यायला चंद्रावर जाण्याची आवश्यकता नाही. तुम्ही फक्त आपल्या अंतर्मनात डोकावून शोध घ्यायला हवा. जर तुम्ही वर्तमानात जगला नाहीत, तर तुमचं आयुष्य वाया जाईल. वर्तमानात जगणं हेच खरं जीवन आहे. जेड हा माझादेखील आवडता आहे." कूर्ट हसत आवाज मृदू करत म्हणाला.

कधी कधी कूर्टचे उत्तर, मला जे ऐकायला आवडले असते तसे नसते. आत्ता

पण तसेच झाले. तरी त्याच्या उत्तराने मला मी जिकडे लक्ष द्यायची गरज होती तिकडे बोट दाखवण्याचे काम केले होते. माझे मलाच अंतर्मुख होऊन मार्ग शोधायला हवा, हे त्याने दर्शवले होते. कूर्टबरोबरचे संभाषण हे एखाद्या अध्यात्माच्या शिकवणीने भरलेल्या चर्चासत्रात भाग घेतल्याप्रमाणे होते.

"मी जर डेबोरेन्स जंगलातून बाहेर पडू शकले नसते तर? मी जर वेळेच्या पिंजऱ्यात अडकून पडले असते तर?'' मी त्यातून बाहेर पडू शकेन हे कूर्टला आधीच माहीत होते काय, हे मला जाणून घ्यायचे होते.

"हे जर-तरचे प्रश्न संपायचे नाहीत. या प्रश्नांना निश्चित उत्तर नसते. अनेक वर्षांपूर्वी झालेल्या मोटार अपघातात तू मेली असतीस तर? आतापर्यंत तुझं लग्न झालेलं असतं तर? तू माझ्या चर्चासत्रात दाखल झाली नसतीस तर? असे अनेक प्रश्न विचारता येतील. अशा प्रश्नांना अंत नाही. तू वेळेच्या सापळ्यात अडकली असतीस तर? याचं उत्तर आहे, होय. तू तशीच अडकून पडली असतीस असंच आहे. तू त्या जंगलात स्वतःच्या मर्जीनं शिरलीस. मी तुझ्यामध्ये काय पाहिलं ही कामगिरी सांगताना, हे तुला जाणून घ्यायचं होतं. तू स्वतःच शोध घ्यायचा निश्चय केला होतास. आत शिरण्यापूर्वी त्यातून आपण सहीसलामत बाहेर पडणार, पडायचंच असा तुझा निर्धार होता. तसं नसतं, तर त्या जंगलात शिरण्याचं धाडसच तू केलं नसतंस. तुझं काय होणार हे फक्त एकच व्यक्ती ठरवू शकते- ती म्हणजे तू स्वतः. मी तुला फक्त सूचना देऊ शकतो. उमा आणि कार्लोसप्रमाणे त्यांचं पालन करायचं नाही, असं तू ठरवू शकली असतीस. पण तू त्यांच्यासारखं केलं नाहीस. त्या सूचनांबरहुकूम वागायचं तू ठरवलंस आणि वागलीसही. तू माझ्या सूचनांचं पालन केलंस, की त्याप्रमाणे वागायचं हा तुझ्या मनाचा निर्णय होता? मला वाटतं, तू तुझ्या मनाप्रमाणे वागलीस. केवळ मी म्हणालो म्हणून नाही. एकदा मनानं ठरवलं की आपण काहीही करू शकतो. मग डेबोरेन्स जंगलातून बाहेर पडणं का कठीण व्हावं?'' कूर्ट हे सर्व एका दमात बोलला याचे मला आश्चर्य वाटले.

गेले सात दिवस कूर्टच्या सूचनांचे मी पालन करत आहे, असे मी समजत होते; पण तसे नसून मी माझ्या मनाचा तसे वागण्याचा निर्णय अमलात आणत होते, हेच खरे. मी असे करणे यापूर्वी खूप दिवसांपासून सोडून दिले होते. गेली काही वर्षे मी फक्त दिलेले काम करत होते. मला आवडले नसले, मनाला पटले नसले तरी करत होते. मी सर्वसामान्य, रटाळ, यांत्रिक जीवन जगत होते. या वेळी मात्र मला कामगिरी करताना उत्कटता जाणवत होती. मनापासून मी ती पार

पाडीत होते. त्यात मला सनसनाटीपणा जाणवत होता. माझा हरवलेपणा, गोंधळलेपणा संपून माझ्या स्वत्वाची मला जाणीव झाली. हे सर्व कोणाच्याही मदतीशिवाय केले, याचा मला आनंद होता.

"वेळेच्या पिंजऱ्यात अडकलेल्या लोकांचं काय, कूर्ट? मी एकटीच त्या पिंजऱ्यात न अडकता सुटून आले का?" बटबटीत डोळ्यांच्या त्या अडकलेल्या माणसाची आणि तशाच अवस्थेतील इतरांची आठवण होऊन माझा थरकाप उडाला.

"तू तुझ्या अवतीभवती पाहिलंस, तर जगात अशी पिंजऱ्यात अडकलेली अनेक माणसं दिसतील. भिंतीवर हात आपटत, ओरडत, कळवळत, गयावया करून पिंजऱ्यातून सोडवण्याची विनंती करत असलेली माणसं दिसतील. नीट डोळे उघडे ठेवून आजूबाजूला पाहिल्यावर अशा अनेक व्यक्ती दिसतील. त्याकरता डेबोरेन्स जंगलातच जायला हवं असं नाही. तुम्ही वर्तमानात जगत नसाल, दुःखद भूतकाळ विसरता येत नसेल, उज्ज्वल भविष्यकाळ समोर पाहू शकत नसाल, तर समजा की तुम्ही काळाच्या पिंजऱ्यात अडकला आहात. डेबोरेन्स जंगल हे एक मिथक आहे, पुराणकथा आहे. तुम्ही सत्य सांगून, सत्य परिस्थितीत सामना करत जगून पुराणकथा खोटी ठरवू शकता. 'आपल्याला काहीही होत नाही', 'आपणच सर्व गोष्टी, घटना घडवू शकतो' हे सत्य आहे. ही बाब डेबोरेन्स जंगलात अडकलेल्या लोकांना समजेल, तेव्हा ते मुक्त होतील. तसेच अडकलेले तुझ्या आजूबाजूचे लोकही तेव्हाच मुक्त होतील, जेव्हा हे सत्य त्यांना उमगेल. केव्हा? केव्हा ते मुक्त होतील? जेव्हा ते स्वतःमधील काहीही घडवण्याची ताकद ओळखतील तेव्हाच." कूर्ट म्हणाला. बोलताना तो मधूनमधून थांबून माझ्याकडे पाहून स्मित करत होता. सकाळच्या वाऱ्यामुळे त्याचे केस पार विस्कटले होते. तो त्यामुळे थोडा आकर्षक वाटत होता.

मी कूर्टबद्दल विचार करू लागले. तो जे करत होता, ते करण्याची प्रेरणा त्याला कशी झाली? त्याच्या विक्षिप्त शिकवण्याच्या पद्धतीमुळे मी माझ्या जीवनाकडे बघण्याच्या दृष्टिकोनात आमूलाग्र बदल केला, याची त्याला कदाचित जाणीवही नसेल. त्याच्याकडे मी अनिमिष दृष्टीने पाहत असल्याचे पाहून माझ्या डोळ्यांना डोळे भिडवून त्याने भुवया उंचावल्या. जणू तो विचारत होता, "आता आणिक काय?"

"कूर्ट," त्याचा हात पकडून त्याचं लक्ष वेधून घेत मी म्हणाले, "तुझ्याबद्दल सांग मला, कूर्ट. तू कोण आहेस?" मला कूर्टबद्दल अधिक जाणून घ्यायचे होते.

मी त्याच्याकडे आकर्षित झाले होते. एखादा आज्ञाधारक, विश्वासू शिष्य गुरूकडे आकर्षित होतो, तसे माझे झाले होते.

"माझ्याबद्दलची माहिती तुला काय करायची आहे? तू स्वतःबद्दल लिहिण्यासाठी, स्वतः अनुभव घेण्यासाठी पंचवीस हजार डॉलर्स खर्च केले आहेस. मी आसपासच आहे आणि माझ्या ध्येयाची पूर्ती करण्याच्या प्रयत्नांत आहे. तुला स्वतःच्या कुवतीची ओळख होणार आहे का, हा खरा प्रश्न आहे. माझी अधिक माहिती तुला योग्य वेळी मिळेल. सध्या तू माझ्या मार्गदर्शनाखाली स्वतःची ओळख जाणून घेण्याचा प्रयत्न करत आहेस. तुला स्वतःची ताकद ओळखण्याला मदत करणं, ही सध्या माझी जबाबदारी आहे." कूर्ट दात विचकून हसत म्हणाला.

तो नेहमीच अशी उडवाउडवीची उत्तरे देऊन प्रश्न टाळत असे. त्याला नंतर आपल्या घरी कॉफीपानासाठी बोलावून त्याची जास्त ओळख करून घ्यावी, हेच बरे, असे मला वाटले. कूर्टला भेटण्यापूर्वी माझ्या डोक्यात अनेक प्रश्न होते; पण आता ते सर्व अप्रस्तुत वाटत होते. आपोआप काळाच्या ओघात या प्रश्नांची उत्तरे मिळतील, असे मी समजले. आताच त्याची घाई करू नये.

"तुला चर्चासत्राच्या शेवटी आता कसं वाटत आहे? तू पुढे काय करणार आहेस?" माझ्याभोवती हात टाकून कूर्टने मला प्रतिप्रश्न केला. त्याच्या मिठीमध्ये मला छान वाटत होते. त्याची सावलीच माझ्या जीवनावर जणू पडली आहे आणि मी त्यामुळे चमचमणाऱ्या ताऱ्यांपेक्षा जास्त चमकदार कामगिरी करू शकेन असे मला वाटू लागले.

"मी गोंधळले होते कूर्ट! तुला भेटले, तेव्हा मी पार गोंधळलेल्या मनःस्थितीत होते." मी कबूल केले. माझ्या पहिल्या भेटीच्या वेळेपासून कूर्ट हे जाणत होता. "वरकरणी जरी मी यशस्वी व्यक्ती आहे असं लोकांना दिसत असलं, तरी आतून मी पोखरलेली होते. मी पुढे टाकलेल्या प्रत्येक पावलाबरोबर माझा भूतकाळ माझ्याबरोबर रखडत का होईना, माझी पाठ सोडत नव्हता. त्यामुळे माझा भविष्यकाळ झाकोळला जात असे. माझ्या वर्तमानकाळाबद्दलसुद्धा मी साशंक असायची. त्यामुळे जीवनातील माझा आनंद हिरावून घेतला गेला होता. जरी वरवर इतरांना माझा उत्कर्ष दिसत होता, तरी माझ्या मनात मात्र सतत अपराधीपणाची टोचणी असायची. त्यामुळे माझ्या यशात निर्भेळ आनंद कधीच नसायचा. मी खरंचच पूर्ण आनंदी कधीच नसायचे. यामागची कारणं मात्र मला कधीच समजू शकली नाहीत. माझ्या भूतकाळातील घटना माझा वर्तमानकाळ नासून टाकत होत्या आणि त्यामुळे माझं भविष्य संदिग्ध होतं. पण आता मला कारण कळलं आहे. माझ्यातच माझा शत्रू

लपलेला आहे, हे मला समजून चुकलं आहे. माझा छळणारा भूतकाळ मी लुइहीच्या हातात देऊन टाकला आहे. जेडला भेटल्यानंतर माझ्यात असलेल्या ताकदीची मला जाणीव झाली आहे. आता माझ्यावर कोणीच वर्चस्व गाजवू शकणार नाही. कोणतीही घटना किंवा वाईट परिस्थिती किंवा कोणी व्यक्ती माझा पाय ओढू शकणार नाही. माझ्यासमोर जर एखादी अवघड घटना किंवा परिस्थिती निर्माण झाली तर त्याला मीच जबाबदार आहे, हे वास्तव मी जेव्हा स्वीकारेन तेव्हा ती परिस्थिती मला आवडली नाही, तर मी मला हवी असलेली योग्य परिस्थिती निर्माण करू शकते. त्यामुळे मी आता प्राप्त परिस्थितीची बळी ठरणार नाही. आता मी मनानं खुजट राहणार नाही. बोमोनं माझ्या भविष्याबद्दलच्या शंका-कुशंकांचं निरसन केलं आणि समजावलं की, माझा भविष्यकाळ उज्ज्वल होऊ शकतो. माझ्या भूतकाळात माझ्या हातून अनेक वाईट गोष्टी घडल्या असल्या, तरी मी माझा भविष्यकाळ उत्तम करू शकते, हे मला बोमोनं दाखवलं. कारण मला जे हवं ते मिळवायला मी समर्थ आहे, हे मला कळून चुकलं आहे. निर्माता कधीच दरिद्री नसतो. माझ्या भूतकाळाचा गुलाम होऊन राहण्यापेक्षा आता मी स्वतंत्र विचार करून मला जे हवं आहे, त्याची निवड करू शकते आणि मला हवं तसं भविष्य मी घडवू शकते. मी आता प्रगल्भ झाले आहे आणि दिवसेंदिवस ही प्रगल्भता वाढत जाईल.'' मी माझे हात दोन्ही दिशांना पसरवून मी किती मोठी होणार आहे, ते कूर्टला दाखवलं. ते बघून आम्ही दोघंही हसलो.

''तुझ्या हातातली अंगठी किती सुंदर आहे.'' माझ्या बोटातील अंगठीत बसवलेला चमकत असलेला हिरा पाहून कूर्ट म्हणाला.

ही अंगठी वापरायला लागल्यापासून प्रत्येकाचं लक्ष ती वेधून घेते आहे.

''मला ही अंगठी भविष्यात मिळणार होती, ती मला आत्ताच मिळाली. बोमोनं माझा भविष्यकाळ उज्ज्वल आहे याची खात्री पटवण्याकरता मला दिली.'' हे बोलत हसत असताना मी बोटातील अंगठी काढून कूर्टला पाहायला दिली.

कूर्टला हे सगळं ऐकून गंमत वाटली. तो पुढे म्हणाला, ''तू त्या म्हाताऱ्या बोमोवर चांगलीच छाप पाडलेली दिसते आहेस. इतकी छाप पाडलीस की, तुझ्या भविष्यात मिळणार होती ती अंगठी आत्ताच वर्तमानकाळात त्यानं तुला देऊन टाकली.'' असं म्हणत माझ्याकडे बघत खुशीने त्याने आपले डोके हलवले. ''भविष्यात तुझ्याकरता कोणी एक देवदूत तुझी बाहेर वाट पाहत आहे.'' कूर्ट म्हणाला. त्याने ती अंगठी माझ्या तळहातावर ठेवली आणि आपला

तळवा त्यावर ठेवत तो म्हणाला, "माझी आता निघायची वेळ झाली." कूर्ट कठड्यावर उठून उभा राहत म्हणाला. "इतर लोक माझी वाट पाहत आहेत."

त्याने आपला एक हात खिशात घातला आणि एक कार्ड बाहेर काढले. "हा तुझा जगण्याचा परवाना," तो म्हणाला. त्याने माझ्या हातात एक सोन्याचे कार्ड ठेवले. ते माझ्या ड्रायव्हिंगच्या परवाना-कार्डच्या आकाराचे होते. ते मात्र शुद्ध सोन्याचे होते. मी कूर्टच्या हातातून ते कार्ड जवळजवळ खेचून घेतले. ते फार सुंदर होते. त्याच्यावर पुढील मजकूर कोरलेला होता –

जगण्याचा परवाना

नाव : **प्रिया कुमार** वय : **अनंतकाळ**

महत्त्वाकांक्षा : **अमर्याद**

धारणकर्ती वर्तमानात जगणारी आहे आणि आपल्यासमोर अनंत संधी असल्याची तिला जाणीव आहे. तिची निवड उच्च दर्जाची असते. हवे असलेले वास्तव निर्माण करण्याची क्षमता तिच्यात आहे. तिजकडे जगण्याचा परवाना आहे. ती आपले जीवन भारदस्तपणे आणि अभिमानाने जगत आहे.

अधिकृत स्वाक्षरीकर्ता : **कूर्ट रिंक** / १७ जानेवारी २००५

मी तो परवाना कौतुकाने पाहत असताना कूर्ट स्तब्ध उभा होता. माझ्या डोळ्यांत आनंदाश्रू उभे राहिले. मी पुढे होऊन कूर्टचा हात घट्ट धरला.

"तुझी ओळख झाल्याबद्दल मलाही खूप आनंद झाला आहे. तुला कधी मदत लागली तर माझ्याशी संपर्क साध. तुझ्या सर्व प्रश्नांची उत्तरं माझ्याकडे असतील की नाही, हे मला माहीत नाही; पण मी तुला एखादी अशी कामगिरी मी देईन, की तुझी तूच ती उत्तरं त्यायोगे मिळवू शकशील याची मला खात्री आहे." असे बोलताना कूर्ट मोठ्याने हसला. त्याने आपला हात लांबवून मला आपल्याजवळ ओढले.

"जादूच्या दिव्यातील राक्षसाची गोष्ट तुला माहीतच असेल." असे म्हणत त्याने मला माझ्या मोटारीजवळ नेले.

"होय, माहीत आहे." मी म्हणाले. मी जादूच्या दिव्याची गोष्ट लहानपणी वाचली होती. त्या दिव्यात एक राक्षस राहत असतो. दिवा स्वच्छ करण्यासाठी अल्लादिन तो घासतो, तेव्हा तो राक्षस प्रकट होतो आणि अल्लादिनच्या सर्व मनोकामना क्षणात पूर्ण करतो.

"तू स्वतःच तो दिव्यातला राक्षस आहेस, हे तुला माहीत नाही." एकदम थांबून माझ्या नजरेला नजर भिडवीत कूर्ट म्हणाला, "तूच त्या दिव्यात अडकलेली राक्षस आहेस. कोणीतरी येऊन तुला जागं करण्याची वाट पाहत आहेस. मग तू थोड्या वेळ दिव्यातून बाहेर येऊन स्वतःच्या सामर्थ्याचं, मोठेपणाचं दर्शन झाल्यावर पुन्हा त्या दिव्यात अंतर्धान पावशील. त्या छोट्याशा दिव्यातील मोठा राक्षस तू आहेस." माझे खांदे हलवून गाढ झोपेतून जागे केल्यासारखे करत कूर्ट म्हणाला.

"जागी हो, तू स्वतःच जादूगारीण आहेस. तुला हवं असेल ते स्वतःला मिळवून देण्याची ताकद तुझ्यातच आहे. लपून बसू नकोस. वेळ वाया घालवू नकोस. स्वतःचं आयुष्य फुकट घालवू नकोस. कोणीतरी येईल आणि आपल्याला आपल्या ताकदीची ओळख करून देईल, याची वाट पाहत बसू नकोस. आपल्यातील सामर्थ्य ओळख. सारं जग त्याची वाट पाहत आहे. तुम्हाला स्वतःच्या सामर्थ्याची जाणीव होते, तेव्हा तुम्ही इतरांना पण त्यांच्या ताकदीची जाणीव करून देण्यास मदत करत असता. त्यासाठी दुसरा दिवा लागत नाही. तुम्हाला स्वतःच्या ताकदीची पूर्ण ओळख व्हायला हवी. कळलं का तुला?" कूर्ट जवळजवळ ओरडलाच.

"तू काय शिकलीस... तुझा प्रवास... तुला काय समजलं, उमगलं ते तुझ्यासाठी आहे... मला ते नको आहे. मला ते जाणूनही घ्यायचं नाही. तुझ्यात झालेला बदल मला स्पष्ट दिसतो आहे. आत्मविश्वासानं फुललेल्या चेहेऱ्यावरून ते मला स्पष्ट जाणवतं आहे. जोपर्यंत तू स्वतः वर्तमानकाळातील जीवन जगत आहेस, तोपर्यंत तुझं जग सुरक्षित राहील. तू इतरांसाठीदेखील ते सुरक्षित राखशील. तू सदैव तळपत राहशील, कारण त्याकरताच तुझा जन्म झालेला आहे. तुझ्या सहवासात इतर लोकही चमकतील. तू त्यांना मदत केल्यावाचून राहणार नाहीस. माझ्या चर्चासत्रात तू दाखल झालीस, म्हणून मला तुझा अभिमान वाटतो. तुला मार्गदर्शन करायला मिळालं, त्यामुळे मला आनंद झाला आहे." कूर्टने माझा हातात घेतलेला हात हळूच सोडून दिला. तो बरोबर चालतच होता. माझ्याकडे सतत पाहत. "ही सर्व माहिती फक्त मला होऊन पुरेसं नाही. मला जो तुझ्यात

झालेला बदल जाणवलेला आहे, तो तुला स्वतःला जेव्हा उमगेल, तेव्हा सर्व बदलेल.

"या सात दिवसांत मी स्वत: तुला काहीच शिकवलं नाही. मी तुझ्याबरोबरही नव्हतो. तुझं तू स्वतःच सर्व शिकलीस. हे सत्य आहे हे जोपर्यंत तुला माहीत नाही, तोपर्यंत तू ते कसं ओळखू शकशील? एखादी नवीन गोष्ट आपल्याला आयुष्यात उपयोगी पडणार आहे की नाही हे कळल्याशिवाय तू ती कशी शिकणार? गोंधळलेल्या मनःस्थितीतून तू स्वतःच स्वतःला बाहेर काढलंस, तर तू मुळात गोंधळूनच कशी जाशील? तू स्वतः कशी आहेस ते तुला प्रथमपासून माहीत आहे. आपल्या प्रगल्भतेची, आपण इतके मोठे आहोत याची तुला भीती वाटत आहे. आपण खरंच इतके कर्तृत्ववान आहोत का, याबद्दल तू साशंक आहेस. त्या दिव्यातील राक्षसाप्रमाणे काही वेळा तुला तुझ्या अचाट कर्तृत्वशक्तीची जाणीव होते; पण आसपास इतर अल्लादिन वावरत असल्याने तू परत स्वतःला मिटून घेतेस. राक्षसाप्रमाणे परत दिव्यात अंतर्धान पावतेस." कूर्टने हे बोलताना आपल्या बोटाने माझ्या कपाळावर टोचल्यासारखे केले, यापूर्वी बोमोने केले होते तसेच. तो पुढे म्हणाला, "जागी हो, तुला तुझं प्राक्तन माहीत आहे. ते प्रत्यक्षात उतरव."

"मस्त आयुष्य जग!" मला तेथेच सोडून हात हलवत कूर्टने माझा निरोप घेतला. माझे पाय जमिनीत घट्ट चिकटले आहेत असे मला वाटले. कूर्टच्या बोलण्याने मी जणू जाग्यावर थिजले होते. कूर्ट त्याच्या मोटारीत बसला, त्याने गाडी वळवली आणि तो वेगाने निघाला, हे मला दिसले. आता मोटार दूरवर एखाद्या ठिपक्यासारखी दिसायला लागली. काही वेळाने ती दिसेनाशी होईपर्यंत मी तशीच स्तब्ध उभी होते.

ज्या तळव्यावर हिऱ्याची अंगठी कूर्टने ठेवली होती, तो उघडून मी पाहिले. एकदम मी मागे वळून बंधाऱ्याच्या कडेपर्यंत चालत गेले. या जागी मी वरचेवर येत असे. बऱ्याच दिवसांपासून याच ठिकाणी मी हरवलेल्या मनःस्थितीत उभी राहत असे. माझ्या प्रश्नांची उत्तरे मिळवण्यासाठी मी इथे येत असे. पण ती मला इथे कधीच सापडली नाहीत. मी अधिकच भरकटलेल्या अवस्थेत परतत असे. आताही मी त्याच जागी होते, पण माझी मनःस्थिती अजिबात गोंधळलेली नाही. मला माझी ओळख पटलेली आहे. माझ्या कर्तृत्वशक्तीची जाणीव झालेली आहे. जेथे जेथे मी जाईन, तेथे ही जाणीव सतत माझ्याबरोबर ताजी असेल. जणू त्या दिव्यातून बाहेर पडलेला राक्षसच सतत माझ्याबरोबर आहे. माझ्या सर्व प्रश्नांचं उत्तर एकच- ते म्हणजे प्रत्येक घटनेची जबाबदारी स्वीकारणे, परिस्थिती कितीही

वाईट किंवा गोंधळाची असो, त्याची थोडी तरी जबाबदारी आपण स्वीकारली तर मी जग बदलू शकेन. सुरुवातीला माझे स्वतःचे जीवन मला हवे तसे घडवू शकेन. मला फार बरे वाटले या जाणिवेने. मी बंधनातून मुक्त झाले आहे, असे मला जाणवले. हेच महत्त्वाचे होते. यापुढे मी माझा भविष्यकाळ मला हवा तसा घडवू शकेन, हे मला उमगले. मी क्षितिजाकडे एकटक पाहत राहिले. माझ्या आयुष्याला अर्थ प्राप्त होऊन माझे जीवन उजळून निघाले आहे, असे मला वाटले. आकाशातील रंग बदलत होते. दिवस उजाडत असल्याची जाणीव होऊन मी मोहरून गेले. जणू विश्व आपली जादूची पोतडी माझ्यापुढे मोकळी करत आहे, असे मला वाटत होते.

मी माझ्या मोटारीकडे चालू लागले. माझ्या आयुष्यातील सर्वांत मोठे साहस मी गेले सात दिवस पार पाडीत होते. यापुढील माझे जीवन सुंदर असणार हे मला माहीत आहे. कारण मला हवे तसे जीवन कसे घडवायचे, ते मला आता समजले आहे. मला आता मुक्त झाल्यासारखे वाटत आहे. जणू त्या दिव्यातील राक्षसाप्रमाणे माझ्यातील सुप्त शक्ती आता जागी झाली आहे. माझ्या गाडीचा दरवाजा उघडून मी आत बसले. दरवाजा बंद केला. सकाळच्या उजेडात चमकणाऱ्या हिऱ्याच्या अंगठीकडे एक नजर टाकली. एक भव्य देदीप्यमान भवितव्य माझी वाट पाहत आहे, असे दिसले. मला हवे तशी मी बनेन. मला हवे ते मी घडवेन, मिळवीन हे मला उमगले होते. जादूचा दिवा घासला गेला होता आणि कायमचा नष्ट केला होता. त्यातील अचाट शक्तीचा राक्षस आता मुक्त झाला आहे- कायमचा, हे मला माहीत होते.

मी ती अंगठी बोटात घालू लागले. तेवढ्यात माझी नजर तिच्यावर कोरलेल्या छोट्या आकृतीकडे गेली. एक नक्षी काढली आहे, असे यापूर्वी वाटत असे. आता नीट निरखून पाहिल्यावर मला तो एखादा शब्द असावा असे वाटले. अंगठी तिरकी करून मी वाचायचा प्रयत्न केला. एक क्षणभर सूर्यप्रकाश त्यावर पडला आणि अक्षरे स्पष्ट दिसली. अगदी लहान अक्षरे कोरलेली होती. त्या अंगठीच्या एका बाजूवर 'सॅम प्रियावर प्रेम करतो' असे शब्द होते.

"सॅम!" आश्चर्याने ओरडतच मी घाईघाईने आजूबाजूला पाहिले. कूर्ट केव्हाच निघून गेला होता. मी एकटीच तेथे होते. माझा माझ्या भविष्याच्या दिशेने प्रवास सुरू झाला होता!

◆